പുത്തോലയും കരിയോലയും

INSIGHT PUBLICA

Nadakkavu, Kozhikode, Kerala, 673011
www.insightpublica.com
e-mail: insightpublica@gmail.com
Title: **Putholayum Kariyolayum**
Author: **Prasad Kaithakkal**
(Malayalam)
This Edition: July 2021
Book Design: kjvj@insight

Printed and Published by
InsightinPublica Printers & Publishers Pvt. Ltd.
ISBN 978-93-90535-59-0

പുത്തോലയും കരിയോലയും

പ്രസാദ് കൈതക്കൽ

INSIGHT PUBLICA®

കോഴിക്കോട് ജില്ലയിലെ പേരാമ്പ്രയ്ക്കടുത്ത കൈതക്കലിലാണ് ജനിച്ചതും വളർന്നതും. ഇപ്പോൾ ഉള്ളിയേരി ഗ്രാമപഞ്ചായത്തിലെ കന്നൂരിലാണ് താമസം. കുട്ടികളുടെ ശാസ്ത്രമാസികയായ യുറീക്ക യിൽ എഴുതാറുണ്ട്.

ബാലസംഘം, ഡിവൈഎഫ്ഐ, ശാസ്ത്രസാഹിത്യ പരിഷത്ത്, സിപിഐഎം, പുരോഗമന കലാസാഹിത്യ സംഘം തുടങ്ങിയ സംഘടനകളിലെ പ്രവർത്തകനായിരുന്നു. ശാസ്ത്രസാഹിത്യ പരിഷത്ത് ജില്ലാ സെക്രട്ടറിയായും പ്രവർത്തിച്ചിട്ടുണ്ട്. പൊതുപ്ര വർത്തനരംഗത്ത് ഇപ്പോഴും സജീവമായുണ്ട്. ശാസ്ത്രപ്രചാരണമാണ് മുഖ്യമായ പ്രവർത്തനമേഖല. മാജിക്കും ശാസ്ത്രപരീക്ഷണങ്ങളും ഉൾപ്പെടുത്തി, അന്ധവിശ്വാസങ്ങൾക്കെതിരെ രണ്ടായിരത്തിനടുത്ത് വേദികളിൽ 'സയൻസ് മിറാക്കിൾ ഷോ' അവതരിപ്പിച്ചിട്ടുണ്ട്.

ശാസ്ത്രസാഹിത്യ പരിഷത്തിൽ നിന്നും ആശയമുൾക്കൊണ്ട് സ്വാശ്രയ ഉൽപ്പന്നങ്ങളുടെ നിർമ്മാണപരിശീലനത്തിനും ഉൽപ്പാ ദനത്തിനും പ്രചാരണത്തിനും വേണ്ടി 'സ്വാശ്രയബോധനകേന്ദ്രം' എന്ന സംഘടനരൂപീകരിക്കുകയും നൂറുകണക്കിന് പരിശീലന പരി പാടികൾക്ക് നേതൃത്വം നൽകുകയും ചെയ്തു. പ്രാദേശിക ഉൽപ്പന്നങ്ങ ളുടെ നിർമ്മാണം, വിപണനം എന്നിവയെ ഏകോപിപ്പിച്ചുകൊണ്ട് കുടുംബശ്രീ വഴി നടപ്പിലാക്കിവരുന്ന ഹോംഷോപ്പ് പദ്ധതി എന്ന ആശയം പ്രസാദും സംഘവും രൂപപ്പെടുത്തിയതാണ്. പദ്ധതിയുടെ കോഴിക്കോട് ജില്ലയിലെ പ്രധാന നടത്തിപ്പുകാരനുമാണ്. ഇപ്പോൾ കോഴിക്കോട് ജില്ലയിൽ മാത്രം ആയിരത്തിയഞ്ഞൂറിനടുത്ത് വനി തകൾക്ക് സ്ഥിരവരുമാനമുറപ്പുവരുത്തുന്ന ബൃഹത്പദ്ധതിയായി ഹോംഷോപ്പ് പദ്ധതി മാറിക്കഴിഞ്ഞു.

ജീവിത പങ്കാളിയായ ടി.കെ മഞ്ജുളയും കുടുംബശ്രീ മൈക്രോ എന്റർപ്രൈസസ് നടത്തിപ്പുകാരിയാണ്. മക്കൾ സൈനയും ആമിയും വിദ്യാർത്ഥികളാണ്.

Email: prasadswasrayam@gmail.com
Mob: 9747818135, 8086664621

പ്രസാദ് കൈതക്കൽ

സമർപ്പണം

പറഞ്ഞാലും പറഞ്ഞാലും തീരാത്തത്രയും ഓർമ്മകളും കഥകളുമുണ്ടാവും ഓരോ മനുഷ്യനും. അതിൽ മനസ്സിൽ പെട്ടെന്നോടിയെത്തുന്ന ചില ഓർമ്മകളെ പകർത്തി വെക്കാനാണ് ഈ ചെറുപുസ്തകത്തിൽ ഞാൻ ശ്രമിച്ചിട്ടുള്ളത്.

സമൂഹവും സാഹിത്യലോകവും കാര്യമായി പരിഗണിക്കാറില്ലെങ്കിലും വലിയവരെപ്പോലെ തന്നെ എളിയവർക്കുമുണ്ടാവുമല്ലോ ജീവിതത്തിന്റെ കയ്പ്പും മധുരവും ചാലിച്ച അനുഭവങ്ങളും ഓർമ്മകളും. നാട്ടുമ്പുറത്തെ പ്രത്യേകതകളൊന്നുമില്ലാത്ത എന്നേപ്പോലുള്ള സാധാരണമനുഷ്യരെയും അവിടുത്തെ പൊതുപ്രവർത്തകരിൽ ചിലരേയുമാണ് ഞാനീ ഓർമ്മകളിലൂടെ കണ്ടെത്താനായി ശ്രമിച്ചിട്ടുള്ളത്.

ഔപചാരിക വിദ്യാഭ്യാസം 'തിരുമണ്ടനാക്കി' പടിക്കുപുറത്തു നിർത്തിയ എന്നെ അറിവും അനുഭവങ്ങളും നൽകി 'പ്രസാദ് കൈതക്കലാ'ക്കിയത് കേരള ശാസ്ത്രസാഹിത്യ പരിഷത്ത് എന്ന സംഘടനയാണ്. അതുകൊണ്ടുതന്നെ ഞാനീ പുസ്തകം ശാസ്ത്രസാഹിത്യ പരിഷത്തിനു സമർപ്പിക്കുന്നു.

–പ്രസാദ് കൈതക്കൽ

അവതാരിക

കെ.ഇ.എൻ.

'പുത്തോലയും കരിയോലയും' എന്ന പ്രസാദ് കൈതക്കലിന്റെ പുസ്തകം പേരറിയാത്ത മനുഷ്യരുടെയും അടയാളപ്പെടുത്തപ്പെ ടാതെപോകുന്ന അനുഭവങ്ങളുടെയും മറക്കാൻ പാടില്ലാത്ത ബന്ധ ങ്ങളുടെയും ശരാശരി അലസജീവിതങ്ങളെ അസ്വസ്ഥമാക്കുന്ന നേരറിവുകളുടേയും എത്ര വീഴുമ്പോഴും ഇതൊന്നും ഒരു വീഴ്ചയില്ലെന്ന് സാക്ഷ്യപ്പെടുത്തുന്ന സമരോത്സുകതയുടേയും ഹൃദ്യവും സർഗ്ഗാത്മക വുമായ ഒരു സമാഹാരമാണ്.

ഹൃദ്യമെന്ന് ഈ കൃതിയെ നാം വിളിച്ചുപോവുന്നത് അത്രമേൽ ഹൃദയസ്പർശിയായ ഒരു എഴുത്തായി, ഉള്ളിനെ നനയ്ക്കുന്ന ഒരു ഒഴുക്കായി ഇതിൽ ആവിഷ്കൃതമാകുന്ന ജീവിതം ഏത് അർത്ഥത്തി ലും വിസ്മയിപ്പിക്കുംവിധം ആഴത്തിലുള്ള ഒരു മനുഷ്യജീവിതമായി മാറുന്നതുകൊണ്ടാണ്. ചിതറിക്കിടക്കുന്ന അസംഖ്യം അനുഭവങ്ങ ളെയും സ്മരണകളേയും മനുഷ്യത്വത്തിനും മതനിരപേക്ഷതയ്ക്കും ചന്തം നൽകുംവിധം ചേർത്തുവയ്ക്കുന്നതിൽ പ്രസാദ് കൈതക്കൽ കൈവരിച്ച കയ്യൊതുക്കമാണ് പുത്തോലയും കരിയോലയും എന്ന ശ്രദ്ധേയമായ കൃതിയെ സർഗാത്മകമാക്കുന്നത്. വിജയികളുടെ പൊങ്ങച്ചങ്ങളല്ല, പ്രബുദ്ധ പരാജയങ്ങളുടെ കാലൊച്ചകളാണ് പ്രസാദ് സ്വന്തം അസ്ഥിയിൽ തൊട്ട് പറയുന്നത്.

കലയും സാഹിത്യവും രാഷ്ട്രീയവും തത്വചിന്തയും ലൈംഗികതയും ബഡായിയും സൊറയും വിമർശനവും അലച്ചിലും കുറ്റബോധവും സങ്കടവും അഭിമാനവും നിർവൃതിയും ഒത്തുചേർന്ന് നടത്തുന്ന ഒരു സംഘനൃത്തത്തെയാണ് പുത്തോലയും കരിയോലയും അനാഡംബരമായി നമുക്ക് കാണിച്ചുതരുന്നത്. സ്മരണകളുടെ പരീക്ഷണത്തിലൂടെ കടന്നുപോവാത്ത ഒരു നിമിഷവും ജീവിതത്തിൽ നിലനിൽക്കുകയില്ലെന്നും എന്നാൽ സ്മരിക്കപ്പെടുന്ന ഓരോ നിമിഷവും ജീവിതമായ് മാറുമെന്നതിനും അനുഭവങ്ങൾ സാക്ഷ്യം വഹിക്കുന്നു. പല കാരണങ്ങളാൽ അകന്നുപോയെങ്കിലും അകന്നുപോവാൻ പാടില്ലാത്ത രചനാത്മക ഗൃഹാതുരത്വത്തിന്റെ ലോകവും കാലവുമാണ് പ്രസാദ് കൈതക്കൽ രചനയുടെ കരുത്ത്.

എത്ര പാലാരിവട്ടം പാലങ്ങൾ പൊളിഞ്ഞാലും മനുഷ്യബന്ധങ്ങളെ ഉൾപ്പെടുത്തുകയും നിർവൃതിപ്പെടുത്തുകയും ചെയ്യുന്ന പാരസ്പര്യത്തിന്റെ പാലങ്ങൾ പൊളിയരുതെന്നാണ് ഓരോ അനുഭവം പങ്കുവയ്ക്കുമ്പോഴും പ്രസാദ് പറയാതെ പറയുന്നത്. ലിംഗവിവേചനങ്ങൾക്കും ജാതിവിവേചനങ്ങൾക്കും സർവ്വ തരത്തിലുള്ള ചൂഷണങ്ങൾക്കുമെതിരെയുള്ള കുതറലുകളും കലഹവുമാണ് വരികൾക്കിടയിൽ നിന്നും മുഷ്ടിചുരുട്ടുന്നത്.

പുരകെട്ടു കല്യാണം, പയറ്റ്, ഗൾഫ് വിശേഷങ്ങൾ, സാക്ഷരതാ പ്രവർത്തനം, ശാസ്ത്രസാഹിത്യ പരിഷത്ത്, നാടകം, ഗാനമേള, കയ്യെഴുത്തുമാസിക, കലാസമിതികൾ, പാരലൽ കോളേജ്, കമ്മ്യൂണിസ്റ്റ് പാർട്ടി, യോഗങ്ങൾ, ലോട്ടറി, കൈനോട്ടം, ജോത്സ്യൻ, പേറ്റിച്ചികൾ, ഭ്രാന്ത്, കച്ചവടം, രാഷ്ട്രീയചർച്ചകൾ എന്നിവയ്ക്കെല്ലാമടിയിൽ പോയിലിൽ പ്രസാദ് (തിയ്യൻ) എന്ന് ആത്മാഭിമാനത്തോടെ ഒപ്പുവെച്ച പ്രസാദ് കൈതക്കലിൽ കേരളീയ നവോത്ഥാനത്തിന്റെ സൂര്യതേജസ്സായ ശ്രീനാരായണ ഗുരുവിന്റെ ചിരിക്കാത്ത ചിരിയുടെ കിരണങ്ങൾ കൂടി നമുക്ക് കണ്ടെടുക്കാൻ കഴിയും.

ഉള്ളടക്കം

അമ്മ

മഴക്കാലമാണ് വരാൻ പോകുന്നത്, പുരകെട്ടിമേയണം എന്ന ഒരു ആധി ഞങ്ങളുടെ വീട്ടിൽ അമ്മയ്ക്ക് മാത്രമേ ഉണ്ടായിരുന്നുള്ളൂ. ഞങ്ങൾ ആൺമക്കളെല്ലാവരും നാട്ടുകാര്യങ്ങളിൽ സജീവന്മാരും വീടിന് കൊള്ളാത്തവരും ആയിരുന്നല്ലോ.

അമ്മ എവിടെ പോയിവരുമ്പോഴും ഒന്നോരണ്ടോ ഓലമടൽ കയ്യി ലുണ്ടാവും! തലയിൽ സഞ്ചിയിൽ നിറയെ റേഷനരിയും അതിന്റെ പലവ്യഞ്ജനങ്ങളും കയ്യിൽ ഓലമടലുകളുമായി അമ്മ കോണിപ്പടികളും കയറി മുറ്റത്തേക്ക് വരുന്നതും, ഓലമടൽ മുറ്റത്തിട്ട് അരിയുമായി അടുക്കളയിലേക്ക് പോകുന്നതും അടുക്കളപ്പടിയിൽ കിതച്ചിരുന്ന്, ഒരു പാത്രത്തിൽ കഞ്ഞിവെള്ളം വാങ്ങി മോന്തികുടിക്കുന്നതും പതിവുകാഴ്ചകൾ ആയിരുന്നു.

അമ്മയ്ക്ക് ഒട്ടും വിശ്രമമില്ലായിരുന്നു.

ചേമ്പും ചെറുകിഴങ്ങും കപ്പയും മറ്റും നടുന്നതും വിളവെടുക്കുന്നതും വീട്ടിലേക്ക് അന്നന്ന് വേണ്ടതൊക്കെ സംഘടിപ്പിച്ച് കൊണ്ടുവരുന്ന തും, ഞങ്ങൾക്കെല്ലാമുള്ളത് വെച്ചുണ്ടാക്കുന്നതും വിളമ്പിത്തരുന്നതും ഞങ്ങൾക്കെല്ലാം ഉടുക്കാനുള്ളത് അലക്കി വെളുപ്പിക്കുന്നതും ഉണക്കി മടക്കിവെക്കുന്നതും അമ്മ തന്നെയായിരുന്നു..

അതിനിടയിലാണ് പശുക്കളും..

പാലും മോരും തൈരുമൊക്കെ ഞങ്ങളെല്ലാം ഒരുളുപ്പുമില്ലാതെ കഴിക്കുമായിരുന്നെങ്കിലും പശുത്തൊഴുത്തിനടുത്തേക്ക് ഞങ്ങൾ ആൺമക്കളാരും പോകാറില്ലായിരുന്നു.

പശുവിനു പുല്ലുപറിച്ച് കൊണ്ടുവരൽ, സമയാസമയത്തിന് അത് എടുത്തു കൊടുക്കൽ, കാടിയും വെള്ളവും കൊടുക്കൽ, ആലയിൽ നിന്നും പശുക്കളെ അഴിച്ചു പച്ചപ്പുല്ലുള്ള പറമ്പുകളിൽ കെട്ടൽ, മാറ്റി ക്കെട്ടൽ, വൈകുന്നേരം തിരിച്ച് ആലയിൽ കൊണ്ടുവന്നു കെട്ടൽ.... പശുവിന്റെ കരച്ചിലിന്റെ സ്വരവ്യതിയാനങ്ങൾ മനസ്സിലാക്കി അതിന്റെസങ്കടങ്ങളും സന്തോഷങ്ങളും തിരിച്ചറിയാൻ ഞങ്ങളുടെ വീട്ടിൽ അമ്മയ്ക്ക് മാത്രമേ അറിയുമായിരുന്നുള്ളൂ..

മഴക്കാലത്തേക്ക് അടുപ്പിൽ തീ കത്തിക്കാൻ ചകിരിയും മടലുകളും കൊതുമ്പും ഓലത്തുച്ചും കണ്ടെത്തേണ്ടതും നന്നായി ഉണക്കി മഴവരുന്നതിനുമുമ്പ് വിറകുപുരയിൽ കുത്തിനിറക്കേണ്ടതും അമ്മയുടെ മാത്രം ചുമതലയായാണ് ഞങ്ങൾ കണക്കാക്കിയിരു ന്നത്. അമ്മ എവിടെ പോയിവരുമ്പോഴും കയ്യിൽ ഓലമടലുകളോ ചകിരിയോ കൊതുമ്പോ.. എന്തെങ്കിലും ഉണ്ടാവും !

ചെറുകുന്നമ്മലെ ഉത്സവത്തിനു മുൻപ് നാട്ടിലെ ഒട്ടുമിക്ക ഓലപ്പു രകളും കെട്ടിമേഞ്ഞിരിക്കും. മുറ്റക്കൊള്ള് കെട്ടിക്കുടുക്കി, ചെത്തിനി രപ്പാക്കി, പുതിയ മണ്ണിട്ട് 'നിലമൊതുക്ക' കൊണ്ട് അടിച്ചുറപ്പിച്ച്, മീത്തലെകുളങ്ങര ഇടയിൽ നിന്നും ചുവന്നമണ്ണ് കുത്തിക്കുഴിച്ച് തലച്ചു മടായി കൊണ്ടുവന്ന്, അതുകുഴച്ച് മുറ്റകൊള്ളിന്റെ അരികുകളിൽ മെഴുകിയും മുകൾഭാഗത്ത് ചാണകവും കരിയും ചേർത്ത് വൃത്തിയിൽ തേച്ചുപിടിപ്പിച്ച് സുന്ദരമാക്കിയും മുറ്റത്ത് ചാണകം തളിച്ചും അകവും കോലയും കരിയുംചാണകവും കൂട്ടിച്ചേർത്ത് തേച്ചുമിനുക്കിയും എല്ലാ വീട്ടുകാരെയും പോലെ ഞങ്ങളും മകരം ഇരുപതിന്റെ ഉത്സവത്തെ കാത്തിരിക്കും. ഈ പണികൾക്കൊക്കെ ഞങ്ങളും സഹായിക്കാറു ണ്ടായിരുന്നെങ്കിലും മുൻകൈ അമ്മയുടേത് തന്നെയായിരുന്നു.

ഉത്സവത്തിന് ഞങ്ങളുടെ നാട്ടിൽ നിന്നും കല്യാണംകഴിച്ചു കൊണ്ടുപോയ എല്ലാ പെണ്ണുങ്ങളും അവരുടെ ഭർത്താക്കന്മാരും മക്കളും വരും. നാട്ടിൽ നിന്ന് പല കാരണങ്ങൾ കൊണ്ട് മറ്റ് പലയി ടത്തും പോയി താമസിച്ചവരും ദൂരദിക്കുകളിൽ ജോലിക്ക് പോയി താമസിക്കുന്നവരും ഉത്സവദിവസം നാട്ടിലെത്തും. ഞങ്ങളൊക്കെ ഞങ്ങളുടെ സുഹൃത്തുക്കളെ വീട്ടിലേക്ക് ക്ഷണിക്കും. പോത്തിറച്ചിയും ചോറും സാമ്പാറുമൊക്കെ എല്ലാ വീടുകളിലും ഉണ്ടാകും.

ഞങ്ങളൊക്കെ ഉത്സവത്തെ സന്തോഷത്തോടെ നാളുകളെണ്ണി കാത്തിരിക്കുമ്പോൾ അമ്മയുടെ മനസ്സ് മാത്രം വേവലാതികളും ഉൽക്കണ്ഠകളും കൊണ്ട് നിറഞ്ഞിരിക്കും.

പുരകെട്ടിമേയുക എന്നത് തന്നെയാണ് അതിലെ ഏറ്റവും വലിയ കടമ്പ.

തെങ്ങുകയറ്റക്കാരെ 'ഓലക്കൊത്തിന്റെ'സമയത്തിനു തന്നെ കിട്ടണം. ഓല കൊത്തിക്കിട്ടിയാൽ അച്ഛനോ ചെക്കോട്ടിനായരോ അത് മെടയാൻ പാകത്തിന് കീറിത്തരണം. ഓല കീറിക്കിട്ടിയാൽ അത് മെടഞ്ഞ് കിട്ടണം. മെടയുന്നവർക്ക് കൊടുക്കാൻ കൂലി വേണം. അവർക്ക് ഭക്ഷണം കൊടുക്കണം.

താഴെ തെക്കേലത്ത് ഇളയമ്മയും പടിഞ്ഞാറെപ്പറമ്പിൽ അമ്മാളുവമ്മയുമൊക്കെയാണ് പ്രധാന ഓലമടച്ചിൽക്കാർ..

കൂടുതൽ ഓലയും അമ്മതന്നെയാണ് മെടയുക. പകലുള്ള മറ്റുപണികളെല്ലാം കഴിഞ്ഞു രാത്രിയിൽ മണ്ണെണ്ണ വിളക്കും കത്തിച്ചുവച്ച് ഉറക്കം വരുന്നതുവരെയും മുറ്റത്തിരുന്ന് ഓലമെടയും.

മടഞ്ഞ്തീരുന്ന ഓലകൾ പറമ്പിൽ ഉണക്കാനായി വിരിക്കണം. ഉണങ്ങുന്നതിന് അനുസരിച്ച് അവ തിരിച്ചിടണം. ഉണങ്ങിയ ഓലകളൊക്കെ ചിതൽ കയറാതെ അടുക്കിയടുക്കി 'പറം' വെക്കണം. തികയാത്ത ഓലകൾ സംഘടിപ്പിക്കണം. പലപ്പോഴും വഴിയിൽ നിന്നും മറ്റും വരുമ്പോൾ കിട്ടുന്ന ഓലകൾ കീറി കിണറിനടുത്ത് അടുക്കി വിരിച്ചിടും. 'നിങ്ങള് കുളിക്കുമ്പം അതിന്റെ മുകളിൽ കയറി നിന്ന് കുളിച്ചെങ്കിലും ഈ വീടിന് എന്തെങ്കിലും ഒരു ഉപകാരം ചെയ്യ്'

അമ്മ പറയുന്ന ആ ഉപകാരം എല്ലാവരും ചെയ്തു കൊടുക്കാറുണ്ടായിരുന്നു.

പുരകെട്ട് തീയതി നിശ്ചയിച്ച് എല്ലാവരോടും പറയണം. പുര കെട്ടുന്നതിന് തലേന്ന് രാവിലെതന്നെ വെയിൽ ചൂടാകുന്നതിനുമുമ്പ് പുരപ്പുറത്ത് കയറി പഴയ ഓലകൾ കെട്ടറുത്ത് പൊളിച്ചു നീക്കണം. അതിനുശേഷം ചൂലെടുത്ത് പൊടിയും കരിയും വണ്ണാൻവലയും അടിച്ചു വൃത്തിയാക്കണം. അത് ഞങ്ങൾ ആൺമക്കളുടെ ഡ്യൂട്ടിയാണ്.

കരിയോലകൾ താഴെ എത്തുന്നതോടെ അമ്മയുടെ പണികൾ തുടങ്ങുകയാണ്. കരിയോലകൾ വകതിരിഞ്ഞ് മാറ്റി അടുക്കി വെക്കണം. പുത്തോലയോടൊപ്പം ചേർത്ത് വീണ്ടും ഉപയോഗിക്കാനുള്ളതും

ഉപയോഗശൂന്യമായതും വെവ്വേറെയാക്കണം.

അവസാനത്തെ കരിയും പൊടിയും തൂത്ത് വൃത്തിയാക്കുംവരെയും അകവും കോലയും മുറ്റവും അടിച്ചുവാരണം.

നാളെ പുരകെട്ടിനും സഹായത്തിനുമായി പത്ത് പതിനഞ്ചുപേർ ഉണ്ടാവും. അവർക്ക് ചായയും ചോറും വേണം. അതിനുള്ള വകകൾ കണ്ടെത്തണം.

ചായക്ക് ചക്ക മതിയാകും.

ചോറിന് പോത്തിറച്ചി വാങ്ങണം.

സഹായിക്കാൻ സമീപത്തുള്ള പെണ്ണുങ്ങളോട് പറയണം...

പുര കെട്ടിന് തലേന്നുള്ള രാത്രി ഞങ്ങൾക്കെല്ലാവർക്കും ആകാശത്ത് നക്ഷത്രങ്ങളെയും കണ്ടു മഞ്ഞുംകൊണ്ട് പുതച്ചുമൂടി കിടക്കാം..

അത് രസമുള്ള ഒരു രാത്രി തന്നെയായിരിക്കും.

എന്നാൽ എല്ലായ്പ്പോഴും അങ്ങനെയാവണം എന്നില്ല. പുര പൊളിച്ചിട്ട ചില വൈകുന്നേരങ്ങളിൽ ആകാശത്ത് മഴക്കാറുകാണും. അപ്പോൾ അമ്മയുടെ മനസ്സിൽ തീയാളും. മാനത്ത് മഴക്കാറ് കാണുമ്പോൾ തന്നെ പൊയിലിലെ പുരപൊളിച്ചിട്ടുണ്ടല്ലോ എന്ന് ഓർമിച്ച് നാട്ടുകാര് ഓടിയെത്തും. മഴത്തുള്ളികൾ താഴെ എത്തുന്നതിനു മുമ്പുതന്നെ അവര് പുരകെട്ടി പൂർത്തിയാക്കും! പ്രത്യുപകാരമായി ഒരു ചായപോലും കുടിക്കാൻ നിൽക്കാതെയാണ് എല്ലാവരും പോകുക . ആരും അത് പ്രതീക്ഷിക്കുന്നുമില്ല.

രണ്ടോമൂന്നോ തവണ ഇത്തരത്തിൽ ഞങ്ങളുടെ പുരകെട്ടിമേഞ്ഞിട്ടുണ്ട്.

ഏഴു മക്കളെ പെറ്റ് പോറ്റി, എല്ലാ ഉത്തരവാദിത്വങ്ങളും സ്വയം തലയിലേറ്റി, മരണംവരെയും പ്രാരാബ്ധങ്ങളോട് നിരന്തരം പടവെട്ടിയ അമ്മയ്ക്ക് ഒന്നും തിരിച്ചു കൊടുക്കാൻ കഴിഞ്ഞില്ലല്ലോ എന്ന കുറ്റബോധമുണ്ട്. കുറ്റബോധം കൊള്ളുക എന്നതിനപ്പുറം ഇനിഒന്നും കഴിയില്ലല്ലോ എന്ന നിസ്സഹായതയും. അമ്മ ഒരു മഴമേഘമായി മനസ്സിൽ കനത്തു നിൽപ്പുണ്ട്.

ഒരു പിന്നാക്ക വിദ്യാർത്ഥിയുടെ സ്കൂളോർമ്മകൾ

എന്റെ സ്കൂൾ ഓർമ്മകളൊക്കെയും എന്റെ അമ്മയെ കുറിച്ചുള്ള സ്നേഹം തുളുമ്പുന്ന ഓർമ്മകൾ തന്നെയാണ്. ഞാൻ പഠിച്ച് വലിയ ആളാവണമെന്ന് ആഗ്രഹിച്ചതും പട്ടിണിയിൽ നിന്നും ദാരിദ്ര്യത്തിൽ നിന്നും മിച്ചം പിടിച്ച് അതിന് കഠിനമായി പരിശ്രമിച്ചതും അമ്മയായിരുന്നു. ഞാൻ പഠിച്ച് വളരണമെന്ന അമ്മയുടെ സ്വപ്നത്തോട് ഒട്ടും നീതിപുലർത്താൻ എനിക്ക് കഴിഞ്ഞിട്ടില്ല. എന്റെ പഠനകാലമൊക്കെ കഴിഞ്ഞാണ് കേരളത്തിൽ സമ്പൂർണ സാക്ഷരതാ പ്രവർത്തനം ആഘോഷമായി നടന്നത്. ആ കാലത്താണ് അമ്മ സ്വന്തം പേരെഴുതാനും വായിക്കാനും പഠിച്ചത്. ആ കാലം തന്നെയാണ് എന്റെ ജീവിത കാഴ്ചപ്പാടുകളെയും മാറ്റിമറിച്ചത്.

അമ്മയായിരുന്നു എന്നെ സ്കൂളിൽ കൊണ്ടുവിടാറ്. ഞാൻ നടക്കാൻ മടി പിടിച്ച് കരയും. കരഞ്ഞാൽ അമ്മ എന്നെ എടുക്കും. പകുതി ദൂരവും എന്നെ ഒക്കത്തിരുത്തിയാണ് അമ്മ കൊണ്ടുപോവുക. സ്കൂളിലെത്തിയാൽ അമ്മ അവിടെത്തന്നെ നിൽക്കണമെന്ന് പറഞ്ഞ് ഞാൻ അലറിക്കരയും. കരച്ചില് നിർത്താൻ വേണ്ടി രാഘവൻമാഷ് എനിക്ക് ചോക്ക് കഷണം പൊട്ടിച്ചു തരും. ആ ചോക്ക് കഷണം കൈക്കലാക്കി മുറുക്കിപ്പിടിച്ചു കൊണ്ട് ഞാൻ വീണ്ടും കരച്ചില്

ശക്തിപ്പെടുത്തും. ഈ ഏർപ്പാടുകളൊക്കെ എനിക്ക് അമ്മിഞ്ഞ കിട്ടുന്നതിനു വേണ്ടിയാണ്. നാലാം ക്ലാസിലെ വരാന്തയുടെ അറ്റത്ത് കഞ്ഞിപ്പുരയോട് ചേർന്ന് ഒരിടത്ത് എന്നെ നിർത്തി, തറനിരപ്പിൽ അമ്മയും നിന്ന് എനിക്ക് മുല തരും. എല്ലാ ദിവസവും ഇത് പതിവാണ്. ഒന്നാം ക്ലാസ് തീരുന്നതുവരെ സ്കൂൾ വരാന്തയിലെ മുലകുടി തുടർന്നിട്ടുണ്ട്. പുറ്റാട് സ്കൂളിൽ അന്ന് അഞ്ച് മാഷന്മാരാണ് ഉണ്ടായിരുന്നത്. രാഘവൻ മാഷ്, കണാരന്മാഷ്, കിട്ടൻമാഷ്, പപ്പന്മാഷ്,അറബി മാഷ്.. കിട്ടൻമാഷ് കൃഷ്ണൻ മാഷാണെന്നും അറബി മാഷ് ഇബ്രാഹിം മാഷാണെന്നും വലുതായപ്പോഴാണ് എനിക്ക് മനസ്സിലായത്! രാഘവൻ മാഷെ ആയിരുന്നു എനിക്ക് കൂടുതലിഷ്ടം. ഉത്തരങ്ങൾ ശരിയായാൽ ചോക്കു കഷണങ്ങൾ സമ്മാനമായി തന്നിരുന്നതും സ്നേഹം കൂടുമ്പോൾ മടിയിലിരുത്തി ഉമ്മകൾ തന്നിരുന്നതും എങ്ങനെ മറക്കാനാണ്?

പുറ്റാട് സ്കൂളിൽ ശരാശരിക്കു മേലെ പഠിക്കുന്ന എന്നെ നാലാം ക്ലാസ് ജയിച്ചതിനു ശേഷം പേരാമ്പ്രയിലെ ഒരു സ്കൂളിലാണ് ചേർത്തത്. അഞ്ചാംക്ലാസ്സിലെ ഒന്നാമത്തെ ദിവസം.

എങ്ങും ബഹളം.

വടിയുമായി റോന്തുചുറ്റുന്ന അധ്യാപകർ. ക്ലാസ്സിലെ അപരിചിതരായ കുട്ടികളോട് പതുക്കെ ഇണങ്ങിത്തുടങ്ങുമ്പോഴേയ്ക്കും ലോംഗ് ബെല്ലടിച്ച് സ്കൂള് വിട്ടു. ഒന്നാംദിവസം മറ്റ് കുട്ടികളിൽ നിന്നും എനിക്കു ലഭിച്ച അറിവുകൾ ഏതാണ്ടിപ്രകാരമാണ്:

ഹെഡ്മാസ്റ്റർ ഒരു ഭീകരനാണ്! അദ്ദേഹത്തിന്റെ കയ്യിൽ എപ്പോഴും കാണുന്ന വടി ചൂരലാണ്! അത് നെയ്യ് പുരട്ടി ചൂടാക്കി പ്രത്യേകം തയ്യാറാക്കിയതാണ്! കണക്കുമാഷും ഇംഗ്ലീഷുമാഷും ഹെഡ്മാസ്റ്ററെപ്പോലെയോ അതിൽക്കൂടുതലോ ഭീകരന്മാരാണ് ! അടിക്കാൻ അവർക്ക് പ്രത്യേകിച്ച് കാരണമൊന്നും വേണ്ട! കഥ പറഞ്ഞു തന്നും മടിയിലിരുത്തി ലാളിച്ചും സ്നേഹിച്ചുമുള്ള സ്കൂൾ കാലം കഴിഞ്ഞു. ഇനി 'പഠിക്കാ'നുള്ള കാലമാണ്. ചൂരലും റൂളറുമൊക്കെയാണ് ഇനി ക്ലാസ്സുകളെ ഭരിക്കുക!

രണ്ടാം ദിവസത്തെ ഒന്നാമത്തെ ക്ലാസ്സ് കണക്കുമാഷിന്റേതായിരുന്നു. ഞങ്ങളുടെ ക്ലാസ്സിന്റെ അപ്പുറവും ഇപ്പുറവുമുള്ള ക്ലാസ്സുമുറികളിൽ അധ്യാപകരില്ലാത്തതിനാൽ ആ ക്ലാസ്സുകളും നോക്കിയിരുന്നത് കണക്കുമാഷ് തന്നെയായിരുന്നു. ഓരോ ക്ലാസ്സുമുറിയിലും നാല്പതും അമ്പതും കുട്ടികളുണ്ടായിരുന്നു. എങ്ങും ബഹളത്തോടു ബഹളം!

കുട്ടികൾ ബഹളം വയ്ക്കാതിരിക്കാനാവണം മാഷ് ബോർഡിൽ ഒരു ചോദ്യം എഴുതിയിട്ടു. എന്നിട്ട് എല്ലാവരോടുമായി നിശ്ശബ്ദമായിരുന്ന് ആ കണക്കിന് ഉത്തരം കണ്ടെത്താൻ ആവശ്യപ്പെട്ടു. നിശബ്ദത ഒന്നുകൂടി ഉറപ്പു വരുത്തുന്നതിന് ചൂരൽ വടി കൊണ്ട് മേശയ്ക്കു മുകളിൽ അടിച്ച് ഒച്ചയുണ്ടാക്കി. ഒന്നിരുത്തി മൂളുകയും ചെയ്തു. ശേഷം തൊട്ടടുത്ത ക്ലാസ്സിലേയ്ക്ക് കയറിപ്പോയി. കുട്ടികളെല്ലാവരും കണക്കിൽ മുഴുകി. ക്ലാസ്സുമുറിയിൽ കനത്ത നിശ്ശബ്ദത കണക്ക് ആദ്യം ചെയ്തു തീർത്തത് ഞാനായിരുന്നു. മറ്റൊരാൾ എഴുന്നേൽക്കുന്നതിന് മുമ്പുതന്നെ നോട്ടുപുസ്തകവുമായി ഞാൻ മാഷിന്റെ അടുത്തെത്തി. പുറ്റാട്സ്കൂളിലെ കണക്കോർമകളും വാത്സല്യമുത്തങ്ങളും സമ്മാനച്ചോക്കുകളും എന്റെ മനസ്സിലൂടെ കടന്ന് പോയി. നോട്ടുപുസ്തകത്തിൽ മാഷ് വലിയൊരു ശരിയിട്ടു തന്നു. അഭിനന്ദനവാക്കുകൾ പോയിട്ട് ഒരു ചെറുപുഞ്ചിരി പോലും കിട്ടിയില്ല. എല്ലാ കുട്ടികളും ആ കണക്ക് ചെയ്തു തീർത്തതിനു ശേഷം മറ്റൊരു കണക്കു കൂടി അദ്ദേഹം ബോർഡിലെഴുതി.

"ഉം വേഗം ചെയ്യിൻ " എല്ലാവരോടുമായി അദ്ദേഹം പറഞ്ഞു. ഉത്തരം പോയിട്ട് ചോദ്യത്തിന്റെ അർഥം പോലും മനസ്സിലാക്കിയെടുക്കാൻ എനിക്ക് കഴിയുന്നില്ല!

ഞാൻ ചുറ്റുപാടും നോക്കി. എല്ലാവരുടെ മുഖത്തും ആശങ്കയും ഭീതിയുമുണ്ട്. 'നായയ്ക്ക് പൊതിയാത്തേങ്ങ കിട്ടിയ പോലെ' എന്ന് അമ്മ എപ്പോഴും പറയുന്ന പഴഞ്ചൊല്ലിന്റെ അർഥം അക്ഷരാർഥത്തിൽ എന്റെ മുമ്പിൽ വെളിപ്പെടുകയാണ്.

സമയം കഴിഞ്ഞു. ഉത്തരമെഴുതാൻ പരിശ്രമിച്ച് വിജയിച്ചവർ വളരെ കുറവ്. ശരിയുത്തരം ആർക്കുമില്ല. അപ്പോഴും ചോദ്യം വേർതിരിച്ചെടുക്കാൻ കഴിയാതെ സ്തംഭിച്ചു നിൽക്കുകയാണ് ഞാൻ. എഴുതാത്തവർക്കും എഴുതി തെറ്റിച്ചവർക്കുമായി ശിക്ഷാവിധി പ്രഖ്യാപിക്കപ്പെട്ടു. "ചോദ്യവും ഉത്തരവും അമ്പത് പ്രാവശ്യം എഴുതുക. ഇപ്പോൾ ഇവിടെയിരുന്ന്"

എല്ലാവരും പുതിയ നോട്ടുപുസ്തകത്തിന്റെ നടുവിൽ നിന്നും പേജ് പറിച്ചെടുത്ത് അപ്പോൾ തന്നെ എഴുതാൻ തുടങ്ങി.. ഞാനും..

എല്ലാവരുടെ കയ്യിലും പുതിയ മഷിപ്പേനയുണ്ട്. ജമീലയുടെ കയ്യിൽ മാത്രമേ ബോൾപോയിന്റ് പേനയുള്ളൂ. അതവളുടെ ബാപ്പ ഗൾഫിൽ നിന്നും കൊണ്ടു കൊടുത്തതാണത്രേ. എന്റെ കയ്യിലുള്ളത് കടലാസു പെൻസിലാണ്. അതു കൊണ്ട് തന്നെ മറ്റുള്ളവർ എഴുതുന്ന

വേഗത്തിൽ എഴുതാൻ എനിക്കാവുന്നില്ല. കടലാസു പെൻസിലിനാണെങ്കിൽ മുന വേണ്ടത്രയില്ല. ചെത്തിക്കൂർപ്പിക്കാനാണെങ്കിൽ കത്തിയോ ബ്ലേഡോ ഒന്നുമില്ലതാനും. ആദ്യമായാണ് കടലാസ് പെൻസിൽ കൊണ്ട് എഴുതുന്നത് തന്നെ. പുറ്റാട് സ്കൂളിൽ എല്ലാ കുട്ടികളും സ്ലേറ്റിൽ പെൻസിലുകൊണ്ടായിരുന്നല്ലോ എഴുതിയിരുന്നത്. എഴുതി തീർന്നവർ ഓരോരുത്തരായി മാഷെ കാണിക്കാൻ തുടങ്ങി. ചങ്കിടിപ്പ് കൂടി. പേടിച്ചും വിറച്ചും ഞാൻ എഴുതിക്കൊണ്ടിരുന്നു. എല്ലാവരും കാണിച്ചു കഴിഞ്ഞു! ഞാൻ മാത്രം ഇരുന്ന് എഴുതിക്കൊണ്ടിരിക്കയാണ്! മാഷ് വടിയുമെടുത്ത് എന്റെ അരികിലേക്ക് വന്നു.

"തീർന്നില്ലേ?".

"ഇല്ല സാർ"

"എത്ര വരെയായി?"

എത്രയെണ്ണം ഇതു വരെ എഴുതിയെന്ന് ഞാൻ തപ്പിപ്പിടിച്ച് എണ്ണാൻ തുടങ്ങി. പേടിച്ചു വിറച്ചുകൊണ്ട് ഞാൻ പറഞ്ഞു.

"ഇരുപത്തിരണ്ട് "

"എല്ലാരും എഴുതിക്കൊണ്ടിരുന്നപ്പോൾ നീ എന്ത് എടുക്കുവാരുന്നു? ഉം... കൈ നീട്ട്...."

ഞാൻ എഴുന്നേറ്റ് നിന്ന് കൈ നീട്ടി. കണ്ണുകളിറുക്കിയടച്ച് ശ്വാസം പിടിച്ചു നിന്നു. ചൂരൽ ഉയർന്നുപൊങ്ങി എന്റെ കയ്യിൽ വന്നു പതിച്ചു. ഇത്രയും വേദനയുണ്ടാക്കും വിധം അതുവരെ എന്നെയാരും അടിച്ചിരുന്നില്ല. കയ്യിൽ സഹിക്കാൻ പറ്റാത്തനീറ്റൽ അതിനേക്കാളേറെ സങ്കടവും. അമ്മ അടുത്തുണ്ടായിരുന്നുവെങ്കിൽ ഊതി വേദനയാറ്റിത്തരുമായിരുന്നല്ലോ എന്നോർത്തപ്പോൾ സങ്കടം നിയന്ത്രിക്കാനായില്ല. ഞാൻ "അമ്മേ "യെന്ന് വിളിച്ച് ഉറക്കെക്കരയാൻ തുടങ്ങി.

"ഉം ... ഇരിക്ക്. നാളേയ്ക്ക് ഇരുനൂറ് പ്രാവശ്യം എഴുതിയിട്ട് എന്നെ കാണിക്കണം."

വൈകുന്നേരം സ്കൂൾവിട്ട് വീട്ടിലെത്തിയ പാടെ ഞാൻ ഇരുന്ന് എഴുതാൻ തുടങ്ങി. ഇടതു കൈമടക്കാൻ കഴിയുന്നില്ല. ചൂരലിന്റെ വേദന അപ്പോഴും എന്റെ കണ്ണ് നനയിക്കുന്നുണ്ട്. രാത്രി എട്ടുമണിയോടടുത്തിട്ടുണ്ടാവണം. അപ്പോഴും ഞാൻ എഴുതിക്കൊണ്ടിരിക്കുകയാണ്. അടുക്കളയിലെ പണിയൊക്കെ കഴിഞ്ഞ് അമ്മ എനിക്കരികെ പായയിൽ വന്നിരുന്നു.

"ഈ ചിമ്മിണി വിളക്ക് ഇത്തറ അടുത്ത് വെച്ചാൽ മൂക്കില് കരിപ്പൊക കയറുലേ? ഇത്തിരി മാറ്റി വച്ചേക്ക്.... "

അമ്മ തന്നെ വിളക്കെടുത്ത് മാറ്റിവച്ച്. "നീയ്യിത് കൊറേ നേരമായല്ലോ എഴുതാൻ തുടങ്ങീട്ട്,ഇന്നിത്ര മതി. എഴുന്നേറ്റ് ചോറ് തിന്ന് കെടന്നൊറങ്ങാൻ നോക്ക്."

"അതല്ലമ്മേ .... ഇത് ഇരുന്നൂറ് പ്രാവശ്യം എഴുതീട്ടില്ലെങ്കി നാളെ മാഷോട് എനിക്കടി കിട്ടും".

"ഇപ്പം എത്തറയായി "?

"ഒര്... നൂറൊക്കെ ആയിട്ടുണ്ടാവും"

"അയാൾക്ക് അതൊക്കെ മതിയാകും മോനെ, മോൻ വന്ന് ചോറ് തിന്ന് ഒറങ്ങിക്കോ ".... എഴുത്തും വായനയും അറിയാത്ത എന്റെ അമ്മ എന്നോടുള്ള അതിരറ്റ സ്നേഹം കൊണ്ടാണ് അങ്ങിനെ പറഞ്ഞത്. ഇതൊക്കെ കേട്ടുകൊണ്ടിരുന്ന എട്ടാം ക്ലാസ്സിൽ പഠിക്കുന്ന ശോഭനയേച്ചി അമ്മയെ പറഞ്ഞു മനസ്സിലാക്കാൻ ശ്രമിച്ച്.

"അമ്മേ ഇത് ഇമ്പോസിഷ്യനാ. ഇരുന്നൂറ്ന്ന് പറഞ്ഞാൽ ഇരുന്നൂറ് തന്നെ എഴുതണം. കൊറയ്ക്കാനൊന്നും പറ്റില്ല."

"അങ്ങനാണേൽ കൊറച്ച് നീയും എഴുതിക്കൊടുക്ക്.... ആ കുഞ്ഞിപ്പൈതല് കഞ്ഞിപ്പതള് കയ്യും കൊണ്ട് എത്ര നേരായി കെടന്ന് കഷ്ടപ്പെടുന്നു?"

"പറഞ്ഞത് കുടുങ്ങ്യോ?"

ചേച്ചി ഒഴിയാൻ ശ്രമിച്ചിട്ടും അമ്മ നിർബന്ധിച്ച്. ഉറക്കം തൂങ്ങിയിട്ടും ഞങ്ങള് എഴുത്ത് തുടർന്നു. നൂറ്റിയെൺപതോ മറ്റോ ആയി.

"മാഷ് ചോദിച്ചാ ഇരുന്നൂറ് ഉണ്ടെന്ന് പറഞ്ഞാ മതി. അയാള് എണ്ണി നോക്കുകയെന്നുമില്ല"

ചേച്ചി സൂത്രം പറഞ്ഞു തന്നു.

എഴുതിയ കടലാസുമായി പിറ്റേന്ന് ഞാൻ മാഷിന്റെ മുമ്പിലെത്തി.

" എത്രെണ്ട്?"

"ഇരുന്നൂറ് "

" ഉം പോയിരിക്ക്".

എന്റെ ഓർമയിലെ ആദ്യത്തെ കാര്യപ്പെട്ട നുണ അതായിരുന്നു. അന്നു മുതലാണ് സ്കൂളിനോടും പഠനത്തിനോടും താൽപ്പര്യമില്ലായ്മ

വളർന്നുതുടങ്ങിയത് എന്ന് തോന്നുന്നു. വീട്ടിൽ നിന്നുള്ള അമ്മയുടെയും ഏട്ടന്മാരുടെയും നിർബന്ധത്തിന് വഴങ്ങിയാണ് ഞാൻ ഓരോ ദിവസവും സ്കൂളിൽ പോയിക്കൊണ്ടിരുന്നത്. ഒന്നും വായിക്കുകയോ പഠിക്കുകയോ പതിവില്ല. അഥവാ വായിച്ചാലും എനിക്കൊന്നും മനസ്സിലാവാറുമില്ലായിരുന്നു. പത്താംതരം വരെ പോകണമെന്നായിരുന്നു അവരുടെ നിർബന്ധം. പത്താംതരം കഴിഞ്ഞാൽ നിർത്താമല്ലോ എന്നായി എന്റെ പ്രതീക്ഷയും! പത്താംതരംവരെ പഠിച്ചു. പരീക്ഷയുടെ റിസൽട്ട് വന്നു. പ്രതീക്ഷിച്ച പോലെ തന്നെ പൊട്ടിപ്പൊളിഞ്ഞു പാളീസായി! എനിക്ക് ആശ്വാസമായി. ഇനി പോകേണ്ടല്ലോ.

പക്ഷെ സംഭവിച്ചത് മറ്റൊന്നാണ്. കരച്ചിലും പരിഭവങ്ങളുമായി അമ്മയും, നിർബന്ധങ്ങളും സമ്മർദ്ദങ്ങളുമായി ഏട്ടന്മാരും രംഗത്തിറങ്ങി. തുടർന്ന് പാരലൽ കോളേജിലേക്ക്...

ഉരുണ്ട് വീണുള്ള പത്താന്തരത്തിലെ ജയം... വീണ്ടും സമ്മർദ്ദങ്ങൾ തുടർപഠനം...

പക്ഷെ ഞാൻ ശരിക്കും പഠിക്കാൻ തുടങ്ങുന്നതിന് കാരണമായത് സാക്ഷരതായജ്ഞ കാലമാണ്. എന്റെ അമ്മയുൾപ്പെടെയുള്ളവർ ആദ്യാക്ഷരങ്ങൾ പഠിച്ച കാലം. അന്ന് ഞാൻ സാക്ഷരതാ പ്രവർത്തകനായിരംഗത്തിറങ്ങി. അതുവഴി ശാസ്ത്രസാഹിത്യ പരിഷത്തിന്റെ പ്രവർത്തകരെ പരിചയപ്പെട്ടു. പരിഷത്തിന്റെ ഒരു യൂണിറ്റ് എന്റെ നാട്ടിലും രൂപികരിച്ചു.

എന്റെ 'മനസ്സറിഞ്ഞുള്ള' പാഠനപ്രവർത്തനകാലം അവിടെ തുടങ്ങുകയായിരുന്നു..

എന്നാലും ആ മാഷന്മാര്..!

(ഒരു പിന്നാക്ക വിദ്യാർത്ഥിയുടെ സ്കൂളോർമ്മകൾ – 2)

"ആരാണ് പ്രസാദ് പി ? ഹെഡ്മാസ്റ്ററുടെ മുറിയിലേക്ക് ചെല്ലാൻ പറഞ്ഞു. "

പ്യൂൺ കൊണ്ടുവന്ന നോട്ടീസ് വായിച്ച് ക്ലാസ്സെടുത്തു കൊണ്ടിരുന്ന മാഷ് ഉറക്കെ പറഞ്ഞു.

ഞാൻ അഞ്ച് സി ക്ലാസിലാണ്.

പരിഭ്രമിച്ചും ഉൽക്കണ്ഠപ്പെട്ടും ഞാൻ എഴുന്നേറ്റുനിന്നു.

"ഉം ചെല്ല്.. "

ഏഴ് സി ക്ലാസ്സിന്റെ നേരെ മുകളിലാണ് ഹെഡ്മാസ്റ്ററുടെ ഓഫീസ്മുറി. ചെവിയിൽ രോമങ്ങളുള്ള, കയ്യിൽ എപ്പോഴും ചൂരൽവടി കൊണ്ടുനടക്കുന്ന ഹെഡ്മാഷെ എല്ലാ കുട്ടികൾക്കും പേടിയാണ്. നെയ്യ് പുരട്ടി തീയിൽ ചൂടാക്കിയെടുത്ത ചൂരൽ വടിയാണത്രേയത്! അടിയുടെ വേദന ഏറെ നേരം നീണ്ടുനിൽക്കുന്നതിനാണത്രേ ഇങ്ങനെ ചെയ്യുന്നത്! ഞങ്ങളാരും മാഷുടെ മുമ്പിൽ ചെന്ന്പെടാറില്ല.

എന്നെ വിളിപ്പിച്ചത് എന്തിനാവും? സ്കൂൾ തുറന്നതിൽപ്പിന്നെ ഇതുവരെ ആരെയും ഹെഡ്മാസ്റ്ററുടെ മുറിയിലേക്ക് വിളിപ്പിച്ചതായി കണ്ടിട്ടില്ല! മുകളിലേക്കുള്ള ഗോവണി കയറുമ്പോൾ പേടി കൊണ്ട് വിറക്കുന്നുണ്ടായിരുന്നു.

ഞാൻ വാതിലിനിപ്പുറം ഭയചകിതനായി നിന്നു.

"ഉം കടന്നു വരൂ.. "

ഞാൻ ഹെഡ്മാഷിന്റെ മേശക്കരികിലെത്തി. ഹെഡ്മാഷിനെക്കൂടാതെ പിഇടി നാരായണൻ മാഷും അടുത്തുണ്ട്. ആ സ്കൂളിലെ ഏറ്റവും ഉയരവും തടിയുമുള്ളയാളാണ് നാരായണൻ മാഷ്. ഹെഡ്മാഷ് എഴുന്നേറ്റ് നിന്ന് എന്റെ കീശയിൽ നിന്നും ബോൾ പോയിന്റ് പേന എടുത്ത് തിരിച്ചും മറിച്ചും നോക്കി.

" ഇത് ആരുടേതാണ്? നിനക്ക് എവിടുന്നാണിത് കിട്ടിയത് ?"

"സാർ ഇത് എന്റേതാണ്. ഇതെനിക്ക് കണ്ണാപ്പൻ വാങ്ങിച്ചു തന്നതാണ്."

"കണ്ണാപ്പനോ? "

"അതേ സാർ.. എന്റെ അച്ഛന്റെ അനുജനാണ് "

ഞാൻ പറഞ്ഞുതീരുന്നതിനു മുമ്പുതന്നെ എന്റെ കവിളത്ത് ഒരു അടി വന്നുവീണു! അടി എന്ന് പറഞ്ഞാൽ ഒരു ഒന്നൊന്നര അടി! ഞാൻ സ്തബ്ദനായിപ്പോയി. എങ്ങും ഇരുട്ട് പരന്നു! അല്പസമയം കഴിഞ്ഞതിനുശേഷമാണ് വേദനയറിയാൻ തുടങ്ങിയത് തന്നെ!

സൈഡിൽ നിൽക്കുകയായിരുന്ന പി.ഇ.ടി നാരായണൻ മാഷാണ് അടിച്ചത്.

എന്റെ ഷർട്ടിന്റെ കോളറിൽ പിടിച്ചു ഉയർത്തിക്കൊണ്ട്, അദ്ദേഹം അലറിക്കൊണ്ട് ചോദിച്ചു:

"കള്ള നായിന്റെ മോനേ... എവിടുന്നാടാ നീ പെന്ന് കട്ടത്?"

അദ്ദേഹത്തിന്റെ രണ്ടു കണ്ണുകളും തീപിടിച്ചത് പോലെ ചുവന്ന് കത്തുന്നുണ്ടായിരുന്നു.

സങ്കടം കൊണ്ടും പേടി കൊണ്ടും എനിക്ക് ഒച്ച പൊങ്ങുന്നില്ല.

"ഞാൻ കട്ടതല്ല സാറേ... എനിക്ക്.. ആപ്പൻ തന്നതാ... "

ഭയത്തിൽ കുരുങ്ങി, ഒച്ചയൊട്ടും ഉയർന്നു പൊന്താതെ, നിലവിളി ഒരു ഞരക്കമായിപ്പോലും പുറത്തേക്ക് വരാൻ കഴിയാതെ തൊണ്ടയിൽ നിന്നും ബുദ്ധിമുട്ടു കയായിരുന്നു. അതിനിടയിലായിരിക്കും ഞാൻ ഇതൊക്കെ പറഞ്ഞു കൊണ്ടിരിക്കുന്നത്..

ഞാൻ പറയുന്നതൊന്നും അവർക്ക് രണ്ടുപേർക്കും കേൾക്കേണ്ടതില്ലായിരുന്നു. അലറിക്കൊണ്ട് ചീത്തവിളിച്ചും ഇടയ്ക്കിടെ അടിച്ചും അവർ ചോദ്യം ചെയ്യൽ തുടർന്നു.

എന്റെ ജീവിതത്തിൽ ആദ്യമായി ഞാൻ കൈ കൊണ്ട്

സന്തോഷത്തോടെ തൊട്ടു നോക്കിയ, കൊതിയോടെ എഴുതിനോക്കിയ, ബോൾ പോയിന്റ് പേനയാണ് പ്രശ്നങ്ങൾക്ക് കാരണം എന്നെനിക്ക് മനസ്സിലായി.

നാലാം ക്ലാസുവരെ സ്ലേറ്റ് പെൻസിൽ കൊണ്ട് മാത്രമായിരുന്നു ഞാൻ എഴുതിയതൊക്കെയും. ഞങ്ങളുടെ ക്ലാസിലെ ചിലർക്ക് കടലാസ് പെൻസിൽ ഉണ്ടായിരുന്നു. ഇടയ്ക്കൊക്കെ അവരോട് വായ്പ വാങ്ങി എഴുതി നോക്കും. സ്ലേറ്റ് പെൻസിലുതന്നെ പലപ്പോഴും കയ്യിലുണ്ടാവാറില്ല! വള്ളുപറമ്പിൽ സന്തോഷം മറ്റും തരുന്ന പൊട്ടിയ പെൻസിൽ കഷണങ്ങൾ കൊണ്ടാണ് എന്റെ എഴുത്ത്. വെള്ളത്തണ്ട് കൊടുത്ത് സ്ലേറ്റ് പെൻസിൽകഷണങ്ങൾ പകരംവാങ്ങുക എന്നത് ഞങ്ങൾക്കിടയിൽ സാധാരണമായിരുന്നു.

ഇതിനിടയിൽ ഈ കേസിലെ വാദിയേയും പ്യൂൺ വഴി വിളിച്ചു വരുത്തിയിരുന്നു. ഇളയടത്ത് പ്രകാശനാണ്.

"ഇതാണോ ഡാ നിന്റെ പെന്ന്?"

"അതെ സർ"

സന്തോഷം വിടർന്ന കണ്ണുകളോടെ പ്രകാശൻ പറഞ്ഞു.

ഹെഡ് മാഷിന്റെ കയ്യിലുള്ള പേന പ്രകാശന് കൈമാറി.

" ഉം.. പോയ്ക്കോ.. "

പ്രകാശൻ തിരിച്ച് ക്ലാസിലേക്ക് പോയി.

പേന നഷ്ടപ്പെട്ട്, കള്ളനായി, അടികൊണ്ടിടത്തെല്ലാം വേദനയുടെ നീറ്റലുമായി തലകുനിച്ചു നിൽക്കുന്ന എനിക്ക് തലയ്ക്കു പിറകിൽ ഒരടികൂടി തന്നിട്ട് 'ഇനി മറ്റുള്ളവരുടെ മുതല് കക്കരുത് 'എന്ന് ഉപദേശിച്ച് ക്ലാസിൽ പോയി ഇരിക്കാനായി പി ഇ ടി നാരായണൻ മാഷ് ആജ്ഞാപിച്ചു.

ക്ലാസിലേക്ക് വന്നു കയറുമ്പോൾ ചിരിച്ചും കളിയാക്കിയുമാണ് മറ്റു കുട്ടികൾ സ്വീകരിച്ചത്. ഞാൻ വേച്ചുവേച്ച് എന്റെ സീറ്റിൽ പോയിരുന്നു. ഞാൻ താഴേക്കു മാത്രം നോക്കിയിരുന്നു. ഞാൻ ആരെയും കണ്ടില്ല. ഒരു ശബ്ദവും കേട്ടതുമില്ല!

വൈകുന്നേരം വീട്ടിലെത്തിയതിനു ശേഷമാണ് ഞാൻ മനസ്സറിഞ്ഞ് കരഞ്ഞത്. എന്റെ കരച്ചില് കണ്ട് അമ്മയാണ് വിവരം ചോദിച്ചറിഞ്ഞത്. രാഘവേട്ടനുമുണ്ടായിരുന്നു വീട്ടിൽ. ഞങ്ങള് മൂന്നാളും കൂടി കണ്ണാപ്പന്റെ അടുത്തെത്തി.

" ഇളയടത്തെ ചെക്കന്റേത് എന്നല്ലേ പറഞ്ഞത്. ചെലപ്പോ അത് ശരിയായിരിക്കും.."

കണ്ണാപ്പൻ അർദ്ധോക്തിയിൽ നിർത്തി, ആലോചനാമഗ്നനായി.

"ഞാൻ നൊച്ചാട് പോയി വരുമ്പോഴാണ് ആ പേന എനിക്ക് വീണു കിട്ടുന്നത്... ശരിയാ.. ഇളയിടത്തേക്കുള്ള ഇടയിലേക്കിറങ്ങുന്ന റോഡരികിൽ നിന്നാണത് കിട്ടിയത്. അതവന്റേത് തന്നെയാവും!"

കണ്ണാപ്പന് വീണുകിട്ടിയ പേനയാണ് ഞാൻ എന്റേത് എന്ന് അഭിമാനത്തോടെ ഓമനിച്ചതും സൂക്ഷിച്ച് വച്ചതും സ്കൂളിൽ കൊണ്ടു പോയതും. പ്രകാശനെ തെറ്റ് പറയാൻ പറ്റില്ല.

എങ്കിലും ആ മാഷന്മാര്..!

ഒരു സ്കൂളിലെ മുഴുവൻ കുട്ടികളുടെ മുമ്പിലും കള്ളനായി, തലകുനിച്ചുനിന്ന അഞ്ചാം ക്ലാസുകാരനായ ഞാൻ...

പ്രസാദ് + ജലജ
(ഒരു പിന്നാക്കവിദ്യാർത്ഥിയുടെ സ്കൂളോർമ്മകൾ 3)

പെൺകുട്ടികളുടെ കൂട്ടത്തിൽ നിന്ന് ജലജ എന്ന കുട്ടി നിന്നെ ഇടയ്ക്കിടെ നോക്കാറുണ്ടെന്നും അവൾക്ക് നിന്നോട് പ്രേമമാവാൻ സാധ്യതയുണ്ടെന്നും സൂചിപ്പിച്ചത് ഗോവിന്ദനാണ്. ഗോവിന്ദൻ എന്റെ തൊട്ടടുത്തിരിക്കുന്ന എന്റെ ഏറ്റവുമടുത്ത സുഹൃത്താണ്. അവന്റെ കയ്യക്ഷരം മനോഹരമാണ്. നന്നായി പഠിക്കും. നൊച്ചാട് ഭാഗത്താണ് അവന്റെ വീട്. ഒരു വെള്ളിയാഴ്ച ഉച്ചയ്ക്ക് ഞാനും ഗോവിന്ദനും അവന്റെ വീട്ടിൽ പോയിട്ടുണ്ട്. അവിടംവരെയും വേഗത്തിൽ നടക്കുകയും തിരികെ ഓടുകയുമായിരുന്നു. ജലജയുടെ പ്രേമം എന്ന ഗോവിന്ദന്റെ കണ്ടെത്തൽ ഞാൻ ഒറ്റയടിക്ക് തള്ളിക്കളഞ്ഞു. ജീവിതത്തിൽ ഇസ്തിരിപ്പെട്ടി കാണാത്തവയാണ് എന്റെ കുപ്പായങ്ങൾ. മുഴുവൻ കുടുക്കുകളുമതിനുണ്ടാവാറില്ല ! അത്തരത്തിലുള്ള കുപ്പായമിടുന്ന, ഒരു ദിവസംപോലും മുടി ചീർപ്പുപയോഗിച്ച് ചീകിവയ്ക്കാത്ത, ഒരു വൃത്തിയും മെനയുമില്ലാത്ത എന്നെ ഒരു പെൺകുട്ടിയും പ്രേമിക്കാൻ സാധ്യതയില്ല എന്നെനിക്കത്രയും ആത്മവിശ്വാസമുണ്ടായിരുന്നു ! പക്ഷേ ഗോവിന്ദൻ പറഞ്ഞ് പറഞ്ഞ് പിരികയറ്റിക്കൊണ്ടിരിന്നു. എന്നിൽ പ്രേമത്തിന്റെ ഒരുവിത്ത് മുളപ്പിച്ചെടുക്കാൻ അവൻ ആവതും പരിശ്രമിച്ചു.

പി പ്രസാദ് എന്നൊരു വിദ്യാർഥി എട്ടാം ക്ലാസിലെ ആൺകുട്ടികളിരിക്കുന്ന ഭാഗത്തെ പുറകിൽ നിന്നുള്ള രണ്ടാമത്തെ ബെഞ്ചിൽ

എല്ലാ ദിവസവും കാലത്ത് വന്നിരിക്കുകയും വൈകുന്നേരം എഴുന്നേറ്റ് തിരിച്ചുപോവുകയും ചെയ്യുന്നുണ്ടെന്ന വിവരം ക്ലാസ്സിലെ മുഴുവൻ കുട്ടികൾക്കും അറിയാമായിരുന്നോ എന്ന കാര്യംതന്നെ സംശയമാണ്! ആ സ്കൂളിലെ ഏതെങ്കിലും അധ്യാപകർ അക്കാലത്തോ പിന്നീടോ എന്നെ തിരിച്ചറിഞ്ഞിട്ടുണ്ടാവുമെന്ന് തോന്നുന്നില്ല. എന്റെ പേരറിയാവുന്ന ഒരേയൊരു അധ്യാപിക ക്ലാസ്ടീച്ചറായ വസന്ത ടീച്ചറാണ്. ദിവസവും ഹാജരെടുക്കുമ്പോൾ പേരുവിളിക്കുന്നത് കൊണ്ട് മാത്രമല്ല, ടീച്ചർ എടുക്കുന്ന മലയാളവും ടീച്ചറെയും എനിക്കും ഇഷ്ടമായിരുന്നു.

ഞാൻ എല്ലാവരുടേയും കണ്ണിൽപ്പെടുക പ്രധാനമായും കൊല്ലത്തിൽ രണ്ടു തവണ മാത്രമാണല്ലോ. ഓണപ്പരീക്ഷയ്ക്കും ക്രിസ്മസ് പരീക്ഷയ്ക്കും! ഉത്തരക്കടലാസുകൾ തന്നാൽ ഏറ്റവും മാർക്ക് കുറവുള്ളത് ഞങ്ങൾ നാലഞ്ചുപേർക്കായിരിക്കും. പിന്നെ പതിവ് കലാപരിപാടി ഞങ്ങളെഎഴുന്നേറ്റ് നിൽപ്പിക്കുക എന്നതാണല്ലോ. നിൽപ്പിച്ച് കഴിഞ്ഞാൽപ്പിന്നെ അടിതരാതെ ഇരിക്കാൻ പറയുന്നത് അധ്യാപകർ എന്ന നിലയിൽ അവർക്കൊരു കുറച്ചിലായതുകൊണ്ടാവും കൈ നീട്ടിപ്പിടിക്കാൻ പറഞ്ഞ് മൂന്നോനാലോ അടിതരും! കണ്ണുകളിൽനിന്നും പൊന്നീച്ചകൾ പറക്കുന്ന അടി! അടിയുടെ വേദനയെക്കാളും അത് പെൺകുട്ടികളുടെ മുമ്പിൽവെച്ച് ആവുന്നതിന്റെ, അപമാനിക്കപ്പെടുന്നതിന്റെ ഹൃദയവേദനയാണ് വലുത് ! അതുകൊണ്ട് പരീക്ഷയിൽ എനിക്കിഷ്ടം കൊല്ലപ്പരീക്ഷയാണ്. എല്ലാവരെയും ജയിപ്പിക്കും. ഉത്തരപേപ്പർ വിതരണമെന്ന പ്രാകൃതനടപടിയോ അടിയോ മറ്റു ശിക്ഷാവിധികളോ ഇല്ല!

ഒമ്പതാം ക്ലാസിലെത്തിയ ശേഷമാണ് ജലജ എന്നോട് മിണ്ടുന്നത് തന്നെ. മിണ്ടി എന്നു പറഞ്ഞാൽ പ്രേമം തുടങ്ങി എന്നൊന്നും കരുതല്ലേ.. ഒന്നോ രണ്ടോ പ്രാവശ്യം എന്തോ ചോദിച്ചു, പറഞ്ഞു എന്നു മാത്രം. ഗോവിന്ദൻ അപ്പോഴും ശക്തമായ പ്രോത്സാഹനവുമായി പിന്നിൽത്തന്നെയുണ്ട്. ഇതുകൊണ്ടെല്ലാം ഒരു ഗുണമുണ്ടായി. ഞാൻ മുടിചീകാനും ഒരുങ്ങിപ്പുറപ്പെടാനമൊക്കെത്തുടങ്ങി. ഗോവിന്ദനിൽ നിന്നും വിവരം ചോർന്നിട്ടാവണം ശശികുമാറും മറ്റുചിലരും എന്നെക്കാണുമ്പോൾ ജലജ എന്നൊക്കെ പറഞ്ഞ് കളിയാക്കാൻ തുടങ്ങി. എനിക്ക് നാണവും ദേഷ്യവും വന്നുതുടങ്ങി.

രണ്ടുദിവസം നീണ്ടുനിന്ന യുവജനോത്സവമത്സരപരിപാടികളും കഴിഞ്ഞ്, ഞായറാഴ്ചയും കഴിഞ്ഞ്, തിങ്കളാഴ്ച പതിവുപോലെ ഞാൻ ക്ലാസ്സിലെത്തി. അല്പസമയം വൈകിപ്പോയിരുന്നു. ഭാവനട്ടീച്ചർ

ഹാജരെടുത്ത് തുടങ്ങിയിരുന്നു.

"കടക്കട്ടെ സാർ.. "

ഞാൻ വിനയാന്വിതനായി ചോദിച്ചു.

ടീച്ചർ തലയുയർത്തി നോക്കി.

"താനല്ലേ പ്രസാദ്? ഇവിടെ മേശയ്ക്കടുത്തേക്ക് വരൂ.. "

ഞാൻ മേശയ്ക്കരികിലെത്തി.

ടീച്ചറുടെ മുഖത്ത് ദേഷ്യം ഇരച്ചുകയറുന്നത് പോലെ തോന്നി. വടിയെടുത്ത് കയ്യിൽപ്പിടിച്ചു.

"താനല്ലേടോ ഇതൊക്കെ ചെയ്തത്?" എന്ന് ചോദിച്ചുകൊണ്ട് കയ്യിലുള്ള വടികൊണ്ട് മുമ്പിലിട്ട മേശയും ഡസ്കും ബഞ്ചുമൊക്കെ ചൂണ്ടികാണിച്ചു. അതിലെല്ലാം കരിക്കട്ടകൊണ്ട് എന്തെല്ലാമോ എഴുതി വരഞ്ഞിട്ടിരിക്കുന്നു..

"ഞാനല്ല സാർ" എന്ന് പറഞ്ഞു തീരുംമുമ്പ് ഇടത്തേകൈകൊണ്ട് ആദ്യത്തെയടി കവിളിൽത്തന്നെ കിട്ടി. അപ്രതീക്ഷിതമായിരുന്നു ആ അടി!

വേദനയും സങ്കടവും കൊണ്ട് കണ്ണ്നിറഞ്ഞു. ക്ലാസിലുള്ള മുഴുവൻ കുട്ടികളും എന്നെത്തന്നെയാകുമല്ലോ നോക്കുന്നുണ്ടാവുക! തല താഴ്ത്തി നിൽക്കുമ്പോൾ ജലജയിത് കാണുന്നുണ്ടാവുമോ എന്ന് നോക്കി. അപ്പോഴാണറിഞ്ഞത് അവളും കരഞ്ഞുകൊണ്ടിരിക്കുകയാണ്! അവളെന്തിനായിരിക്കും കരയുന്നത്?

ടീച്ചർ മേശപ്പുറത്തുനിന്നും ഒരു ഡസ്റ്റർ എടുത്ത് ബലമായി കയ്യിൽ വച്ച്തന്നു.

"ഉം.. മായ്ക്കെടാ.."

ആ കരിക്കട്ടകൊണ്ട് എഴുതിയത് മുഴുവൻ മായ്ക്കണം എന്നാണ് ടീച്ചർ ആജ്ഞാപിക്കുന്നത്. എന്താണ് എഴുതിയത് എന്ന് ഞാനൊന്ന് പാളിനോക്കി. 'പ്രസാദ് + ജലജ' എന്നാണ് മേശമേലുള്ളത്! ബാക്കിയുള്ളതിലും 'അതൊക്കെത്തന്നെയാവും. ഞാനാണ് അതുമുഴുവൻ എഴുതിയിട്ടത് എന്നാണ് ടീച്ചർ വിചാരിക്കുന്നത്. ഞാൻ ക്ലാസ്സിലെത്താൻ വൈകിയത്കൊണ്ടോ അല്ലെങ്കിൽ മറ്റാരെങ്കിലും ടീച്ചറോട് പറഞ്ഞതുകൊണ്ടോ ആയിരിക്കണം അങ്ങനെ ഒരു നിഗമനത്തിലെത്തിയത്.

" ഇതെഴുതിയത് ഞാനല്ല. അതുകൊണ്ടുതന്നെ ഞാനിത് മായ്ക്കില്ല."

ഒട്ടും മയപ്പെടുത്താതെ എന്റെ നിലപാട് ഞാൻ പ്രഖ്യാപിച്ചു. ടീച്ചർ വടിയെടുത്ത് എന്നെ തലങ്ങും വിലങ്ങുമടിച്ചു. എന്റെ നിലപാടിൽ ഒട്ടും വിട്ടുവീഴ്ചചെയ്യാതെ എല്ലാ അടികളും ഞാനേറ്റുവാങ്ങി. എന്റെ സ്ഥൈര്യം ടീച്ചറുടെ ദുരഭിമാനത്തെ മുറിപ്പെടുത്തിയതിനാൽ ടീച്ചർ അടിക്കുന്നതോടൊപ്പം അട്ടഹസിച്ച് ശബ്ദമുണ്ടാക്കിയും എന്റെമേൽ വിജയംവരിക്കാൻ ശ്രമിച്ചുകൊണ്ടിരുന്നു. ഒടുവിൽ പരാജയപ്പെട്ട് ചോക്കും വടിയും വലിച്ചെറിഞ്ഞ് ക്ലാസ്സിൽ നിന്നും ഇറങ്ങിപ്പോകാനൊരുങ്ങി. ചില കുട്ടികൾ ടീച്ചറെ തടഞ്ഞു.

ഞാൻ ഡസ്റ്റർ കയ്യിലെടുത്തു. മേശമേലും ഡസ്കിലും ബഞ്ചിലുമെഴുതിയത് മായ്ക്കാൻ തുടങ്ങി. ഡസ്റ്ററുകൊണ്ട് മായ്ക്കുകയായിരുന്നില്ല. കണ്ണീരുകൊണ്ട് കഴുകിത്തുടയ്ക്കുകയായിരുന്നു. ആ ക്ലാസ്സ്മുറിയിലെ എല്ലാ കണ്ണുകളും എന്റെ മേലായിരിക്കുമെന്ന് അറിഞ്ഞിട്ടും ഒരു നാണവുമില്ലാതെ പൊട്ടിക്കരഞ്ഞും കണ്ണീര് തുടച്ചും കൊണ്ടാണ് ഓരോ ബഞ്ചും ഡസ്കും ഞാൻ വൃത്തിയാക്കിക്കൊണ്ടിരുന്നത്.. ആ ദിവസംവരേയും എനിക്കേറെ പ്രിയപ്പെട്ട ടീച്ചറായിരുന്നു. അടക്കിപ്പിടിച്ച കരച്ചിൽ പൊട്ടിയൊഴുകിപ്പോയത് ടീച്ചറോടുള്ള ആ ഇഷ്ടം കൊണ്ട് കൂടിയാണ്.

ക്ലാസ് മുറികൾ ജനാധിപത്യം നിഷേധിക്കപ്പെട്ട ഓരോ രാജ്യങ്ങളായിരുന്നു. അവിടുത്തെ ഹിറ്റ്ലറും മുസ്സോളിനിയുമായിരുന്നു ഓരോ അധ്യാപകരും !

NB: ഇതിലെ രണ്ടുപേരുകൾ മാത്രം വാസ്തവമല്ല. ജലജ എന്നതും ഭാവന ടീച്ചർ എന്നതും. ടീച്ചറെക്കുറിച്ച് എല്ലാവരും നല്ലത് മാത്രമേ പറഞ്ഞ് കേട്ടിട്ടുള്ളൂ.. അകാലത്തിൽ കാൻസർ ബാധിച്ചായിരുന്നു അന്ത്യം.

ശാസ്ത്രകലാജാഥ, ശാസ്ത്രസാഹിത്യ പരിഷത്ത്, ജീവിതം

വെറും പത്തു പൈസയായിരുന്നല്ലോ വീട്ടിൽ നിന്നും സ്കൂളിലേക്ക് പോകുമ്പോൾ ആകെ തന്നിരുന്നത്. ചില ദിവസങ്ങളിൽ 20 പൈസയും. ആദ്യത്തെ കുറച്ചുദിവസം ഉച്ചക്ക് കഴിക്കാനുള്ള ചോറ് ചോറ്റുപാത്രത്തിലാക്കി കൊണ്ടുപോകുമായിരുന്നു. ചൂടാക്കിയ പഴഞ്ചോറും ചമ്മന്തിയുമായിരിക്കും പാത്രത്തിൽ. മൂടി തുറക്കുമ്പോൾ തന്നെ പഴഞ്ചോറിന്റെ മണമടിക്കും. മറ്റുള്ളവരുടെ പാത്രങ്ങളിൽ മുട്ട പൊരിച്ചതോ ഉപ്പേരികളോ അങ്ങനെ എന്തെങ്കിലും കാണും. എന്റെ പാത്രത്തിൽ ചോറും ചമ്മന്തിയും മാത്രമേ ഉണ്ടാവുമായിരുന്നുള്ളൂ.. അത് മറ്റുള്ളവർ കാണാതിരിക്കാൻ പരമാവധി ഒളിപ്പിച്ചു വച്ചുകൊണ്ടാണ് തിന്നു തീർക്കുക ! ഈ സാഹസത്തിന്റെ ബുദ്ധിമുട്ട് ഓർത്തും ദുരഭിമാനം കൊണ്ടും ചോറ് കൊണ്ടുപോകൽ ഞാനങ്ങ് നിർത്തി.

പത്തുപൈസ മാത്രം കിട്ടുന്ന ദിവസങ്ങളിൽ കാലത്ത് കൈതക്കൽ മുതൽ വെള്ളിയൂർസ്കൂൾ വരെ നടന്നുപോകും. നടക്കാൻ ചങ്ങോരത്ത് മഹമൂദും കൂട്ടിനുണ്ടാകും. ആ പത്തുപൈസ ലാഭിക്കാൻ പലപ്പോഴും സ്കൂളിൽനിന്നും തിരിച്ച് വീട്ടിലേക്കും വിശപ്പും സഹിച്ച് നടക്കുക തന്നെയാണ് ചെയ്യുക. കയ്യിൽ 30 പൈസ ഒത്തുകിട്ടുന്ന ദിവസം കാശുള്ള വീട്ടിലെ കുട്ടികളെപ്പോലെ അഭിമാനത്തോടെ ഹോട്ടലിൽ കയറി ഒരു പൂളക്കറി കഴിക്കും ! 60 പൈസയുണ്ടെങ്കിൽ ഒരു പൊറോട്ട കൂടി വാങ്ങും! അല്ലാത്ത ദിവസങ്ങളിൽ ഉച്ചയ്ക്ക്

പച്ചവെള്ളവും കുടിച്ച്, വെള്ളിയൂർ അങ്ങാടിയിൽ ഇറങ്ങിനിന്നും അങ്ങാടിയോട് ചേർന്നുള്ള കിണറിനരികെ പോയിരുന്നും സമയം പോക്കും. അങ്ങനെ ഒരുദിവസം ആ കിണറിനടുത്ത് വെറുതെ ഇരിക്കുമ്പോഴാണ് താഴെയുള്ളൊരു പറമ്പിൽ ഒരു ആൾക്കൂട്ടത്തെ കാണുന്നത്. കൊട്ടും പാട്ടുമെല്ലാം കേൾക്കുന്നുണ്ട്.

ഞാനും ആ ആൾക്കൂട്ടത്തിലൊരാളായി സ്റ്റേജിന് അഭിമുഖമായി ഇരുന്നു. എനിക്കടുത്തുനിന്നും ഒരാൾ എഴുന്നേറ്റുനിന്ന് കയ്യുയർത്തി 'ഒരു ചോദ്യം'എന്ന് ഉച്ചത്തിൽ പറഞ്ഞു. അത്ഭുതത്തോടെയും ആകാംക്ഷയോടെയുമാണ് ഒമ്പതാം ക്ലാസുകാരനായ ഞാൻ ഇതൊക്കെ കണ്ടു കൊണ്ടിരുന്നത്. ഇത്തരമൊരു കലാപരിപാടി അതിനുമുമ്പ് ജീവിതത്തിൽ കണ്ടിട്ടുണ്ടായിരുന്നില്ലല്ലോ!

"സപ്താത്ഭുതങ്ങളിൽ ഉത്തുംഗം താജ്മഹൽ തീർത്തതാര് ?"

ഉത്തരം എനിക്കറിയാമായിരുന്ന ഞാൻ മനസ്സിൽ പറഞ്ഞു: "ഷാജഹാൻ"

കോറസ് ഒന്നിച്ച് ഉച്ചത്തിൽ വിളിച്ച് പറഞ്ഞു:

"ഷാജഹാൻ "

ചോദ്യം ചോദിച്ചയാൾ ആ ഉത്തരങ്ങളെ ശക്തമായി നിഷേധിച്ചുകൊണ്ട് "അല്ല" എന്നാണ് പറഞ്ഞത് !

"വെണ്ണക്കൽ പാളികളിൽ വിരൽ ചതഞ്ഞ് മുതുകൊടിഞ്ഞ് ചോരചിന്തി വീണവർ അടിമകൾ.. അവർ പണിതത്.. "

ആ ഉത്തരം എന്നെ സംബന്ധിച്ചിടത്തോളം പുതിയൊരു വിദ്യാഭ്യാസ പ്രക്രിയയുടെ തുടക്കമായിരുന്നു. അധ്വാനിക്കുന്നവരുടെ പക്ഷത്തു നിന്നുകൊണ്ട് ചരിത്രത്തെ പുനർ വായിക്കുന്നതിന് സമൂഹത്തെ പഠിപ്പിക്കാൻ ആ അഞ്ചുമിനുട്ട് കലാപരിപാടി വലിയ പങ്കാണ് വഹിച്ചത്.

സാമ്പ്രദായിക വിദ്യാഭ്യാസത്തോടും ക്ലാസ്സ് മുറികളോടും എനിക്ക് യാതൊരുവിധ ഇഷ്ടവുമുണ്ടായിരുന്നില്ലല്ലോ. പത്താംതരം വരെ പഠിച്ചേപറ്റൂ എന്ന നിർബന്ധത്തിനു വഴങ്ങി വീട്ടുകാർക്കുവേണ്ടി മാത്രം ഒരു കടമ നിർവഹിക്കാനായി സ്കൂളിൽപോയിക്കൊണ്ടിരുന്ന ഒരാളായിരുന്നല്ലോ ഞാൻ.

വീണ്ടും കലാപരിപാടികൾ അരങ്ങേറികൊണ്ടിരുന്നു. അക്കാലത്ത് പത്രമാധ്യമങ്ങളിൽ നിറഞ്ഞുനിന്നിരുന്ന അറബിക്കല്യാണം പ്രമേയമാക്കിയുള്ള നാദിറ പറയുന്നു എന്ന സംഗീത ശിൽപം. "മടി

നിറയെ പൊന്നും കൊണ്ട്, മനസ്സാകെ പുണ്ണം കൊണ്ട്, കടല് കടന്നെത്തും കാമകൊതിയൻമാർക്കിനിയും ഞങ്ങള് കാനോത്തിന് നിന്നതരില്ല.. കാനോത്തിന് നിന്നതരില്ല.. "

ആകർഷകമായ പാട്ടും വ്യത്യസ്തവും ലളിതവുമായ ദൃശ്യാവിഷ്കാരങ്ങളും കണ്ടു അത്ഭുതപ്പെട്ടിരുന്ന ഞാൻ സ്റ്റേജിൽ ഒരു പരിചയമുള്ള മുഖത്തെ കണ്ടെത്തി. കരിമ്പിച്ചികണ്ടി മൂസക്ക ! പിന്നീടൊരിക്കൽ ഞാൻ അദ്ദേഹത്തെ കണ്ടു ചോദിച്ച് കാര്യങ്ങൾ മനസ്സിലാക്കി. ശാസ്ത്ര സാഹിത്യ പരിഷത്ത് എന്ന സംഘടനയാണ് കലാപരിപാടികൾ അവതരിപ്പിച്ചത് എന്നും അതിന്റെ ഒരു യൂണിറ്റ് രൂപീകരിക്കാൻ ചുരുങ്ങിയത് 10 അംഗങ്ങളെങ്കിലും വേണം എന്നും അവർ സ്വയം സന്നദ്ധരായി പ്രവർത്തിക്കാൻ തയ്യാറാവണമെന്നും മൂസക്ക പറഞ്ഞുതന്നു.

പാഠപുസ്തകത്തിലെ മൃതാക്ഷരങ്ങളിൽ നിന്നും നാം മനസ്സിലാക്കി വെക്കുന്നതല്ല ലോകമെന്ന് തിരിച്ചറിയാനും അവയെ മനസ്സിലാക്കിയെടുക്കാൻ വേറെയും ഒരുപാട് വഴികളുമുണ്ട് എന്ന തിരിച്ചറിവാണ് വിശപ്പിനെ പച്ചവെള്ളം കൊണ്ട് അടക്കിനിർത്തിയ ആ ഉച്ചനേരം എന്നെ പഠിപ്പിച്ചത് ! സത്യത്തിൽ എന്റെ ശരിയായ വിദ്യാഭ്യാസത്തിന്റെ -സാമൂഹ്യ വിദ്യാഭ്യാസത്തിന്റെ - ഉദ്ഘാടന ദിനമായിരുന്നു അന്ന്.

പത്താംതരം തോറ്റ് പേരാമ്പ്രയിലെ പാരലൽ കോളജിൽ പഠിക്കുന്ന കാലത്താണ് ഞാൻ കൈതക്കലങ്ങാടിയിലേക്ക് സ്ഥിരമായി ഇറങ്ങുന്നത്. അതുവരേയും പൊയിലിൽ പറമ്പിലും മീത്തലെ കുളങ്ങരയും കുണ്ടുംകരയും ചങ്ങോരത്തും പുറ്റാട് കനാൽപാലപരിസരവും മറ്റുമായിരുന്നു കളിയിടങ്ങളും വിഹാര കേന്ദ്രങ്ങളും. താഴെ തെക്കേലത്ത് സത്യനും വിജയനും കെടി സുരയും വികെ വിജയനും വികെ രമേശനും ചങ്ങോരത്ത് അബ്ദുറഹ്മാനും മഹമൂദും ഇബ്രായിയും അങ്ങനെ ഒട്ടനവധി കളിക്കൂട്ടുകാരും...

പിന്നെയും കുറേക്കാലമെടുത്തു ശാസ്ത്രസാഹിത്യപരിഷത്തിലെത്താൻ. വളരെ ചെറുപ്പത്തിൽത്തന്നെ ദേശാഭിമാനി ബാലസംഘത്തിൽ (DBS) ഉണ്ടായിരുന്നു. പരത്തുറ ഭാസ്കരേട്ടനും കടുക്കാട്ടുമ്മൽ ശങ്കരേട്ടനും എടവനത്തറ കുഞ്ഞിക്കണാരനുമെല്ലാമായിരുന്നു ഡിബിഎസ് പ്രവർത്തനങ്ങൾക്ക് നേതൃത്വം നൽകിയിരുന്നത്.

പത്താം ക്ലാസ്സിൽ പഠിക്കുമ്പോഴാണ് ആദ്യമായി ഡിവൈഎഫ്ഐയുടെ ഒരു സമരത്തിൽ പങ്കെടുക്കുന്നത്. കൈതക്കൽ നിന്നും

കൊയിലാണ്ടിവരെ നടന്ന് താലൂക്ക് ഓഫീസ് പിക്കറ്റ്ചെയ്യുക എന്നുള്ളതായിരുന്നു സമരപരിപാടി. പുളിക്കൂൽ ബാലനാണ് വീട്ടിൽ നിന്നും സമ്മതം വാങ്ങി എന്നെ പരിപാടിയിൽ പങ്കെടുപ്പിച്ചത്. ദാമോദരേട്ടനും സമര കേന്ദ്രത്തിലേക്കൊപ്പമുണ്ടായിരുന്നു. നടുവണ്ണൂരിൽ കെകെ മാധവേട്ടന്റെ വീട്ടിൽ വിശ്രമിച്ചതും ഉച്ചഭക്ഷണം കഴിച്ചതും കുറുവങ്ങാടോ മറ്റോ ഉള്ള ഏതോ ഒരു വീട്ടിൽ രാത്രിയിൽ തങ്ങിയതും പൊതിച്ചോറ് കഴിച്ചതുമൊക്കെ നേരിയ ഓർമ്മയായി ഉണ്ട്.

പതിനഞ്ചോ പതിനാറോ വയസ്സ് മാത്രം പ്രായമുള്ളപ്പോഴായിരിക്കണം ഞാൻ കൈതക്കലങ്ങാടിയുടെ ഭാഗമായിത്തീരുന്നത്. കൈതക്കലിൽ എത്തിപ്പെട്ടപ്പോഴേക്കും വലിയൊരു സൗഹൃദക്കൂട്ടുകെട്ടിൽ ഞാനംഗമായിക്കഴിഞ്ഞിരുന്നു. ആ വലിയ സംഘത്തിൽ എല്ലാ തരത്തിലുമുള്ള സുഹൃത്തുക്കളുമുണ്ടായിരുന്നു. എല്ലാവരും എന്നെക്കാൾ വയസ്സിന് മുതിർന്നവരുമായിരുന്നു. അതുകൊണ്ടു തന്നെ പലതരം സ്വഭാവവിശേഷങ്ങളുടെ സ്വാധീനം നല്ലതായും ചീത്തയായും എന്നിലുമുണ്ടായി. പത്താംതരംവരെയും പഠിക്കാൻ പിന്നാക്കം നിൽക്കുന്ന ഒരു വിദ്യാർത്ഥി എന്ന പോരായ്മ മാത്രമേ എനിക്കുണ്ടായിരുന്നുള്ളൂവെങ്കിൽ പലതരത്തിലുള്ള വികൃതിത്തരങ്ങളുടേയും വേണ്ടാതീനങ്ങളുടേയും സ്വാധീനം ജീവിതത്തിലേക്ക് വന്നു കയറാനും ഇറങ്ങിപ്പോകാനുമൊക്കെ

ഈ കൂട്ടുകെട്ട് കാരണമായി.

സർഗ്ഗാത്മക പ്രവർത്തനങ്ങളോട് എക്കാലവും എനിക്ക് അഭിനിവേശമായിരുന്നു. ഏഴിലോ എട്ടിലോ പഠിക്കുമ്പോൾത്തന്നെ 'ഷൈൻ' എന്ന പേരിൽ ഒരു കയ്യെഴുത്ത് മാസിക ഞങ്ങൾ തുടങ്ങിയിരുന്നു. ചങ്ങോരത്ത് അബ്ദുറഹ്മാൻ ആയിരുന്നു പേരിട്ടതെന്ന് തോന്നുന്നു. കൈതക്കലിലിറങ്ങി കുറച്ച് കാലം കഴിഞ്ഞപ്പോൾത്തന്നെ ഒരു കയ്യെഴുത്ത് മാസിക തുടങ്ങുക എന്ന ആശയം എ.കെ കരുണാകരൻ എഡിറ്ററായി കൊണ്ട് സാധ്യമായി. അതിന്റെ പ്രകാശനചടങ്ങാണ് സംഘാടനത്തിൽ പങ്കാളിത്തം വഹിച്ച ആദ്യത്തെ പൊതുപരിപാടി. എട്ടോ ഒമ്പതോ ലക്കങ്ങൾ തുടർച്ചയായി എല്ലാ മാസവും മാസിക പ്രസിദ്ധീകരിക്കാൻ കഴിഞ്ഞത് അക്കാലത്ത് വലിയൊരു കാര്യമായിരുന്നു. എം.പി മജീദും ആർബിയും ഞാനുമായിരുന്നു പ്രധാന ചിത്രകാരന്മാർ. കവിയും കഥാകൃത്തുമായ അബ്ദുള്ള പേരാമ്പ്ര മുതൽ എ.കെ കരുണാകരനും ബാബു മാഷും രമേശൻ മാഷും വി.വി.

രാജനും തുടങ്ങി ഒട്ടനവധിപേർ അതിൽ സ്ഥിരമായി എഴുതാൻ തുടങ്ങി. പല ആളുകൾക്ക് വേണ്ടിയും കഥയും കവിതയും എനിക്കു തന്നെ എഴുതേണ്ടി വന്നു.

ചെറുപ്പത്തിന്റെ നിഷേധവും കയ്യിലിരിപ്പും അന്നത്തെ കൂട്ടായ്മയുടെ സ്വാധീനവും കാരണം കയ്യെഴുത്തുമാസികാപ്രവർത്തനവും നവീൻവേദി പ്രവർത്തനവും ഒരുപാട് പ്രശ്നങ്ങളും വിവാദങ്ങളും ഇടയ്ക്കിടെ സൃഷ്ടിച്ചുകൊണ്ടിരുന്നു. അന്നതൊക്കെയും ഒരുപാട് മാനസികസംഘർഷങ്ങൾക്ക് കാരണമായിരുന്നെങ്കിലും ഓരോന്നും സ്വയം നിർമ്മിച്ചെടുക്കാൻ പ്രാപ്തി നൽകിയ വ്യത്യസ്തമായ ജീവിതാനുഭവങ്ങളായിരുന്നു. എന്നെ രൂപപ്പെടുത്തുന്നതിൽ അവയൊക്കെയും വലിയതോതിൽ പങ്കുവഹിച്ചിട്ടുണ്ട്.

കയ്യെഴുത്ത് മാസികാ പ്രവർത്തനത്തിന്റെ തുടർച്ചയായി നവീൻവേദി എന്ന പേരിൽ ഒരു സാംസ്കാരിക സംഘടന രൂപീകരിക്കപ്പെട്ടു. അതിന്റെ നേതൃത്വത്തിൽ ഒരു രാത്രികാല ട്യൂഷൻ ക്ലാസ്സിനും തുടക്കമായി. നവീൻ വേദിയുമായി ബന്ധപ്പെട്ട് പ്രവർത്തിക്കാൻ പത്തിരുപതോളം ചെറുപ്പക്കാരുടെ ഒരു സംഘം തന്നെയുണ്ടായിരുന്നു. അവരെല്ലാവരും പിന്നീട് പാർട്ടിയുടെയും ഡിവൈഎഫ്ഐയുടെയും പ്രവർത്തകർ കൂടിയായി മാറി. പിന്നീടങ്ങോട്ടുള്ള ജീവിതം ഡിവൈഎഫ്ഐ പ്രവർത്തന കാലമായിരുന്നു. അഞ്ചോ ആറോ വർഷക്കാലം ഡിവൈഎഫ്ഐ പ്രവർത്തകനായും സിപിഐഎം പ്രവർത്തകനായും കൈതക്കലിൽ സജീവമായി. ഡിവൈഎഫ്ഐയുടെ വില്ലേജ്കമ്മിറ്റി പ്രവർത്തകൻ ആയതോടെ എല്ലാത്തരം രാഷ്ട്രീയ പ്രവർത്തനങ്ങളും എനിക്ക് അവസാനിപ്പിക്കേണ്ടി വന്നു.

ഒരു വലിയ പുസ്തകത്തിൽ എഴുതാൻമാത്രം സംഭവബഹുലമാണ് അതുമായി ബന്ധപ്പെട്ട കാര്യങ്ങൾ! എന്റെ പതിനാറോ പതിനേഴോ വയസ്സിൽ തുടങ്ങിയ ആ പ്രശ്നങ്ങളുടെ തുടർച്ചയായി ഈ അടുത്തകാലത്ത് വരെ ഞാനും കുടുംബവും ആക്രമിക്കപ്പെട്ടു! എന്റെ ഭാര്യയും വൃദ്ധയും വിധവയുമായ അവളുടെ അമ്മയുംവരെ ഇരകളാക്കപ്പെട്ടു എന്നറിയുമ്പോൾ അതിന്റെ വലിപ്പം മനസ്സിലാകും! അതെല്ലാം പിന്നീട് വിശദമായി എഴുതാം.

ഡിവൈഎഫ്ഐ പ്രവർത്തനങ്ങൾ അവസാനിപ്പിച്ചു കൊണ്ടിരുന്ന സമയത്താണ് സാക്ഷരതാ പ്രവർത്തനകാലം ആരംഭിക്കുന്നത്. വളരെ ആവേശത്തോടേയാണ് എല്ലാവരേയും പോലെ ഞാനുമതിൽ പ്രവർത്തിക്കാൻ തുടങ്ങിയത്. സാക്ഷരതാ പ്രവർത്തനത്തിന്റെ

തുടർച്ചയായാണ് മുളിയങ്ങലിൽ ശാസ്ത്രസാഹിത്യ പരിഷത്തിന്റെ ഒരു യൂണിറ്റ് ആരംഭിക്കുന്നതും ഞാൻ അതിന്റെ പ്രഥമസെക്രട്ടറി ആകുന്നതും. ഒമ്പതാം ക്ലാസ്സിൽ പഠിക്കുമ്പോൾ കലാജാഥ കണ്ട തുമുതൽ ഞാൻ കൊണ്ടുനടന്ന ഒരു സ്വപ്നമാണന്ന് പൂവണിഞ്ഞത്. സാക്ഷരതാപ്രവർത്തനങ്ങൾക്ക് നൊച്ചാട് ഗ്രാമപഞ്ചായത്തിൽ നേതൃത്വം നൽകിയ അസിസ്റ്റന്റ് പ്രൊജക്ട് ഓഫീസറായ നാരോത്ത് നാരായണൻ മാഷാണ് യൂണിറ്റ് രൂപീകരണത്തിന് നേതൃത്വം നൽകിയത്. അങ്ങനെ കൈതക്കലിൽ നിന്നും മുളിയങ്ങലിലേക്ക് എന്റെ ജീവിതം പറിച്ചുനടപ്പെട്ടു.

മൂന്നോനാലോ വർഷക്കാലം മുളിയങ്ങലായിരുന്നു എന്റെ പ്രവർത്തന കേന്ദ്രം. യൂണിറ്റ് രൂപീകരിച്ച വർഷം തന്നെ പുരുഷു കാക്കുർ 'ഉൽക്കണ്ഠാകുല കുമാരനായി' തകർത്തഭിനയിച്ച കലാജാഥയ്ക്ക് മുളിയങ്ങൽ കനാൽ മൈതാനിയിൽ വച്ച് ഗംഭീരമായി സ്വീകരണം നൽകി.

രണ്ടുവർഷത്തിനുശേഷമാണ് കൈതക്കലിൽ ഒരു പരിഷത്ത് യൂണിറ്റ് രൂപീകരിക്കപ്പെടുന്നത്. രാമകൃഷ്ണൻ മാസ്റ്റർ, പപ്പൻ മാഷ്, പുളിക്കൂൽ ബാലൻ, വയലാളി ഗോവിന്ദൻ നായർ, സികെ കുഞ്ഞിക്കണ്ണൻ മാഷ്, എംഎം ബാബു തുടങ്ങിയവരായിരുന്നു അതിന്റെ നേതൃത്വനിരയിൽ. ഇരുപത്തിയഞ്ചുവർഷത്തോളം കൈതക്കലിന്റെ സംസ്കാരിക രംഗത്ത് വൈവിധ്യമാർന്ന പ്രവർത്തനങ്ങളുമായി സംഘടന നിറഞ്ഞുനിന്നത് ചരിത്രമാണ്.

ശാസ്ത്ര സാഹിത്യ പരിഷത്ത് എന്ന സംഘടനയിലേക്ക് എത്തിപ്പെട്ടതാണ് എന്റെ ജീവിതത്തിന്റെ ഗതിവിഗതികളെ മാറ്റിമറിച്ചത്. പൊതുപ്രവർത്തനമെന്നാൽ പഠനപ്രവർത്തനം കൂടിയാണെന്ന് മനസ്സിലാക്കാനും എന്റെ സർഗ്ഗാത്മക സാധ്യതകളെയും ശേഷികളെയും നൈപുണികളെയും അറിയാനും വളർത്താനും എനിക്കാവും വിധം ചില കാര്യങ്ങൾ ചെയ്യാനുമൊക്കെ കഴിഞ്ഞത് അതുകൊണ്ട് മാത്രമാണ് എന്ന് ഞാൻ വിശ്വസിക്കുന്നു.

കലയ്ക്ക് വേണ്ടിയുള്ള 'കൈതയ്ക്കൽ'

ഒരുപാട് കലാസമിതികളുടെയും ക്ലബ്ബുകളുടെയും നാടായിരുന്നു ഒരുകാലത്ത് കൈതക്കൽ. എ.കേളപ്പൻ സ്മാരക സമിതി, റൈസിംഗ് സ്റ്റാർ, സ്റ്റാർ തീയേറ്റേഴ്സ്, പൗർണമി തിയേറ്റേഴ്സ്, ദീപ്തി, തുടങ്ങി ഒട്ടേറെ കലാസമിതികളും അവയുടെയൊക്കെ വർണാഭ മായ വാർഷികാഘോഷങ്ങളും കൊണ്ട് സജീവമായിരുന്നു നാട്. ഒരേസമയം രണ്ടോമൂന്നോ വോളിബോൾ കോർട്ടുകളിൽ കളി നടക്കാറുണ്ടായിരുന്നു ! എല്ലാവർഷവും ഒന്നും രണ്ടും വോളിബോൾ ടൂർണമെന്റുകളും !

പേരാണ്ടിയിൽ ചാപ്പൻ നായരുടെ കടയുടെ മുകളിലായിരുന്നു റൈസിംഗ് സ്റ്റാർ. ചെസ്സ് കളിക്കുന്നവരും കാരംബോർഡ് കളി ക്കുന്നവരും ചീട്ട്കളിക്കുന്നവരും അവരുടെ ബഹളങ്ങളും കൊണ്ട് എപ്പോഴും സജീവമായിരുന്ന റൈസിംഗ്സ്റ്റാർ. തെക്കേലത്ത് രാഘവൻ, പുളിക്കൂൽ കുഞ്ഞികൃഷ്ണൻ, തളിയോത്ത് കൃഷ്ണൻ മാഷ്, പൊയിലിൽ ഗംഗാധരൻ, തട്ടാൻകണ്ടി ചാത്തപ്പൻ, പി.സി കുഞ്ഞി ക്കണാരൻ, കരിമ്പിച്ചികണ്ടി കുഞ്ഞിമൊയ്തി തുടങ്ങിയവരൊക്കെയാ യിരുന്നു റൈസിംഗ് സ്റ്റാറിന്റെ രൂപീകരണത്തിനും നടത്തിപ്പിനും പിന്നിൽ.

അക്കാലത്ത് ഒട്ടുമിക്ക കുട്ടികൾക്കും നിലക്കടല വിൽപ്പന ഉണ്ടായിരുന്നു. എനിക്കുമുണ്ടായിരുന്നു. നിലക്കടല വാങ്ങിക്കൊ ണ്ടുവന്ന് വറുത്ത്, പേപ്പറുകളിൽ കുമ്പിള് കുത്തി പൊതിഞ്ഞ്,

ബാറ്ററിപെട്ടിയിലിട്ട് കൊണ്ടുനടന്ന് 'കടലേ.. നിലക്കടലേ...' ന്ന് ഉറക്കെവിളിച്ച പറഞ്ഞുകൊണ്ട് നടക്കും.. ഈ നടത്തവും വിൽപനയും മാത്രമേ ഞാൻ കാര്യമായി ചെയ്തിട്ടുള്ളൂ.. അണിയറ പ്രവർത്തനങ്ങളെല്ലാം അമ്മ തന്നെയാണ് ഒരുക്കിത്തരിക! കുട്ടി യായിരുന്നപ്പോൾ ചീട്ടുകളിക്കാർക്ക് നിലക്കടല വിൽക്കാനായി പലതവണ ഞാൻ റൈസിംഗ് സ്റ്റാർ ക്ലബ്ബിൽ പോയിട്ടുണ്ട്.

നാട്ടിൽ ഏതാണ്ടെല്ലാവർഷവും ഏതെങ്കിലുമൊരു ക്ലബ്ബിന്റെ വാർഷികാഘോഷം ഉണ്ടാവും. വാർഷികാഘോഷത്തിലെ പ്രധാന പരിപാടി നാടകം തന്നെ ആയിരിക്കും. രണ്ടുംമൂന്നും മാസം നീണ്ടു നിൽക്കുന്ന റിഹേഴ്സൽ ക്യാമ്പുകളും വാർഷികാഘോഷത്തിന് വേണ്ടി യുള്ള പിരിവ് പ്രവർത്തനങ്ങളും കൊണ്ട് നാടാകെ സജീവമാകും. ഒട്ടുമിക്ക നാടകങ്ങളിലും പ്രധാനനടൻ എന്റെയേട്ടൻ ടി രാഘവൻ തന്നെയായിരിക്കും. ദാമോദരേട്ടനും ചില നാടകങ്ങളിൽ അഭിനയി ച്ചിട്ടുണ്ട്. ഹാസ്യ നടൻമാരെയാണ് ഞങ്ങൾ കുട്ടികൾക്ക് കൂടുതലി ഷ്ടം. തൊണ്ടിച്ചികണ്ടി നാരായണൻ, തട്ടാൻകണ്ടി ഭാസ്കരൻ, ആർ കുഞ്ഞിക്കണ്ണൻ തുടങ്ങിയവരൊക്കെയും നാടകങ്ങളിലൂടെ ഞങ്ങളുടെ നാട്ടുകാരെ ഒരുപാട് ചിരിപ്പിച്ചവരാണ്.

പാതിരിക്കൽ ചന്തുനായർ, കെകെ മൂസ്സ, പുളിക്കൂൽ കുഞ്ഞികൃഷ്ണൻ, പുളിക്കൂൽ ബാലൻ, കെഎം കുഞ്ഞിക്കണ്ണൻ, വയലാളി ഗോവിന്ദൻ നായർ, സി.കെ കൃഷ്ണൻ പടിഞ്ഞാറയിൽ ശ്രീധരൻനായർ, ഷെയ്ക്ക് കരിമ്പിച്ചി കണ്ടി, എം.എം ബാലകൃഷ്ണൻ, തയ്യുള്ളതിൽ നാരായണൻ, കാഞ്ഞിരോളി കുഞ്ഞിക്കേളപ്പൻ, ഊട്ടേരി ബാലൻ, പരത്തുറ ഭാസ്ക രൻ,വള്ളുപറമ്പിൽ ഭാസ്കരൻ തുടങ്ങിയ നാട്ടുകാരും പി.എം.ചോയി, കെ.ഇ.കെ നമ്പ്യാർ, കായത്തിരിക്കൽ കണാരൻ, നല്ലാശ്ശേരി ബാലകൃഷ്ണൻനായർ തുടങ്ങിയ അതിഥികളും കൈതക്കലിലെ നാട കങ്ങളിൽ കഥാപാത്രങ്ങളായി. പുതുക്കുടി രാമുണ്ണി നായർ, രാഘവൻ മൊയിലോത്ത്, കളാശ്ശേരി കേളുനായർ, താറശ്ശേരി വാസു നായർ തുടങ്ങിയവരും പഴയകാലത്തെ നാടക നടന്മാർ ആയിരുന്നു. ഇതിൽ കളാശ്ശേരി കേളുനായർ ഹാസ്യരംഗങ്ങളെ മനോഹരമാക്കിയ ഒരു നടനായിരുന്നു എന്ന് പലരും പറഞ്ഞു കേട്ടിട്ടുണ്ട്. കളാശ്ശേരി സ്മാരക കലാസമിതി എന്ന പേരിൽ അദ്ദേഹത്തിന്റെ സ്മരണയ്ക്കായി ഒരു കലാസമിതി പിന്നീട് രൂപം കൊള്ളുകയുണ്ടായി.

പുതിയേടത്ത് ശശിയേയും കൊല്ലിയിൽ രാജീവനേയും ബാല നടന്മാരായി രംഗത്ത് കണ്ടത് ഇപ്പോഴും ഓർമ്മയിലുണ്ട്. മാലതി,

രമണി, പൊന്നമ്മ പെരുവണ്ണാമൂഴി, പത്മാവതി, ദേവി കീരികണ്ടി തുടങ്ങിയവരൊക്കെയായിരുന്നു അഭിനേത്രികൾ. വള്ളുപറമ്പിൽ ഭാസ്കരനും തട്ടാൻകണ്ടി കണ്ണനും പൊയിലിൽ ദാമോദരനുമൊക്കെ പെൺവേഷം കെട്ടി അഭിനയിച്ച കഥകളും പറഞ്ഞു കേട്ടിട്ടുണ്ട്. ദിവ്യബലി, അഗ്നിരേഖ, ഉഷ്ണമേഖല, ധൂമിക, അയോധ്യയിലെ ചുവന്നമണ്ണ്, തുടങ്ങിയ നാടകങ്ങൾ ഞങ്ങൾ ആവേശത്തോടെ കാത്തിരുന്ന് കണ്ടവയാണ്. കരിഞ്ഞ മണ്ണ് എന്ന നാടകത്തെക്കുറിച്ച് പറഞ്ഞു കേട്ട അറിവേയുള്ളൂ.

സ്ഥിരം സംവിധായകരായി പിസി കൈതക്കൽ എന്ന പേരിൽ പാതിരിക്കൽ ചന്തുനായരും നൊച്ചാട് വില്ലേജ് ഓഫീസറായ എസ്സാറും (എസ്. രാമചന്ദ്രൻ) തന്നെയായിരുന്നു. എംഎം ബാലകൃഷ്ണൻ നടനും സംവിധായകനും ആയിരുന്നു. ഉഷ്ണമേഖല എന്ന നാടകം എഴുതി സംവിധാനം ചെയ്തത് എംഎം ബാലകൃഷ്ണനായിരുന്നു.

ബാലകൃഷ്ണനിലെ പ്രതിഭയെ കണ്ടറിയാനും പ്രോത്സാഹിപ്പിക്കാനും ഞങ്ങളുടെ നാട്ടിനായില്ല എന്നതാണ് നേര്. പഠിക്കുന്ന കാലത്ത് പേരാമ്പ്ര ഹൈസ്കൂളിലെ മികച്ച വിദ്യാർത്ഥിയായിരുന്ന എംഎം ബാലകൃഷ്ണൻ പ്രസംഗ മത്സരത്തിലും മറ്റു കലാ മത്സരങ്ങളിലും ഒട്ടേറെ സമ്മാനങ്ങൾ കരസ്ഥമാക്കിയിട്ടുണ്ട്. ആർകെ രവിവർമ്മ മാഷിന്റെ പ്രിയപ്പെട്ട ശിഷ്യരിൽ ഒരാളായിരുന്നത്രേ ബാലകൃഷ്ണൻ.

കൈതക്കലിലെ കലാ-സാംസ്കാരിക പ്രവർത്തനങ്ങളുടെ മുന്നണിയിലും പിന്നണിയിലും എക്കാലവും വയലാളി ഗോവിന്ദൻ നായർ ഉണ്ടായിരുന്നു. അദ്ദേഹത്തിന്റെ ഉന്നതമായ കമ്മ്യൂണിസ്റ്റ് സാംസ്കാരികബോധമാണ് കൈതക്കലിലെ കലാ-സാംസ്കാരിക പ്രവർത്തനങ്ങളിൽ രാസത്വരകമായത്. കൈതക്കലിലെ വിവിധങ്ങളായ പ്രവർത്തനങ്ങൾക്ക് പുറമേ മുളിയങ്ങൽ പ്രതിഭ തിയേറ്റർസിന്റെ പ്രവർത്തനങ്ങളിലും അദ്ദേഹം സജീവമായിരുന്നു. കളാശ്ശേരി സ്മാരക കലാസമിതി, സമത മുളിയങ്ങൽ എന്നിവയും അദ്ദേഹത്തിന്റെ മുൻകൈയിൽ രൂപീകരിക്കപ്പെട്ടവയാണ്.

ഞങ്ങളുടെ കാലത്ത് പാർട്ടി പ്രവർത്തനങ്ങളിലേക്ക് വന്നവരിൽ മാർക്സിസം-ലെനിനിസത്തെക്കുറിച്ചൊക്കെയുള്ള അടിസ്ഥാനധാരണകൾ ഉണ്ടാക്കിയെടുക്കുന്നതിലും വയലാളി വലിയ പങ്കുവഹിച്ചിട്ടുണ്ട്. (ആരെങ്കിലുമൊക്കെ അതൊക്കെ അറിയാൻ ശ്രമിക്കുമെന്നും അടയാളപ്പെടുത്തി വെക്കുമെന്നും പ്രതീക്ഷിക്കുന്നു.)

കൈതക്കലിലെ കലാ-കായിക പ്രവർത്തനങ്ങളുടെ നെടുംതൂണായി പ്രവർത്തിച്ച ഒരാളായിരുന്നു താടിക്കുഞ്ഞിരാമൻ എന്ന് എല്ലാവരും സ്നേഹത്തോടെ വിളിക്കുന്ന കെഎം കുഞ്ഞിരാമേട്ടൻ. അദ്ദേഹം തന്നെ സ്വയം പണം മുടക്കിയും പിന്നണിയിൽനിന്ന് കഠിനമായി അധ്വാനിച്ചുമാണ് ഒട്ടു മിക്ക പരിപാടികളും വിജയിപ്പിച്ചെടുത്തത് ! പരാമർശിക്കപ്പെടേണ്ട മറ്റൊരു പേരാണ് ചെറിയകുളങ്ങര കണാരൻ എന്ന സികെ കണാരൻ.

ഇപ്പോൾ ജാനുടീച്ചറുടെ വീട് നിൽക്കുന്ന വയലിൽ വച്ചായിരുന്നു 'അഗ്നിരേഖ' എന്ന നാടകം അരങ്ങേറിയത്. സ്റ്റാർ തിയറ്റേഴ്സ് ആയിരുന്നു സംഘാടകർ. പുളിക്കൂൽ ബാലന്റെ കഥാപാത്രം ദേഷ്യം സഹിക്കവയ്യാതെ ഒരു തേങ്ങാമുറി വലിച്ചെറിയുന്ന രംഗമാണ് എന്റെ ഓർമ്മയിൽ തങ്ങിനിൽക്കുന്നത്. 10 വയസ്സിൽ താഴെയായിരിക്കും അന്നെന്റെ പ്രായം ! പിന്നീട് ഇതേ നാടകം ഇല്ലാത്ത്പാറയിൽ അവതരിപ്പിച്ചപ്പോഴും ഞങ്ങൾ കാണാൻ പോയിരുന്നു.

സ്റ്റാർ തിയറ്റേഴ്സിന്റെ വാർഷികാഘോഷത്തിനും അന്നത്തെ ആ നാടകാവതരണത്തിനും വലിയൊരു പ്രത്യേകതയുണ്ടായിരുന്നു. അടിയന്തരാവസ്ഥ കഴിഞ്ഞ കാലമായിരുന്നു. അടിയന്തരാവസ്ഥയുടെ എല്ലാ പീഡനപർവ്വങ്ങളും താണ്ടി സ: ടി.പി.രാമകൃഷ്ണൻ ആദ്യമായി ഒരു പൊതുപരിപാടിയിൽ പ്രസംഗിക്കുന്നത് അന്നായിരുന്നു. കക്കയം ക്യാമ്പിൽ വച്ച് അദ്ദേഹം അനുഭവിച്ച കൊടിയപീഡനങ്ങളുടെ കഥകൾ വിവരിച്ചപ്പോൾ കേട്ടു നിന്നവരെല്ലാം കണ്ണീരണിഞ്ഞത് പിന്നീടും പലരും പറഞ്ഞു കേട്ടിട്ടുണ്ട്. അതേ വേദിയിൽ വെച്ച് 'തന്തയെ തട്ടിച്ച തനയൻ' എന്ന പേരിൽ എംഎം ബാലകൃഷ്ണൻ സംവിധാനം ചെയ്ത ഒരു നാടകവും അവതരിപ്പിച്ചിരുന്നു. ഇതൊക്കെ കണ്ടു വളർന്നതുകൊണ്ടുതന്നെ നാടകവും കലാപരിപാടികളും വോളീബോളും ടൂർണ്ണമെന്റുകളും അവയുടെ സംഘാടനവും ചെറുപ്പം മുതലേ കൂടെ കൊണ്ടു നടന്നിരുന്നു.

പൊയിലിലെ പ്ലാവിൻചുവട്ടിൽ സ്റ്റേജ് കെട്ടി, സാരി കൊണ്ടും പഴയമുണ്ടുകൾ കൊണ്ടും കർട്ടനുണ്ടാക്കി കെട്ടി താഴെ തെക്കേലത്ത് സത്യനും വിജയനും ഞാനുമൊക്കെ ചേർന്ന് നാടകം കളിച്ചതും പൊയിലിൽ പറമ്പിലും മിത്തലെകുളങ്ങര പറമ്പിലും വോളിബോൾ കോർട്ടുകളിട്ടതും ഇടയ്ക്കിടെ മാച്ചുകളും മറ്റും സംഘടിപ്പിച്ചതും ഏട്ടന്മാരും അവരുടെ കൂട്ടുകാരും കൈതക്കലിൽ വലിയ രീതിയിൽ നടത്തുന്ന പരിപാടികളുടെ അനുകരണങ്ങളായിരുന്നു.

പത്താംതരം തോറ്റ് പാരലൽ കോളേജ് പഠനകാലം ആരംഭിച്ചുമുതലാണ് ഞാൻ കൈതക്കലങ്ങാടിയിലേക്ക് ഇറങ്ങാൻ തുടങ്ങിയതന്ന് പറഞ്ഞല്ലോ. ഇറങ്ങി കുറച്ചുകാലം കഴിയുമ്പോഴേക്കും പലവിധ കൂട്ടുകെട്ടുകളിൽ അംഗമാവുകയും കൈതക്കലിലെ സാമൂഹ്യ ജീവിതത്തിന്റെ ഭാഗമാവുകയും ചെയ്തു.

കയ്യെഴുത്ത് മാസികാ പ്രവർത്തനം, നവീൻ വേദിപ്രവർത്തനം, ഡിവൈഎഫ്ഐ-പാർട്ടി പ്രവർത്തനങ്ങൾ.. കൈതക്കലിലെ വിവിധങ്ങളായ പ്രവർത്തനങ്ങളിൽ ഞാൻ സജീവമാകുകയായിരുന്നു. വൈകുന്നേരം പാരലൽ കോളേജ് വിട്ട്, നേരെ വീട്ടിലെത്തി പുസ്തകവും അവിടെവച്ച് റോഡിലേക്കിറങ്ങും. ആദ്യമാദ്യം എട്ടുമണിക്കും എട്ടരയ്ക്കും വീട്ടിൽ തിരിച്ചെത്തിയിരുന്നവെങ്കിൽ പിന്നീടത് ഒമ്പതായി.. പത്തായി.. പതിനൊന്നായി.. പന്ത്രണ്ടായി...

അതിരാവിലെ തുടങ്ങുന്നതാണല്ലോ അമ്മയുടെ അധ്വാനം. രാത്രിവരെയും അത് നീണ്ടു നിൽക്കും. പണിയെല്ലാം തീർത്ത് അമ്മയൊന്ന് മയങ്ങുമ്പോഴായിരിക്കും പാതിരാത്രിയിൽ ഞാൻ വന്നു വിളിക്കുന്നത്. ഉറക്കമുണർന്ന് വാതിൽ തുറന്ന് ചോറെടുത്ത് തരണം. അമ്മയുടെ ഈ കഷ്ടപ്പാട് കുറേക്കാലം തുടർന്നു. എനിക്കും ഇതൊരു മാനസിക വിഷമമായിരുന്നു. ആ പ്രശ്നത്തിന് ഞാൻ തന്നെയാണ് പരിഹാരം കണ്ടെത്തിയത്.

എനിക്കുള്ള ഭക്ഷണം ഒരു പാത്രത്തിലാക്കി പുറത്ത് വെക്കുക എന്ന തീരുമാനം നിരന്തര സമ്മർദ്ദങ്ങൾക്കൊടുവിൽ നടപ്പാക്കപ്പെട്ടു!

അക്കാലത്ത് സ്റ്റാർ തിയറ്റേഴ്സിനെ പുനർജീവിപ്പിക്കുന്നതിന് പാർട്ടിയുടെ നേതൃത്വത്തിൽ ഒരു ശ്രമം നടന്നു. പണ്ട് കൈതക്കലിൽ പ്രവർത്തനം നിലച്ചു പോയ ഒരു സംഘടനയായിരുന്നു സ്റ്റാർ തീയേറ്റേഴ്സ്. രയരോത്ത് ബാലകൃഷ്ണന്റെ വീട്ടിലെ ഓഫീസ് മുറിയിൽ വച്ചായിരുന്നു യോഗം. യോഗവും കഴിഞ്ഞ് സൊറ പറഞ്ഞിരിക്കുമ്പോഴാണ് എംഎം ബാലകൃഷ്ണൻ നമുക്ക് ഓണത്തിന് ഒരു പരിപാടി സംഘടിപ്പിച്ചാലോ എന്ന് ചോദിക്കുന്നത് ! യോഗം നടക്കുന്നത് അത്തം ഒന്നിനായിരുന്നു ! ഓണത്തിന് ഇനി എട്ടു ദിവസങ്ങൾ കൂടി മാത്രം !

സജീവമായ ചർച്ചകൾക്കൊടുവിൽ പരിപാടി തീരുമാനിക്കപ്പെട്ടു!

സംഭവബഹുലമായ ആ കഥ അടുത്തതിലായാലോ...

കലാപരിപാടികൾ ഏതാനും സമയത്തിനകം ആരംഭിക്കും!

സാധാരണ പാർട്ടിയുടെയും ഡിവൈഎഫ്ഐയുടെയും എല്ലാ യോഗങ്ങളും നടന്നിരുന്നത് കൈതക്കൽ കുഞ്ഞമ്മദിന്റെ വീട്ടുകോലായിലും രയരോത്ത് ബാലകൃഷ്ണന്റെ വീടിന്റെ ഓഫീസ് മുറിയിലും വെച്ചായിരുന്നു. യോഗങ്ങളെല്ലാം പങ്കെടുക്കുന്ന ഞങ്ങൾക്കും സന്തോഷമുണ്ടാക്കുന്നവ തന്നെയായിരുന്നു. ഒന്നിച്ച് കൂടിയിരിക്കാനും തമാശകൾ പറയാനും അതിനൊപ്പം തന്നെ രാഷ്ട്രീയ കാര്യങ്ങൾ മനസ്സിലാക്കാനും ചർച്ച ചെയ്യാനും കിട്ടിയ അവസരങ്ങളായി ഓരോ യോഗത്തെയും ഞങ്ങൾ ആഹ്ളാദപൂർവ്വമാണ് സ്വീകരിച്ചത്.

വൈകുന്നേരം ആറുമണിക്കും അതിനടിപ്പിച്ചും തുടങ്ങുന്ന യോഗങ്ങൾ അവസാനിക്കുന്നത് രാത്രി 12 മണിക്കും ഒരു മണിക്കും മറ്റുമായിരിക്കും !

ചർച്ചയോട് ചർച്ച തന്നെ ! രാമറാവുമായി ഇടതുപക്ഷം ഉണ്ടാക്കിയ തെരഞ്ഞെടുപ്പ് സഖ്യം, പാലക്കാട്ടെ എണ്ണപ്പനകൃഷി... തുടങ്ങിയവയൊക്കെ ഞങ്ങൾ ചർച്ചചെയ്ത് നേരം വെളുപ്പിച്ച വിഷയങ്ങളായിരുന്നു ! ചർച്ചകൾ ഞങ്ങൾ ആസ്വദിക്കുന്നത് പോലെ കമ്മിറ്റികൾ വിളിച്ചുചേർത്തവരും മേൽക്കമ്മിറ്റികളെ പ്രതിനിധീകരിച്ച് പങ്കെടുക്കുന്നവരും സ്വീകരിച്ചിട്ടുണ്ടാവുമോ എന്നറിയില്ല. ഞങ്ങളിൽ പലരും അക്കാലത്ത് ഒരുപാട് വായിക്കുന്നവരും പുതിയ കാര്യങ്ങളറിയാൻ വെമ്പൽകൊള്ളുന്നവരുമായിരുന്നു. ആ അറിവുകളുടെ

പങ്കുവെക്കലുകൾ കൂടിയായിരുന്നു ചർച്ചകൾ. ഒരു പക്ഷേ അന്നത്തെ ചർച്ചകൾ, അവയിലുപയോഗിച്ച ഭാഷ, ഞങ്ങളുടെ ബോധ്യങ്ങളിലേക്ക് ചർച്ചകളെ കൊണ്ടുവരാനുള്ള വാശി... കുറെയേറെ ആ പ്രായത്തിന്റേത് കൂടി ആയിരുന്നെങ്കിലും വ്യക്തിപരമായി ചില അലോഗ്യങ്ങൾ സൃഷ്ടിക്കാൻ അവ കാരണമായിട്ടുണ്ട്. ആ അർത്ഥത്തിൽ വ്യക്തിപരമായി എനിക്ക് ദോഷം ചെയ്തിട്ടുണ്ടെങ്കിലും നിലവിലുള്ള ജീവിതത്തെ നിർമ്മിച്ചെടുക്കുന്നതിൽ അവയെല്ലാം ഒരുപാട് പങ്കു വഹിച്ചിട്ടുണ്ടെന്ന് തന്നെയാണ് ഞാനിപ്പോൾ വിലയിരുത്തുന്നത്.

മേൽക്കമ്മിറ്റിയെ പ്രതിനിധീകരിച്ച് പങ്കെടുക്കുന്ന സ: ടി വി കുഞ്ഞിക്കണ്ണൻ നന്നായി പുകവലിക്കുന്ന ആളായിരുന്നു. യോഗം കഴിയുമ്പോഴേക്കും കടയെല്ലാം പൂട്ടിപോകുമെന്ന് അറിയാവുന്നതു കൊണ്ട് 2 കെട്ട് ദിനേശ് ബീഡിയും ഒരു തീപ്പെട്ടിയും അദ്ദേഹം കയ്യിൽ കരുതും. യോഗം കഴിയുമ്പോഴേക്കും ഞങ്ങളത് തീർത്തിട്ടുണ്ടാവും!

ഞാൻ ഡിവൈഎഫ്ഐയിൽ ചേരുമ്പോഴുള്ള ഭാരവാഹികൾ തച്ചറോത്ത് കുഞ്ഞികേളപ്പനും പനമ്പ്രകണ്ടി ഗോവിന്ദനുമായിരുന്നു. കുന്നത്ത് ശ്രീധരൻ വില്ലേജ് കമ്മിറ്റി സെക്രട്ടറിയായിരുന്ന കാലമായിരുന്നു ആവേശകരമായ പ്രവർത്തനകാലം. ഒരു മികച്ച സംഘാടകനായിരുന്ന ശ്രീധരൻ പ്രസംഗത്തിലും സംഘാടനത്തിലും വൈകാരികതയെ വേണ്ടവിധം ഉപയോഗിച്ചിരുന്നു. ശ്രീധരനിൽ നിന്നും ഒരുപാട് കാര്യങ്ങൾ പഠിക്കാനായിട്ടുണ്ട്.

സ്റ്റാർ തിയറ്റേഴ്സിന് കെട്ടിടം പണിയാനും ഒപ്പമൊരു വായനശാല പടുത്തുയർത്താനും വേണ്ടി തെക്കേലത്ത് രാഘവൻ സെക്രട്ടറിയായിരുന്ന കാലത്ത് സ്റ്റാർ തിയറ്റേഴ്സ് ഭാരവാഹികൾ കൈതക്കലിലെ റോഡരികിൽ കുറച്ച് സ്ഥലം വാങ്ങിയിട്ടിരുന്നു. ആ സ്വപ്നവും ആ സ്ഥലവും കാട്ടുപിടിച്ച് കിടക്കുകയാണ്. അവിടെ ഒരു കെട്ടിടം നിർമ്മിക്കുന്നതിനെക്കുറിച്ച് ആലോചിക്കുന്നതിനും സ്റ്റാർ തീയേറ്റേഴ്സ് പുനരുജ്ജീവിപ്പിക്കുന്നതിനുമായി എംഎം ബാലകൃഷ്ണന്റെ നേതൃത്വത്തിലാണ് രയരോത്ത് ബാലകൃഷ്ണന്റെ വീട്ടിലെ ഓഫീസ് മുറിയിലേക്ക് യോഗം വിളിച്ചുചേർത്തത്. യോഗം നല്ല രീതിയിൽ തന്നെ നടന്നു. സെക്രട്ടറിയായി പുതുക്കുടി ദാസനെയും പ്രസിഡന്റായി എംഎം ബാലകൃഷ്ണനെയും തെരഞ്ഞെടുത്തു. യോഗമൊക്കെ കഴിഞ്ഞുള്ള സൊറപറച്ചിലിടയിലാണ്

"മ്മക്ക് ഓണത്തിന് ഒരു പരിപാടി വെച്ചാലോ ?" എന്ന് എംഎം

ബാലകൃഷ്ണൻ ചോദിക്കുന്നത്.

യോഗം നടക്കുന്നത് അത്തം ഒന്നിനായിരുന്നു!

എട്ടു ദിവസങ്ങൾക്കപ്പുറം നടക്കേണ്ടുന്ന ഒരു കാര്യത്തെ കുറിച്ചാണ് പറയുന്നത് !

ചർച്ചകൾ പൊടിപൊടിച്ചു.

പരിപാടി തീരുമാനിക്കപ്പെട്ടു!

കൈതക്കലിലെ റോഡ്സൈഡിൽ ഒരു ചെറിയ സ്റ്റേജ് കെട്ടിയുണ്ടാക്കി പഴയ പാട്ടുകളുടെ അവതരണം എന്ന ആശയത്തിന്മേലാണ് ചർച്ച തുടങ്ങിയത്. എഎംജിയുടെ ഹാർമോണിയം, തബലയ്ക്ക് കരിവണ്ണൂരിലെ ബാലകൃഷ്ണനെ ഏൽപ്പിക്കാം. പാടാൻ ഒന്ന് നമ്മുടെ പരത്തുറ ദാമോദരൻ തന്നെയാവട്ടെ.

"യേശുദാസ് മൊയ്തീൻ വിളിച്ചാൽ വരും"

"ഏതായാലും സ്റ്റേജ് കെട്ടുന്നില്ലേ ? കുട്ടികളുടെ ഒരു ഡാൻസ് പ്രോഗ്രാം കൂടിയായാലോ ?"

"അതൊക്കെ വലിയ ചെലവല്ലേ ? "

"ഡാൻസ് മാഷ് അത്തോളി ബാലകൃഷ്ണനോട് പറഞ്ഞാൽ മതി. അയാൾ വെള്ളിയൂര് കുട്ടികളെ പഠിപ്പിക്കുന്നുണ്ട്. ആ കുട്ടികളെ തന്നെ വിളിക്കാം. ഹാർമോണിയവും തബലയും എന്തായാലും ഉണ്ടല്ലോ"

അങ്ങനെ അതും തീരുമാനമായി.

"പൈസയുണ്ടാക്കാൻ നമുക്ക് ഓണപ്പൊട്ടന്റെ വേഷം കെട്ടി ഓടിയാലോ ? നമ്മുടെ നാട്ടിലേക്ക് ഇപ്പോൾ മലയന്മാര് വരാറുമില്ലല്ലോ?" തട്ടാൻകണ്ടി ഭാസ്കരനാണ് പുത്തനൊരാശയം അവതരിപ്പിച്ചത്.

"കിരീടവും മുടിയും നിങ്ങളാരെങ്കിലും സംഘടിപ്പിച്ചാൽ ഓണപ്പൊട്ടനെ ഒരുക്കുന്ന കാര്യം ഞാനേറ്റു. ആർബിയുടെ ഉറപ്പുകിട്ടിയതോടെ ഓണപ്പൊട്ടൻ ഓടാനും തീരുമാനമായി.

"ഓട്ടുമ്പോൾ കുലുക്കാനുള്ള പൂശാരിമണി ഇളയിടത്ത് കുഞ്ഞിക്കണ്ണൻ നായരുടെ കയ്യിലുണ്ട്. ചോദിച്ചാൽ തരാതിരിക്കില്ല. അത് നമുക്ക് വാങ്ങാം" പുതുക്കുടി ദാസനും ഏറ്റു.

പിറ്റേന്ന് ഞങ്ങൾ യേശുദാസ് മൊയ്തിയുടെ വീട്ടിലെത്തി. മൊയ്തിയോട് കാര്യങ്ങളൊക്കെ പറഞ്ഞു.

"ഞാൻ വരാം. ഞാൻ മാത്രമായാൽ ഒരു രസമുണ്ടാവില്ല. നിങ്ങള് രാജപാലനോട് കൂടി പറയ്. അവൻ സഹകരിക്കുന്ന കൂട്ടത്തിലാണ്. എന്തായാലും വരും"

മൊയ്തീയുടെ അഭിപ്രായവും കേട്ട് അവിടെ നിന്നിറങ്ങുമ്പോൾ പാറേന്റെ മീത്തൽ ചന്ദ്രൻ പറഞ്ഞു:

"രാജപാലൻ നമ്മുടെ രാഘവൻ നായരുടെ അനുജനാണ്. നമ്മൾ വിളിച്ചാൽ എന്തായാലും വരാതിരിക്കില്ല"

പാറേന്റെ മീത്തൽ ചന്ദ്രൻ ഈ പരിപാടിയുടെ നടത്തിപ്പ് കമ്മിറ്റിയുടെ ട്രഷറർ ആണ്.

അങ്ങനെ രാജപാലന്റെ വീട്ടിലെത്തി. ആദ്യമായാണ് കാണുന്നതെങ്കിലും വളരെ സൗമ്യനായി ഞങ്ങളെ സ്വീകരിച്ചു.

"ഞാൻ വരാം. സന്തോഷമേയുള്ളൂ. ഒരു പാട്ടുപരിപാടി ഭംഗിയാവണമെങ്കിൽ ഒരു ഫീമെയിൽ വോയിസ് കൂടി വേണ്ടേ ? അതിന് ആരെയെങ്കിലും നിങ്ങൾ ഏൽപ്പിക്കണേ. "

"അത് പ്രശ്നമല്ല. എന്റെ മരുമകളുണ്ട് ഗീത. പ്രൊഫഷണൽ ഗാനമേളകളിലൊക്കെ പാടുന്നവളാണ്. അവളെ വിളിക്കാം."

ആ പ്രശ്നത്തിന് പാറേന്റെ മീത്തൽ ചന്ദ്രൻ തന്നെ പരിഹാരം കണ്ടെത്തി.

"അപ്പോഴും ഒരു പ്രശ്നമുണ്ട്. "

രാജപാലൻ പുതിയൊരു പ്രശ്നം കൂടി മുമ്പിൽ വച്ചു.

"വെറും ഹാർമോണിയവും തബലയും കൊണ്ട് ഒരു ഗുമ്മുണ്ടാവില്ല. കാറ്റുള്ളമല ജോസിനെക്കൂടി കിട്ടുമോന്ന് ശ്രമിച്ചുനോക്കണം"

രാജപാലന്റെ നിർദ്ദേശം തള്ളിക്കളയാൻ പറ്റിയില്ല. അന്ന് അറിയപ്പെടുന്ന വയലിനിസ്റ്റ് ആണ് കാറ്റുള്ളമല ജോസ്. പിറ്റേന്ന് തന്നെ പോയി അദ്ദേഹത്തെയും ബുക്ക് ചെയ്തു.

ചെറിയ പരിപാടി പതുക്കെപ്പതുക്കെ വലുതാവുകയാണ് ! അടിയന്തരമായി വീണ്ടും രയരോത്ത് ബാലകൃഷ്ണന്റെ വീട്ടിൽ എല്ലാവരും കൂടിയിരുന്നു.

"പരിപാടി പുതിയേടത്ത് വയലിലേക്ക് മാറ്റാം "

"നമ്മൾ വിചാരിച്ചതിലേറെ പണം വേണ്ടിവരും ! അടിയന്തരമായി പിരിവു തുടങ്ങണം. റസീറ്റും നോട്ടീസും വേണം. "

"നോട്ടീസ് അച്ചടിക്കുമ്പോൾ അതിൽ കലാപരിപാടികളുടെ

വിവരങ്ങൾ വെക്കണ്ടേ ? അത് എന്തൊക്കെ വെക്കും ?നൃത്തനൃത്യങ്ങൾ, ഗാനമേള.. ഒരു സാംസ്കാരിക സമ്മേളനം കൂടി വേണ്ടേ ?"

"സാംസ്കാരിക സമ്മേളനം ഉദ്ഘാടനം ചെയ്യാൻ നമുക്ക് രാജൻ തിരുവോത്തിനെ വിളിക്കാം "അദ്ദേഹത്തിന്റെ യൂണിവേഴ്സൽ കോളേജിലാണല്ലോ ഞാൻ പഠിക്കുന്നത്. ആ ബന്ധംവച്ചത് ഞാനേറ്റു.

"ഒരു ചെറിയ നാടകം കളിച്ചാലോ ? ഒരു നല്ല സ്ക്രിപ്റ്റ് കിട്ടിയാൽ ഞാൻ സംവിധാനം ചെയ്യുമായിരുന്നു" എം.എം ബാലകൃഷ്ണൻ ഒരാഗ്രഹം പറഞ്ഞു.

"സ്ക്രിപ്റ്റ് ഞാൻ കൊണ്ടുവരാം. ഇനി കുറച്ച് ദിവസങ്ങളെയുള്ളൂ നമുക്ക് നാളെ തന്നെ റിഹേഴ്സൽ തുടങ്ങേണ്ടി വരും" അക്കാര്യം എകെ കരുണാകരൻ ഏറ്റെടുത്തു.

"ഞങ്ങളുടെ ഒരു ഹാസ്യകലാപ്രകടനം ഉണ്ടായിരിക്കും." ഞാനും കൊല്ലിയിൽ രമേശനും വള്ളുപറമ്പിൽ സന്തോഷും കൂടി തീരുമാനിച്ചു പറഞ്ഞു.

"നമ്മുടെ കെ.ടി ജോർജ്ജ് നന്നായി കഥാപ്രസംഗം അവതരിപ്പിക്കും. തബലയും ഹാർമോണിയവും എന്തായാലും ഉണ്ടല്ലോ. അവനോടു ചോദിച്ചു അതുംകൂടി ഉറപ്പിച്ചാലോ ?"

"ബാലകൃഷ്ണന്റെ ഫർണിച്ചർ കടയിൽ ആശാരിപ്പണി എടുക്കുന്ന ചെറുപ്പക്കാരൻ നന്നായി ഡിസ്കോഡാൻസ് കളിക്കും എന്നാണ് പറയുന്നത്. ഡിസ്കോഡാൻസ് കൂടി ഉൾപ്പെടുത്തിയാലോ ?" പടിഞ്ഞാറെ പറമ്പിൽ രാജനാണ് ഡിസ്കോ ഡാൻസ് എന്ന ആശയം പങ്കുവച്ചത്.

പിറ്റേന്ന് തന്നെ നോട്ടീസ് അച്ചടിച്ചു പുറത്തുവന്നു !

സാംസ്കാരിക സമ്മേളനം,

രംഗപൂജ,

കഥാപ്രസംഗം,

ഹാസ്യ കലാപ്രകടനം,

നൃത്തനൃത്യങ്ങൾ,

ഡിസ്കോ ഡാൻസ്,

ഗാനമേള,

നാടകം,

സജീവമായ പിരിവും തുടങ്ങി.

പകലുമുഴുവൻ പണപ്പിരിവ്.

വൈകുന്നേരം മുതൽ അർദ്ധരാത്രിവരെ രയരോത്തെമുറ്റത്ത് വച്ച് റിഹേഴ്സലുകൾ.

ഒരുഭാഗത്ത് എംഎം ബാലകൃഷ്ണനും എകെ കരുണാകരനും ദാസനും കൈതക്കൽ രാധാകൃഷ്ണനും കൊല്ലിയിൽ രാജീവനും സംഘവും തകൃതിയായ നാടക റിഹേഴ്സലിൽ ! മറ്റൊരു ഭാഗത്ത് ഞാനും വള്ളുപറമ്പിൽ സന്തോഷും കൊല്ലിയിൽ രമേശനും ഹാസ്യ കലയുടെ റിഹേഴ്സൽ !

അവർ റിഹേഴ്സൽ ചെയ്തുകൊണ്ടിരിക്കുന്നത് ഒരു അത്യന്താധുനിക നാടകമാണ് ! അഭിനയിക്കുന്നവർക്കോ കണ്ടുനിൽക്കുന്നവർക്കോ സംവിധായകനോ ഒന്നും മനസ്സിലാവുന്നില്ല! അക്കാലത്ത് മനസ്സി ലാകായ്മയായിരുന്നു ഏകാങ്ക നാടകങ്ങളുടെ ഹൈലൈറ്റ് !

പിരിവ് തുടങ്ങി രണ്ടാമത്തെയോ മൂന്നാമത്തെയോ ദിവസം പേരാമ്പ്രയിലെ കടകൾ തോറും കയറിയിറങ്ങുന്നതിനിടയിൽ ലേണേഴ്സ് ബുക്സ്റ്റാളിൽ വച്ച് ഒരു ചെറിയ നാടകപുസ്തകം കണ്ടു. അപ്പോൾത്തന്നെ അത് വാങ്ങി. 'ചന്ദീരാനും കൂട്ടരും' പുസ്തകം മുഴുവൻ വായിച്ച കഴിഞ്ഞ് എംഎം ബാലകൃഷ്ണൻ അതിലെ ഒരു നാടകം തെര ഞ്ഞെടുത്തു. കാൾമാർക്സും ഗാന്ധിജിയും അനുഭവ സമ്പന്നനായ ഒരു സമരപോരാളിയും മതപുരോഹിതനും മറ്റുമാണ് കഥാപാത്രങ്ങൾ ! സ്വത്വ പ്രതിസന്ധി നേരിടുന്ന ഒരു യുവാവിന്റെ പ്രത്യയശാസ്ത്രാന്വേ ഷണമായിരുന്നു ത്രെഡ്.

അന്നുമുതൽ ആ നാടകം റിഹേഴ്സൽ ചെയ്യാൻ തുടങ്ങി! ഗാന്ധിജി യായി ആർ ബാലകൃഷ്ണൻ, കാൾമാക്സായി പുതുക്കുടി ദാസൻ,സ്വത്വ പ്രതിസന്ധി നേരിടുന്ന യുവാവായി എ കെ കരുണാകരൻ, അനുഭവ സമ്പന്നനായ പോരാളിയായി എംഎം ബാലകൃഷ്ണനും. പരിപാടിക്ക് ഇനി മൂന്നോ നാലോ ദിവസങ്ങൾ മാത്രമേയുള്ളൂ എന്നോർക്കണം !

അതിനിടയിൽ ഡാൻസ് മാസ്റ്റർ അത്തോളി ബാലകൃഷ്ണൻ കുറച്ചു കുട്ടികളുമായി കൈതക്കൽ എത്തി. അവർക്ക് റിഹേഴ്സൽ ചെയ്യാൻ സൗകര്യം ചെയ്തുകൊടുക്കണം എന്ന് പറഞ്ഞു. അവരെയും രയരോത്ത് വീട്ടിലേക്കാക്കി ! ആർബിയുടെ വീട്ടിലിപ്പോൾ അതിരാവിലെ മുതൽ അർദ്ധരാത്രിവരെ വിവിധതരം റിഹേഴ്സലുകളുടെ പൂരമാണ് !

പുതുക്കുടി കുഞ്ഞികേളപ്പൻ നായരുടെ പഴയ മൈക്ക് സെറ്റ് ഉപയോഗിച്ചുള്ള ഒരു കുഞ്ഞുപരിപാടിയായിരുന്നല്ലോ നമ്മൾ

ആലോചിച്ചു തുടങ്ങിയത്. ഇപ്പോൾ അതൊരു വലിയപരിപാടി യായി കഴിഞ്ഞു ! മൈക്ക് സെറ്റ് പേരാമ്പ്രയിൽ ഏൽപ്പിക്കാം എന്ന ചർച്ചവന്നപ്പോൾ 'ഗാനമേള'ക്ക് അതു മതിയാവില്ല, പ്രിയ സൗണ്ട്സ് കുരാച്ചുണ്ട് തന്നെവേണം എന്ന് തീരുമാനിക്കപ്പെട്ടു. കുരാച്ചുണ്ടിൽ പോയി അത് ഏൽപ്പിച്ചു.

ഇത്രയും കലാപരിപാടികൾ നടക്കണമെങ്കിൽ വലിയ സ്റ്റേജ് വേണ്ടേ ? അത് വീടുകളിൽ നിന്നും കട്ടിലുകൾ എടുത്ത് നമുക്ക് കെട്ടി ഉണ്ടാക്കാം എന്ന് ആരോ നിസ്സാരമായി പറഞ്ഞു. മുമ്പ് ഇതൊന്നും ചെയ്തുപരിചയമുള്ള ആരും കൂട്ടത്തിൽ ഇല്ലാതിരുന്നത് കൊണ്ട് എല്ലാവരും നിസ്സാരമായി തന്നെയെടുത്തു. പരിപാടി യുടെ തലേദിവസം കാലത്ത് മുതൽ ഞങ്ങൾ സ്റ്റേജ് നിർമ്മാണം ആരംഭിച്ചു. എവിടെയും എത്തുന്നില്ല!

ഞങ്ങളുടെ വേവലാതികളും ഉൽക്കണ്ഠകളും കണ്ട് പുതുക്കുടി ചാത്തുക്കുട്ടിനായരും പുതുക്കുടിതാഴെ ശേഖരൻ നായരും രംഗത്തി റങ്ങി. പല വീടുകളിൽ നിന്നും കട്ടിലും പലകകളും മറ്റും കൊണ്ടുവന്ന് സ്റ്റേജ് പണി തകൃതിയിൽ നടന്നുകൊണ്ടിരിക്കുകയാണ്. ഇപ്പോഴും എവിടെയും എത്തിയിട്ടില്ല.

പിരിവ് കാര്യമായി കിട്ടുന്നതിനുവേണ്ടി നോട്ടീസിൽ ഗാനമേള എന്ന് വലുതായി വെച്ചതുകൊണ്ട് നാടകത്തേക്കാൾ ഗാനമേളയ്ക്ക് വലിയ പബ്ലിസിറ്റി കിട്ടി. അക്കാലത്ത് ഗാനമേള എന്നത് വലിയ തരംഗം തന്നെയായിരുന്നു. എവിടെയെങ്കിലും ഗാനമേളയുണ്ടെങ്കിൽ എല്ലാവരും ചേർന്ന് വാഹനം വിളിച്ച് സംഘമായി പോകുന്ന ഒരു കാലമായിരുന്നു ! പാട്ടിനിടയിൽ ഡാൻസ് കളിക്കലും പാട്ട് നന്നാ യില്ലെങ്കിൽ കൂവിവിളിക്കലും പതിവായിരുന്നു. അവസാനം വലിയ രീതിയിലുള്ള അടിയിലും ലാത്തിച്ചാർജ്ജിലുമാണ് ഒട്ടുമിക്ക ഗാനമേ ളകളും അവസാനിച്ചിരുന്നത് !

അത്തരത്തിലുള്ള ഒരു ഗാനമേളയാണ് ഇവിടെയും മറ്റു നാട്ടുകാർ പ്രതീക്ഷിക്കുന്നത് ! മറ്റു നാട്ടുകാർ മാത്രമല്ല ഞങ്ങളുടെ നാട്ടുകാരും! എന്നാൽ നടക്കാൻ പോകുന്നതോ ! എഎംജിയും ബാലകൃഷ്ണേട്ടനും കാറ്റുള്ളമല ജോസും മാത്രം പിന്നണിയിലും യേശുദാസ് മൊയ്തീയും രാജപാലനും കെ.ടി ഗീതയും പരുത്തുറ ദാമോദരനും പാട്ടുകാരായുമു ള്ള ഒരു ചെറിയ പരിപാടി ! ഇതുവരെ അതിന്റെ റിഹേഴ്സൽ പോലും നടന്നിട്ടില്ല ! നാളെ വൈകുന്നേരം എല്ലാവരും എത്തിയിട്ട് വേണം റിഹേഴ്സൽ നടത്താൻ...

പാട്ടിന്റെ മ്യൂസിക് റിഹേഴ്സൽ മാത്രം നടത്തിയാൽ പോര. കഥാ പ്രസംഗത്തിനും നാടകത്തിനും കുട്ടികളുടെ നൃത്ത പരിപാടിക്കും വേണം ! എല്ലാറ്റിനും നാളെ ഒരു ദിവസം മാത്രമുണ്ട് ! ഒരുപാട് നാടകങ്ങൾ നടന്ന കൈതക്കലിൽ നല്ലൊരു നാടകവും അവർ പ്രതീക്ഷിക്കുന്നുണ്ട്.

നാട്ടുകാരെല്ലാം വലിയ പ്രതീക്ഷയിലും ഉത്സാഹത്തിലുമാണ്.

ഞങ്ങൾക്ക് സമ്മിശ്ര വികാരങ്ങളാണ്. ഞങ്ങൾ ആദ്യമായി സംഘടിപ്പിക്കുന്ന വലിയ ഒരു പരിപാടി നാളെ നടക്കുന്നു എന്ന ആകാംക്ഷ കലർന്ന പ്രതീക്ഷയും അത് എന്തായി തീരുമെന്ന ഉൽക്കണ്ഠയും !

ഒരു പ്രത്യേക അറിയിപ്പ്

ഒന്നാമത്തെ ഓണത്തിനാണ് ഓണപ്പൊട്ടൻ ഓടാൻ തീരുമാനിച്ചത്. അതിരാവിലെ നാലര - അഞ്ച് മണിക്ക് ഓണപ്പൊട്ടൻ ഓടിത്തുടങ്ങണം. എന്നാലേ കൂടുതൽ ഏരിയ കവർ ചെയ്യാൻ കഴിയൂ. കൂടുതൽ ഏരിയ കവർ ചെയ്താലേ കൂടുതൽ സംഭാവന കിട്ടൂ.. ഓണപ്പൊട്ടന്റെ വേഷവിധാനങ്ങൾ ആർബി തന്നെ കാർഡ്ബോർഡും മറ്റ് സാധനങ്ങളും കൊണ്ട് ഉണ്ടാക്കിയെടുത്തു ! ഓണപ്പൊട്ടന് ഉടുക്കാനുള്ള ചുവന്ന മുണ്ട് എവിടെ കിട്ടും? തലേന്ന് ഏറെ വൈകിയാണ് അതോർമ്മിച്ചത്. CITU തൊഴിലാളിയായ നടുപ്പറമ്പിൽ അമ്മാളുവേട്ടത്തി പണിക്കു പോകുമ്പോൾ ഉപയോഗിച്ചുകൊണ്ടിരുന്ന ചുവന്നഷാളിന്റെ കാര്യം എനിക്കോർമ്മ വന്നു. അപ്പോൾത്തന്നെ നടുപ്പറമ്പിൽ പോയത് ചോദിച്ചു വാങ്ങിക്കൊണ്ടുവന്നു.

ഞങ്ങൾ തലേന്ന് രാത്രി ആർബിയുടെ വീട്ടിലാണ് കിടന്നത്. നാലുമണിക്ക് തന്നെ ഉണർന്നു മേക്കപ്പ് തുടങ്ങി. നാടകത്തിനും മറ്റും ഉപയോഗിക്കുന്ന മേക്കപ്പ് സാധനങ്ങളാണ് ഉപയോഗിക്കുന്നത്. ഫെയ്സ് മാസ്കിനുള്ള പേസ്റ്റും റോസ് പൗഡറും പാൻകേക്കുമെല്ലാമുണ്ട്.

എം.എം ബാലകൃഷ്ണനും ആർബിയും ചേർന്നാണ് മേക്കപ്പ് നടത്തിക്കൊണ്ടിരിക്കുന്നത്. തട്ടാൻകണ്ടി ഭാസ്കരന്റെ മുഖത്ത് ഫൗണ്ടേഷൻ ചെയ്തതിനുശേഷം എം.എം ബാലകൃഷ്ണൻ കുറച്ചു വെള്ളം കയ്യിലെടുത്ത് ഭാസ്കരന്റെ മുഖത്ത് സ്പ്രേ ചെയ്തു. അത് ആർബി തലേന്ന് ബ്രഷ്

കഴുകിവെച്ച വെള്ളമായിരുന്നു! ഭാസ്കരൻ ദേഷ്യപ്പെട്ടപാടെ എം.എം ബാലകൃഷ്ണൻ 'സോറി.. സോറി..'എന്ന് പറയുകയും ആർബി ഇപ്പോൾ ഗോഡൗണായി ഉപയോഗിക്കുന്ന പഴയ പൂജാമുറിക്കകത്തു പോയി ഒരു പഴയ തുണിയെടുത്തുകൊണ്ടുവന്ന് മുഖത്തെ വെള്ളം ഒപ്പിയെടുക്കാൻ തുടങ്ങുകയും ചെയ്തു.. എന്തൊ ഒരു വൃത്തികെട്ട നാറ്റം മൂക്കിലടിച്ചത് കാരണം ഭാസ്കരൻ 'ആ തുണി ഏതാണ് ബാലകൃഷ്ണാ..' എന്ന് ചോദിക്കുകയും ബാലകൃഷ്ണൻ ആ തുണി നിവർത്തുകയും ചെയ്തത് ഏറെനേരം രസകരമായ സംഭവങ്ങൾക്ക് വഴിയൊരുക്കി ! അത് ആർബി പണ്ടെപ്പോഴോ ഉപേക്ഷിച്ച കീറിപ്പഴകിയ ഒരു ഷഡ്ഡിയായിരുന്നു ! ഭാസ്കരൻ ബാലകൃഷ്ണനെ വഴക്ക് പറഞ്ഞതും തുടർന്ന് നടന്ന ചിരിമേളങ്ങളും ഇന്നലെ കഴിഞ്ഞത് പോലെ ഓർമ്മയിലുണ്ട്..

ഓണപ്പൊട്ടനോടൊപ്പം വലിയൊരു സംഘം തന്നെ ഓടാൻ ഉണ്ടായിരുന്നു. എടവനത്തറ, കടുക്കാട് മരുതേരി, ഈമ്പാക്കുന്ന് ഊട്ടുവഴി, പുറ്റാട്, കരിംമ്പാംകുന്ന്, ഈങ്ങാരി, പുളിക്കൽ പൊയിൽ, വില്ലൻകണ്ടിപ്പൊയിൽ, കല്ലോത്ത്... വലിയൊരു ഏരിയ തന്നെ അന്ന് ഞങ്ങൾ ഓടിയെത്തി. ചില വീട്ടുകളിൽ വിളക്ക് വെച്ച് ആചാര പ്രകാരമാണ് സ്വീകരിച്ചത്. ഓണപ്പൊട്ടന്റെ ശരീരത്തിന്റെ കറുത്തനിറം കണ്ട് സംശയം തോന്നിയിട്ട് ഒരു യാഥാസ്ഥിതിക നായർ കുടുംബത്തിൽ കയറാൻ അനുവദിച്ചതുമില്ല!

ഒരുപാട് പണവും അരിയും കിട്ടി. കുറച്ച് അരി കലാപരിപാടികളിൽ പങ്കെടുക്കുന്നവർക്കുള്ള ഭക്ഷണമൊരുക്കാനായി എടുത്തു. ബാക്കിയുള്ളത് പാവങ്ങളായ ആളുകൾക്ക് കൊടുക്കുകയും ചെയ്തു.

* * *

എല്ലാവരും പ്രതീക്ഷയോടെ കാത്തിരിക്കുന്ന കലാപരിപാടികൾ തുടങ്ങാൻ ഇനി കുറച്ച സമയം കൂടിയേയുള്ളൂ.. പാട്ടുകാരും ഇൻസ്ട്ര മെൻസ് കൈകാര്യം ചെയ്യുന്നവരും വന്നിട്ടുണ്ടെന്നും അവർ പാട്ടിന്റെ റിഹേഴ്സൽ തുടങ്ങിയെന്നും ആരോ പറഞ്ഞു. ഞങ്ങൾ പുതിയേടത്ത് താഴെ വയലിലാണ്. സ്റ്റേജ് പണികൾ ഇപ്പോഴും തകൃതിയായി നടന്നു കൊണ്ടിരിക്കുകയാണ്..! പുതുക്കുടി ചാത്തുക്കുട്ടിനായരുടേയും ശേഖരൻ നായരുടേയും കഷ്ടപ്പാടുകൾ കണ്ടിട്ട് കുറച്ചാളുകൾ കൂടി സഹായത്തിനായി ഇറങ്ങിയിട്ടുണ്ട്. ഏറെക്കുറെ പണികൾ പൂർത്തീകരിക്കാറായപ്പോഴാണ് 'മുന്നിൽ ഒരു കർട്ടൻ വേണ്ടതല്ലേ?' എന്ന് ആരോ ചോദിക്കുന്നത്!

അപ്പോഴാണ് സത്യത്തിൽ അക്കാര്യം എല്ലാവരും ഓർമ്മിച്ചത്!

" സാധനം കല്ലോട് വീനസ് തിയേറ്റേഴ്സിൽ ഉണ്ട്. കെ.കെ മൂസ്സ പറഞ്ഞാൽ കിട്ടും. "

കെ.കെ മൂസ്സക്കയെ നോക്കിയിറങ്ങാൻ തുടങ്ങുമ്പോഴേക്കും അദ്ദേഹം ഗ്രൗണ്ടിലേക്ക് വന്നുകൊണ്ടിരിക്കുന്നു ! സാംസ്കാരികസമ്മേളന ഉദ്ഘാടനകനായ രാജൻ തിരുവോത്ത് മാഷും ഒപ്പമുണ്ട് !

രാജൻ തിരുവോത്ത് മാഷിന്റെ മുമ്പിൽ വെച്ചാണ് കർട്ടന്റെ കാര്യം മൂസ്സക്കയുമായി സംസാരിക്കുന്നത്. അപ്പോൾതന്നെ രാജൻമാഷിന് കാര്യങ്ങളുടെ ഒരു ഏകദേശ ചിത്രം കിട്ടിക്കഴിഞ്ഞിട്ടുണ്ടാവും.

" പ്രസാദേ.. പരിപാടി കുറച്ചുകൂടി വൈകാൻ സാധ്യതയുണ്ടല്ലേ.. ഞാൻ പോയി അല്പം കഴിഞ്ഞ് വന്നാൽ മതിയോ ?"

"മാഷേ.. പോകല്ലേ.. പരിപാടി ഇപ്പോൾ തുടങ്ങും.."

മാഷിനെ ഞാൻ മൂസക്കയെ ഏൽപ്പിച്ച് സ്റ്റേജിന് അടുത്തേക്ക് ഓടി.

കാര്യങ്ങൾ പിന്നീട് വളരെ വേഗത്തിൽത്തന്നെ നടന്നു. സ്റ്റേജ് പണി പൂർത്തിയായി. കർട്ടൻ കെട്ടിക്കഴിഞ്ഞു. പ്രിയ സൗണ്ട്സിന്റെ കോളാമ്പികളിൽനിന്നും ബോക്സുകളിൽ നിന്നും മനോഹരങ്ങളായ പാട്ടുകളുയർന്നു! പരിപാടി നടക്കാൻ സാധ്യതയുണ്ട് എന്നൊരു തോന്നൽ നേരത്തെ വന്ന് അവിടെയുമിവിടെയും കൂടിനിൽക്കുന്നവരിൽ ഉണ്ടായി !

അപ്പോഴാണ് ആരോ ഒരു സങ്കടവർത്തമാനം വന്നു പറഞ്ഞത്. രാജൻ തിരുവോത്ത് മാഷ് തിരിച്ചുപോയി!

ഇനിയെന്ത് ചെയ്യും ?

നേരം ഇപ്പോൾത്തന്നെ കുറെയേറെ വൈകി.

സാംസ്കാരിക സമ്മേളനം എത്രയുംവേഗം തുടങ്ങണം. ആലോചിച്ചു നിൽക്കാൻ സമയമില്ല.

അതാ.. മുന്നിൽ വയലാളി ഗോവിന്ദൻ നായരും ചാലിക്കര നാരായണൻ വൈദ്യരും !

വയലാളി തന്നെ ഉദ്ഘാടനം ചെയ്യട്ടെ !

ആശംസകൾ വേണ്ടേ ?

ആശംസ ഒന്ന് ചാലിക്കര നാരായണൻ വൈദ്യരാവട്ടെ . അതാ.. അവിടെ.. ആൾക്കൂട്ടത്തിനിടയിൽ ചാലിക്കര രാധാകൃഷ്ണൻ

മാസ്റ്റർ ആരോടോ വർത്താനം പറഞ്ഞു നിൽക്കുന്നു! ഉടൻതന്നെ അയാളെയും വിളിച്ച് സ്റ്റേജിലിരുത്തി, പുതുക്കുടി ദാസന്റെ സ്വാഗത പ്രഭാഷണത്തോടെ സാംസ്കാരിക സമ്മേളനം തുടങ്ങി ! നാളികേരത്തിന്റെ വിലയിടിവിനെതിരേയും കേന്ദ്ര ഗവൺമെന്റ് കേരളത്തോട് കാണിക്കുന്ന അവഗണനക്കെതിരെയുള്ള ഏറെനേരം നീണ്ടു നിൽക്കുന്ന ഒരു പ്രസംഗമായിരുന്നു വൈദ്യരുടേത് ! വയലാളിയും മോശമാക്കിയില്ല !

ഇത്തരം പ്രസംഗങ്ങളല്ല സാംസ്കാരിക പ്രഭാഷണത്തിൽ വേണ്ടത് എന്നു പറഞ്ഞുകൊണ്ടാണ് രാധാകൃഷ്ണൻ മാസ്റ്റർ തുടങ്ങിയത്. വളരെനേരം നീണ്ടുനിന്ന സാംസ്കാരിക സമ്മേളനം അവസാനിച്ചു.

ഇനി കലാപരിപാടികളിലേക്ക്..

രംഗപൂജയോടെ തുടങ്ങുന്നതാണല്ലോ നാട്ടുനടപ്പ്. രംഗപൂജ അവതരിപ്പിക്കേണ്ട കുട്ടികൾ നേരത്തെ തന്നെ മേക്കപ്പ് പൂർത്തിയാക്കി റെഡിയായി നിൽക്കുന്നുണ്ട്. എന്നാൽ ഡാൻസ് മാസ്റ്റർ അത്തോളി ബാലകൃഷ്ണനെ കാണാനില്ല! അദ്ദേഹം തന്നെയാണ് പിന്നണിയിൽ പാട്ടുപാടുന്നതും !

"അത്തോളി ബാലകൃഷ്ണൻ ഈ പരിസരത്ത് എവിടെയെങ്കിലും ഉണ്ടെങ്കിൽ സ്റ്റേജിൽ റിപ്പോർട്ട് ചെയ്യേണ്ടതാണ്... "

"ഒരു പ്രത്യേക അറിയിപ്പ്... അത്തോളി ബാലകൃഷ്ണൻ....... "

അനൗൺസ്മെന്റുകൾ പലവട്ടം നടന്നു. അത്തോളിബാലകൃഷ്ണന്റെ പൊടി പോലും കാണുന്നില്ല !

പട്ടഷാപ്പിലെ വേലായുധനാണ് ഓടിക്കിതച്ച് സ്റ്റേജിനു പുറകിൽ വന്ന് എന്നോട് സ്വകാര്യം പറയുന്നത് :

" ബാലകൃഷ്ണൻ ചാരായഷാപ്പിലുണ്ട്. ഓഫായിപ്പോയി ! ഇനി ഇവിടേക്ക് വരാനാകും എന്ന് തോന്നുന്നില്ല ! "

ഇടി വെട്ടേറ്റവനെ പാമ്പുകടിച്ച്, ആശുപത്രിയിൽ കൊണ്ടുപോകും വഴി ഓട്ടോറിക്ഷ മറിഞ്ഞ അവസ്ഥയിലായി !

ഇനിയെന്ത് ചെയ്യും ?

എ.എം.ജി ഒരു പരിഹാരം പറഞ്ഞു.

"ഞാൻ ഹാർമോണിയത്തിൽ പാട്ടു വായിക്കാം.. കുട്ടികൾ അതിനനുസരിച്ച് ഡാൻസ് കളിക്കട്ടെ.. "

ആ നിർദ്ദേശം കുട്ടികൾക്കും സമ്മതം.

അങ്ങനെ രംഗപൂജ തുടങ്ങി..

രംഗപൂജ പകുതിയാവുമ്പോഴേക്കും മൈക്കിലൂടെ അത്തോളി ബാലകൃഷ്ണന്റെ ശബ്ദവും വരാൻ തുടങ്ങി ! അദ്ദേഹം എങ്ങനെയോ വേച്ച് വേച്ച് നടന്നുവന്ന് എഎംജിയുടെ അരികിൽ ചെന്നിരുന്ന് പാട്ട് തുടങ്ങിയിരുന്നു !

രംഗപൂജ ഭംഗിയായി കഴിഞ്ഞു. ഇനി ജോർജിന്റെ കഥാപ്രസംഗമാണ്. അതുകഴിഞ്ഞ് ഒന്നുരണ്ടു ഡാൻസുകൾ. അതു കഴിഞ്ഞാണ് ഞങ്ങളുടെ ഹാസ്യകലാപ്രകടനം.

ഞാനും സന്തോഷും രമേശനും മേക്കപ്പിന് ഇരുന്നു. പടിഞ്ഞാറെ പറമ്പിൽ രാജനും ഫർണിച്ചർ ചെറുപ്പക്കാരനും വളരെ നേരത്തെ തന്നെ മെയ്ക്കപ്പ് കഴിഞ്ഞു റെഡിയായി നിൽക്കുകയാണ്. രണ്ടുപേരും പാന്റ്സ് ഇൻസൈഡ് ചെയ്ത് ശരീരത്തിലാകമാനം ചെറിയ ബൾബുകൾ കെട്ടിവച്ച് ഗ്രീൻറൂമിന്റെ മൂലയിൽ നിന്നും ഡാൻസ് കളി തുടങ്ങിയിരുന്നു ! അപ്പോഴാണ് രാജനും ഡിസ്കോഡാൻസ് കളിക്കാനുണ്ടെന്ന വിവരം ഞാൻ അറിഞ്ഞത്.

മുതുവോട്ട് മീത്തൽ ബാലകൃഷ്ണനെ അവിടെയൊന്നും കാണാനില്ല. പലരോടുമായി കുറെ നേരമായി ഞാൻ അന്വേഷിച്ചു കൊണ്ടിരിക്കുകയായിരുന്നു. ഇൻസ്ട്രുമെൻസ് വായിക്കുന്നവർക്ക് നാടകത്തിന്റെ മ്യൂസിക് നോട്ടേഷൻ പറഞ്ഞുകൊടുക്കുന്നതിന് അതിനടുത്തെവിടെയോ ഉള്ള വീട്ടിലാണെന്ന് ആരോ പറഞ്ഞു.

പരിപാടികൾ നല്ല രീതിയിൽ നടന്നു കൊണ്ടിരിക്കുകയാണ്. അടുത്ത പ്രദേശങ്ങളിലൊന്നും അന്ന് കലാപരിപാടികൾ ഇല്ലാത്തതിനാലും ഗാനമേളയും നാടകവും പ്രതീക്ഷിച്ചും വയല് നിറച്ച് ജനങ്ങളാണ്! ഏതു സംഘാടകർക്കും ആവേശം തോന്നേണ്ട സമയമാണ്! എന്നാൽ ഇത്രയധികം ജനങ്ങളണിനിരന്നത് ഞങ്ങൾക്ക് വേവലാതിയാണ് ഉണ്ടാക്കുന്നത്.

അടുത്തതാണ് ഞങ്ങളുടെ ഹാസ്യ കലാപ്രകടനം.

രമേശനും സന്തോഷും സ്റ്റേജിലേക്ക് കയറി.

അൽപ്പ സമയം കഴിഞ്ഞാണ് എന്റെ പ്രവേശനം ! രമേശന് ഒരുപാട് സ്റ്റേജ് അനുഭവങ്ങളുണ്ട്. ഞാനും സന്തോഷും ആദ്യമായാണ് സ്റ്റേജിൽ കയറുന്നത്. രമേശനും സന്തോഷും വേദിയിൽ തകർക്കുകയാണ്. ജനങ്ങൾ ആർത്ത് ചിരിച്ച് പൂർണ്ണ പിന്തുണ നൽകുന്നുണ്ട്. സന്തോഷിന്റെ മേക്കപ്പ് കാണുമ്പോൾ തന്നെ ചിരി

വരും ! എനിക്ക് നെഞ്ചിൽ നിന്ന് ഒരാളല്ലം മുട്ടുവിറയും തുടങ്ങി ! കയ്യും കാലുമൊക്കെ വിറക്കാൻ തുടങ്ങി.. അത് ആരെയും കാണിക്കാതിരിക്കാൻ വല്ലാതെ പണിപ്പെട്ടു കൊണ്ടിരിക്കുമ്പോൾ എന്റെ രംഗമെത്തി.

ഞാൻ സ്റ്റേജിലെത്തി എന്റെ ആദ്യത്തെ ഡയലോഗ് പറഞ്ഞു !

പെട്ടന്നൊരു മഴ തിമിർത്തു പെയ്തു!

വെറും മഴയല്ല, തുള്ളിക്കൊരുകുടം പെരുമഴ! പേമാരി !

കർട്ടൻ താഴ്ത്തപ്പെട്ടു.

മഴ മാറുമെന്ന് പ്രതീക്ഷിച്ച ജനങ്ങൾ കുറെ നേരം കാത്തിരുന്നു.

ഒടുവിൽ എല്ലാവരും പിരിഞ്ഞു പോകാൻ തുടങ്ങി..

പോകുന്ന പോക്കിൽ കുറെ ബൾബുകളും ട്യൂബുകളും അവർ എറിഞ്ഞുടച്ചു..

തയ്യുള്ളതിൽ പ്രഭാകരനും മറ്റും ഇടപെട്ടാണ് കൂടുതൽ നാശനഷ്ടങ്ങൾ ഉണ്ടാക്കുന്നത് ഒഴിവാക്കിയത്. പരിപാടി പൂർണ്ണമാക്കാൻ കഴിഞ്ഞില്ല എന്ന സങ്കടം തൊട്ടടുത്ത ദിവസങ്ങളിൽ ഞങ്ങൾക്കുണ്ടായിരുന്നു.

എന്നാൽ പരിപാടി തുടർന്നു നടന്നിരുന്നെങ്കിലോ!

പൊട്ടിച്ചിരിയുടെ പേരുകാരൻ

ഒരു പൊട്ടിച്ചിരിയുടെ പേരായിരുന്നു പുതുക്കുടി ചാത്തുക്കുട്ടിനായർ ! ചാത്തുക്കുട്ടിനായരെ കുറിച്ചുള്ള ആരുടെ ഓർമ്മകളും തുടങ്ങുന്നതും അവസാനിക്കുന്നതും അദ്ദേഹത്തിന്റെ വ്യക്തിത്വത്തിന്റെ തന്നെ മുഖമുദ്രയായ നിഷ്കളങ്കമായ ഒച്ചയുയർത്തിയുള്ള ആ ചിരിയിലായിരിക്കും !

ഒരു നുറുങ്ങു തമാശമതി അദ്ദേഹത്തിന് സ്വയം മറന്ന് പൊട്ടിച്ചിരിക്കാൻ !

പണിയും തൊരവുമില്ലാതെ നടന്നിരുന്ന കാലത്തെ വിരസമായ പകലുകൾ ഞാൻ ചെലവഴിച്ചിരുന്നത് കൈതക്കൽ രാധാകൃഷ്ണന്റെ വീട്ടിലും രയരോത്ത് ബാലകൃഷ്ണന്റെ ഓഫീസ് മുറിയിലും പുതുക്കുടി ചാത്തുക്കുട്ടി നായരുടെ വീട്ടുകോലായിലും ആയിരുന്നു.

പഴയ നാടകഗാനങ്ങളുടെയും പഴയപാട്ടുകളുടെയും വലിയൊരു ഒരു കാസെറ്റ് ശേഖരം തന്നെ ഉണ്ടായിരുന്നു ബാലകൃഷ്ണന്റെ വീട്ടിൽ. കാലത്ത് ഉണർന്നെണീറ്റപാടെ അവിടെ പോയിരിക്കും ! വൈകുന്നേരം വരെ, ചിലപ്പോൾ രാത്രിവരെയും ആ പാട്ടുകൾ കേട്ടിരുന്ന് നേരം പോക്കും. ബാലകൃഷ്ണനുവേണ്ടി വെക്കുന്നതും വിളമ്പുന്നതും ഞാനും തിന്നും.

മറ്റുള്ള ദിവസങ്ങളിൽ കൈതക്കൽ രാധാകൃഷ്ണന്റെ വീട്ടിലും പുതുക്കുടി ചാത്തുക്കുട്ടി നായരുടെ വീട്ടിലുമൊക്കെയാവും. പുതുക്കുടി

ദാസനമായാണ് ചങ്ങാത്തം. എന്നാൽ ചാത്തുക്കുട്ടി നായരുമായും കല്യാണിയമ്മയുമായും ഗാഢമായ ഒരു ബന്ധം ഉണ്ടായിരുന്നു. അവരുടെ മൂന്നാമത്തെ മകനെന്നപോലെ അവരെന്നെ പരിഗണിച്ചിരുന്നു.

ചാത്തുക്കുട്ടി നായർക്ക് കാര്യമായ വരുമാനം ഒന്നും ഇല്ലായിരുന്നു. പറമ്പിൽ നിന്ന് കറിയ്ക്കരയ്ക്കാനുള്ള തേങ്ങകിട്ടും എന്ന് മാത്രം. ചെറിയ കുറികൾ നടത്തിയും പശുവിനെപോറ്റി പാല്കറന്നു വിറ്റും തട്ടിയും മുട്ടിയും ഒത്തുമൊപ്പിച്ചുമുള്ള ഒരു കുഞ്ഞു ജീവിതം. വലിയ സ്വപ്നങ്ങൾ ഒന്നുമില്ലാതിരുന്ന ചാത്തുക്കുട്ടി നായർ ഏവരെയും സഹായിക്കുന്ന ഒരു നല്ലമനസ്സിന് ഉടമയായിരുന്നു. കോൽക്കളിയിൽ ആശാൻ ആയിരുന്നു. കോൽക്കളിഗുരുക്കൾ എന്ന സ്ഥാനം നൽകി ഞങ്ങളുടെ നാട് മനസ്സുകൊണ്ട് ആദരിക്കുകയും ബഹുമാനിക്കുകയും ചെയ്തിരുന്നു.

ചാത്തുക്കുട്ടിനായർ കഥ പറയുന്നത് കേട്ടിരിക്കാൻ വലിയ രസമാണ്. നാടിന്റെ പഴയകാല ചരിത്രങ്ങളും പാർട്ടി പ്രവർത്തന കഥകളുമൊക്കെയായിരിക്കും ഏറെയും പറയാനുണ്ടാവുക. കഥകളെ വെട്ടിത്തിരുത്തിയും പൂരിപ്പിച്ചും കല്യാണിയമ്മയും സഹായിക്കും. കഥകളും കേട്ട് അവിടെയുണ്ടാക്കുന്നതും തിന്ന് എത്രയോകാലം ! ഇനി അവരാരും വീട്ടിലില്ലെങ്കിൽ, പുല്ല് പറിക്കാനോ മറ്റോ പുറത്തു പോയതാണെങ്കിൽപ്പോലും ചോറ് ഞാൻതന്നെ എടുത്ത് കഴിച്ചിട്ടുമുണ്ട് !

"നിയ്യ് പൊരപ്പേരുകളെപ്പറ്റി ആലോയ്ച്ചിറ്റുണ്ടോ ?"

ഒരിക്കൽ പണംപയറ്റ് കണക്ക് നോക്കി കൊണ്ടിരിക്കുമ്പോഴാണ് നായരുടെ ചോദ്യം.

" ഓരോ വീട്ടുപേരിനും ഒരർത്ഥമുണ്ട്. ഭൂപ്രകൃതിയുമായും ജാതിവ്യവസ്ഥയുമായുമൊക്കെ അതിന് ബന്ധമുണ്ട്.. "

പണംപയറ്റ് കണക്കിൽ പേരും വീട്ടുപേരും തുകയും ആണല്ലോ ഉണ്ടാവുക. കണക്ക് നോക്കി കൊണ്ടിരിക്കുമ്പോഴാണ് വീട്ടു പേരുകൾ തമ്മിലുള്ള വൈവിധ്യവും സാമ്യവും ശ്രദ്ധയിൽപ്പെട്ടിട്ടുണ്ടാവുക.

" കണിയാൻ കണ്ടി, കൊല്ലറ് കണ്ടി, മൂശാരികണ്ടി, തട്ടാന്റവിട, കൊല്ലന്റവിട... ഇങ്ങനെയുള്ള പേരുകൾ ജാതി അടിസ്ഥാനമായ തൊഴിൽ സ്ഥലങ്ങളെക്കൂടി സൂചിപ്പിക്കുന്നതാണ്. കിഴക്കയിൽ, വടക്കയിൽ, പടിഞ്ഞാറയിൽ, തെക്കയിൽ... ദിക്കുകൾ പേരുകളായി

വരുന്ന വീടുകളുമുണ്ട് ! "

എനിക്കും രസം പിടിച്ചു:

'അപ്പോ ഞങ്ങളുടെ വീട്ട്പേര് തെക്കേലത്ത് എന്നതോ ?'

"അത് തെക്കേ ഇല്ലത്ത് ആയിരിക്കും. ഇല്ലത്ത്പാറയും അതിന് അനുബന്ധമായും ഒരുപാട് നമ്പൂതിരിമാർ താമസിച്ചിരുന്നല്ലോ. ചെലപ്പോ നമ്പൂരിമാർ താമസിച്ച പറമ്പായിരിക്കും ! നമ്പൂരിമാര് താമസിച്ച പറമ്പില് വിശ്വാസവുമായി ബന്ധപ്പെട്ട എന്തെങ്കിലുമൊക്കെ കാണും ! കണ്ണാപ്പന്റെ വീട്ടിലുള്ള മണ്ഡപം ചെലപ്പോ അങ്ങനെയുള്ള എന്തെങ്കിലും ആയിരിക്കും.. "

അത് എനിക്ക് പുതിയ അറിവായിരുന്നു. ഇത്തരം കൗതുകമുള്ള എന്തെങ്കിലും ചാത്തുക്കുട്ടിനായരുടെ വർത്തമാനങ്ങളിൽ ഉണ്ടാവും !

" കുന്നുമ്മൽ,മലയിൽ, ചാലിൽ, പൊയിലിൽ, കൊല്ലിയിൽ, വയലിൽ നടുപറമ്പിൽ, മീത്തലെ പറമ്പിൽ, താഴെ പറമ്പിൽ ... ഇങ്ങനെ ഭൂമിയുടെ കിടപ്പനുസരിച്ചുള്ള ഒരുപാട് വീട്ടു പേരുകളും ഉണ്ട് ...

എന്നാൽ ഞാൻ നിന്നോട് ഒരു ചോദ്യം ചോദിക്കട്ടെ ?

കാറക്കാണി അമ്മതിന്റെ പീട്യേന്ന് നിയ്യും സാധനങ്ങള് വാങ്ങാറില്ലേ ? അമ്മതിന്റെ വീട്ടുപേര്, കാറക്കാണിയിൽ എന്ന പേര് എങ്ങനെയായിരിക്കും വന്നിട്ടുണ്ടാവുക?"

ഇതാണ് നായരുടെ ഒരു കുഴപ്പം. നല്ല രസത്തിൽ വർത്തമാനം പറഞ്ഞുകൊണ്ടിരിക്കുമ്പോഴായിരിക്കും ചില ചോദ്യങ്ങൾ ചോദിക്കുക !

അതെന്നെ കുഴക്കുന്ന ഒരു ചോദ്യമായിരുന്നു ! ആലോചിച്ചിട്ട് ഒരു എത്തുംപിടിയും കിട്ടുന്നില്ല.

ഞാൻ തോറ്റ് സുല്ലിട്ടു.

ചാത്തുക്കുട്ടി നായര് തന്നെ ഉത്തരം പറഞ്ഞു തുടങ്ങി:

" കാറക്കാണി എന്നല്ല കാർക്കാണി എന്നാണ് പറയേണ്ടത്. നിയ്യ് വടയംകുറുക്കാട്ട് ശങ്കരൻ എന്ന് കേട്ടിട്ടുണ്ടോ ? ഒരു തിയ്യപ്രമാണി ആയിരുന്നത്രേ. ഒരുപാട് സ്വത്തും സ്വാധീനവുമുള്ള ഒരാൾ. അദ്ദേഹത്തിന് ബ്രിട്ടീഷ് ഉദ്യോഗസ്ഥരുമായൊക്കെ നല്ല ബന്ധമായിരുന്നത്രേ. അന്ന് പുതിയോട്ടിൽക്കാർക്ക് കള്ളുചെത്ത് ഉണ്ട്. വീട്ടിൽ വച്ചായിരുന്നല്ലോ അക്കാലത്ത് കള്ള് വില്പന. പുതിയോട്ടിലുകാർ

തീയ്യൻമാരായതുകൊണ്ട് അവിടെ വെച്ച് അവര്, ഉദ്യോഗസ്ഥന്മാര് കള്ളുകുടിക്കില്ലല്ലോ. പുതിയേടത്ത് കൊണ്ടുവച്ചാണ് കുടിക്കുക. കള്ളുകുടിയും വർത്തമാനവും ഏറെനേരം നീണ്ടു നിൽക്കും. അതുവരെയും ഇവര് വന്ന കാറുകൾ റോഡിലാണ് നിർത്തിയിടുക. റോഡിൽ നിന്നും ഒരു പറമ്പ് കഴിഞ്ഞാണല്ലോ പുതിയോട്ടില് വീട്.. റോഡില് നിർത്തിയിടുന്ന കാറുകളിൽ വികൃതി ചെക്കന്മാര് കയറി യിരിക്കുകയും ഹോണടിച്ചു കളിക്കുകയും മറ്റും ചെയ്യുമത്രേ ! ഇത് ഒഴിവാക്കാനായി റോഡിൽ നിന്നും പുതിയോട്ടിലേക്ക് ഒരു റോഡ് വെട്ടാൻ തീരുമാനിച്ചു. ഉയരമുള്ള പറമ്പായതു കാരണം നടുഭാഗം കിളച്ച് രണ്ടു ഭാഗത്തേക്കും മണ്ണ് കോരിയിട്ട്,കാറിന് പോകാൻ പാകത്തിൽ ഒരു കാണി ഉണ്ടാക്കുകയാണ് ചെയ്തത്. ആ പറമ്പാണ് പിന്നീട് കാർക്കാണി എന്ന പേരിലായത്! " പറഞ്ഞു കഴിഞ്ഞ് ഒരു പൊട്ടിച്ചിരി കൂടി കഴിഞ്ഞാലേ കഥ പൂർത്തിയാകൂ..!

നൂറുകണക്കിന് പേജുള്ള വലിയ പുസ്തകങ്ങളേക്കാൾ, ചാത്തു ക്കുട്ടി നായരും കൊല്ലിയിൽ കോമപ്പേട്ടനും വയലാളി ഗോവിന്ദൻ നായരും പുതുക്കുടി കുഞ്ഞിക്കേളപ്പൻ നായരും മീത്തലെ കുളങ്ങര ചെക്കോട്ടി നായരും അമ്മയും കണ്ണാപ്പനുമെല്ലാമാണ് എനിക്ക് അറിവ് പകർന്നു തന്ന പുസ്തകങ്ങൾ ! വലിയ പാഠപുസ്തകങ്ങൾ !

ഇമ്പോയ്സൺ കണാരച്ഛൻ

സൈക്കിളും പെട്രോമാക്സും വാടകയ്ക്കെടുത്തു കൊണ്ടുവന്ന് നല്ല നിലാവുള്ള രാത്രികളിൽ കൈതയുള്ള പറമ്പിന്റെ താഴെക്കണ്ടത്തിൽ വച്ച് എല്ലാവരും ചേർന്ന് സൈക്കിളോടിക്കാൻ പഠിക്കുക എന്ന ഒരു പരിപാടി ഉണ്ടായിരുന്നു. കൈതയുള്ള പറമ്പിൽ രാഘവേട്ടൻ, ചന്ദ്രൻ,രാജൻ, മീത്തലെ തെക്കേലത്ത് രാജൻ എന്നിവരൊക്കെയായിരുന്നു അതിന് നേതൃത്വം വഹിച്ചത്. ടിവിയോ മറ്റ് വിനോദങ്ങൾക്കുള്ള അവസരങ്ങളോ ഇല്ലാതിരുന്ന കാലമായിരുന്നല്ലോ. അതുകൊണ്ടുതന്നെ സൈക്കിൾ ചവിട്ടി പഠിക്കുന്നത് കണ്ടു നിൽക്കാനും ഒരുപാടുപേർ ഉണ്ടാവുമായിരുന്നു.

കുറച്ചു കൂടി വലുതായപ്പോഴാണ് എനിക്ക് സൈക്കിൾ പഠനം സാധ്യമായത്. വീട്ടിൽ നിന്നും തേങ്ങയും കുരുമുളകുമൊക്കെ കട്ടെടുത്ത് വിറ്റ് ആ പണമുപയോഗിച്ചായിരുന്നു ഞാനും ചങ്ങോരത്ത് മഹമൂദും മറ്റും ചേർന്ന് സൈക്കിൾ വാടകക്കെടുത്ത് പഠിച്ചുകൊണ്ടിരുന്നത്. വീട്ടിലുള്ളവർ അറിയാതിരിക്കുന്നതിന് മുളിയങ്ങലിലെ ഒരു കടയിൽ നിന്ന് വാടകയ്ക്കെടുത്ത് മുളിയങ്ങൽ കനാൽ ഗ്രൗണ്ടിൽ കൊണ്ടുപോയാണ് പ്രധാനമായും അഭ്യാസം. പഠിച്ചുകഴിഞ്ഞപ്പോൾ ആവേശമായി. സമയവും പണവും ഒത്തുകിട്ടുമ്പോഴെല്ലാം സൈക്കിൾ വാടകക്കെടുത്ത് വെറുതെ കറങ്ങിക്കളിക്കുക എന്നുള്ളത് ഞങ്ങളുടെ ഹോബിയായി.

വണ്ടി തിരിച്ചു കൊണ്ടുകൊടുക്കുമ്പോൾ കടക്കാരൻ ഓരോ കാരണങ്ങൾ പറഞ്ഞ് ഞങ്ങളിൽ നിന്നും അധികംപണം ഈടാക്കും. '

സമയം വൈകി ! മഡ്ഗാർഡിന് ബെന്റുണ്ട്! യു ബോൾട്ട് കാണാനില്ല!' എന്നെല്ലാമാണ് പറയുക. പലപ്പോഴും സൈക്കിളിന് എന്താണ് സംഭവിച്ചത് എന്ന് ഞങ്ങൾക്കാർക്കും മനസ്സിലാവാറില്ലായിരുന്നു ! ചോദ്യം ചെയ്യുകയോ തർക്കിക്കുകയോ ചെയ്താൽ 'നിങ്ങളുടെ വീട്ടുകാരോട് പറഞ്ഞു കൊടുക്കും.. പണം ഞാൻ വീട്ടുകാരോട് വാങ്ങിക്കോളാം..' എന്നൊക്കെ പറഞ്ഞ് ഞങ്ങളെ പേടിപ്പിക്കും. എങ്ങിനെയെങ്കിലും പണമുണ്ടാക്കി ഞങ്ങൾ കൊണ്ടു കൊടുക്കും.

എന്നാൽ പിന്നീട് കടക്കാരന് നഷ്ടമുണ്ടാക്കുന്ന തരത്തിൽ അതിന് ഞങ്ങൾ പ്രതികാരവും ചെയ്യും! സൈക്കിളിന്റെ സീറ്റ് ഇളക്കി മാറ്റി, ഇരുമ്പ് പൈപ്പിൽ നിറയെ ഉപ്പ് നിറച്ചാണ് തിരിച്ചു കൊടുക്കുക! അദ്ദേഹത്തിന്റെ സൈക്കിളുകൾ തുരുമ്പെടുത്ത് നശിക്കുമല്ലോ എന്ന് ഞങ്ങൾ ആഹ്ലാദിക്കും.

"കൈതക്കല് സൈക്കിൾ വാടകയ്ക്ക് കൊടുക്കുന്ന ഒരു പീട്യയുണ്ട്. നല്ലയാളാണത്രേ. നമുക്കിനി അവിടെ നിന്നും എടുത്താലോ"

മഹമൂദിന്റെ നിർദ്ദേശപ്രകാരമാണ് ഞങ്ങൾ കൈതക്കലിലെ സൈക്കിൾകടയുമായും കടക്കാരനുമായും ബന്ധം സ്ഥാപിക്കുന്നത്.

കട നടത്തുന്നയാളുടെ പേരാണ് വിചിത്രം !

ഇമ്പോയിസൺ കണാരൻ !

എല്ലാവരും ഇമ്പോയിസൺ കണാരച്ചൻ എന്ന് വിളിക്കും !

ദേശാഭിമാനി ബാലസംഘത്തിന്റെ ഒരു പ്രകടനം കഴിഞ്ഞ് തിരിച്ചുവന്ന ഞങ്ങൾ കുട്ടികൾക്ക് കടയിലെ ഭരണിയിൽ നിന്നും മുട്ടായികൾ വാരിത്തന്നതാണ് കണാരച്ചനെക്കുറിച്ചുള്ള ആദ്യത്തെ ഓർമ്മ.

റേഷൻ കടയിൽ വരുന്ന അരിച്ചാക്കുകളുടെയും മറ്റും കണക്കെഴുതിക്കൊടുക്കുന്ന ഒരു ജോലി ഉണ്ടായിരുന്നുവത്രെ. ഇൻവോയ്സ് എഴുതുന്നയാളെ അന്നുള്ളവർ ഇൻവോയ്സ് കണാരൻ എന്ന് വിളിച്ചു. അതാണ് പിന്നീട് ഇമ്പോയിസൺ കണാരൻ എന്ന വിളിപ്പേരായി പരിണമിച്ചത് !

പേരാമ്പ്ര എയുപി സ്കൂളിൽ അഞ്ചാംക്ലാസിൽ ചേർന്നതു മുതൽ സൈക്കിൾ കടക്കാരനായ ഇമ്പോയിഷ്യൻ കണാരച്ചനേയും കടയേയും ദിവസവും രണ്ടുനേരം കാണുന്നതാണ്. പേരാമ്പ്രയിലെ സിനിമാതിയേറ്ററുകളിലെ പോസ്റ്ററുകൾ പതിക്കാനായി കണാരച്ചൻ ഓരോ തീയേറ്ററിനും ഓരോ ചാക്ക് ബോർഡ് വീതം തയ്യാറാക്കി

കടയോടനുബന്ധിച്ച് പ്രദർശിപ്പിച്ചിരുന്നു. രാത്രിയിൽ കടയടയ്ക്കുമ്പോൾ സിനിമാ പോസ്റ്ററുകൾപതിച്ച ബോർഡുകൾ എടുത്ത് അകത്തുവെക്കുകയും കാലത്തുതന്നെ എടുത്ത് പുറത്തു വയ്ക്കുകയും പതിവായിരുന്നു.

കുട്ടികളോ മുതിർന്നവരോ സിനിമ പോസ്റ്ററുകൾ ചീത്തയാക്കുന്നില്ല എന്ന് ഉറപ്പുവരുത്തുന്നതിന് ജാഗ്രതയോടെയുള്ള കണാരച്ഛന്റെ നിരീക്ഷണവുണ്ടായിരുന്നു! സിനിമാപോസ്റ്ററും ബോർഡും സൂക്ഷിക്കുന്നതിനാൽ എല്ലാ സിനിമകൾ കാണുന്നതിനും കണാരച്ഛന് പ്രത്യേകം പാസ്സ് ഉണ്ടായിരുന്നത്രെ.

കണാരച്ഛന് കമ്മ്യൂണിസ്റ്റ് പാർട്ടിയെന്നാൽ ജീവന്റെ ജീവനായിരുന്നു.

അങ്ങനെയാവാതെ തരമില്ലല്ലോ. സ: യു കുഞ്ഞിരാമനെപ്പോലുള്ളവരെ സ്വന്തംവീട്ടിൽ ഒളിവിൽ പാർപ്പിക്കുന്നതിന് ധൈര്യം കാട്ടിയ യുവത്വമായിരുന്നല്ലോ. അക്കാലത്ത് കമ്യൂണിസ്റ്റുകാരന് അഭയം നൽകുക എന്ന് പറഞ്ഞാൽ ജീവനും ജീവിതവും പണയം വയ്ക്കുക തന്നെയാണ്. ജീവന്റെ വിലയുള്ള ജാഗ്രത എന്നതിന്റെ ശരിയായ അർത്ഥം!

അദ്ദേഹത്തിന്റെ കട പാർട്ടിയുടെ ഒരു ഓഫീസ് പോലെയായിരുന്നു.

അതിരാവിലെതന്നെ ദേശാഭിമാനി പത്രം വായിക്കുന്നവരുടെ തിരക്കായിരിക്കുമവിടെ. എകെജി കണാരച്ഛൻ, ടി.എം.കെ. നമ്പ്യാർ, കുഞ്ഞിരാമുണ്ണി നായർ, കൈതക്കൽ കുഞ്ഞമ്മത്, ഈമ്പാക്കുന്നുമ്മൽ കേളപ്പേട്ടൻ,ഉമ്മർ മുസ്ലിയാരുടെ അനുജൻ ബീരാൻ, കടുക്കാട്ടുമ്മൽ കണ്ണച്ചൻ, മൂശാരികണ്ടി കൃഷ്ണൻ, കണ്ണാപ്പൻ, പുതുക്കുടി ചാത്തുക്കുട്ടി നായർ, സി.കെ കണാരൻ,കൊല്ലിയിൽ കേളു, കൊല്ലിയിൽ കോമപ്പൻ, തുടങ്ങി ഒട്ടേറെപ്പേർ പത്രം വായിക്കുകയും ദൈനംദിന രാഷ്ട്രീയകാര്യങ്ങളിൽ തർക്കങ്ങളിൽ ഏർപ്പെടുകയും ചെയ്യുക പതിവായിരുന്നു. ഒറ്റപ്പുരയ്ക്കൽ ചേക്കും തളിയോത്ത് കുട്ട്യസ്സനും മറ്റുള്ളവർ വായിക്കുന്നത് സസൂക്ഷ്മം കേൾക്കുകയാണ് ചെയ്യുക. റേഡിയോ വാർത്തകളിൽ നിന്നും പത്രം വായിച്ചുകേട്ടതിൽ നിന്നും നേതാക്കന്മാരുടെ പ്രസംഗങ്ങൾ കേട്ടതിൽ നിന്നും മനസ്സിലാക്കിയ കാര്യങ്ങൾ വെച്ചാണ് കുട്ട്യസ്സൻ എല്ലാവരോടും രാഷ്ട്രീയം പറയുക ! പൊട്ടിച്ചിരിപ്പിക്കുന്ന തമാശകളും യുക്തിയുക്തമായ ഉദാഹരണങ്ങളും വെച്ച് രാഷ്ട്രീയം പറയുന്ന കുട്ട്യസ്സനോട് പറഞ്ഞ് ജയിക്കാൻ ആർക്കുമാവില്ലായിരുന്നു !

എകെജി കണാരച്ഛൻ വളരെ ഉച്ചത്തിലാണ് തർക്കിക്കുക ! കമ്യൂണിസ്റ്റ് പാർട്ടിക്കെതിരെ ആരെങ്കിലും പറയുമ്പോൾ എളുപ്പം ദേഷ്യംവരികയും അപ്പോൾ ഒച്ച വീണ്ടുമുയരുകയും ചെയ്യും! പാർട്ടി നിരോധിക്കപ്പെട്ട കാലത്തും തന്റേടംകൊണ്ടും നെഞ്ചൂക്ക്കൊണ്ടും പൊരുതിനിന്ന് അവരെല്ലാം ചേർന്ന് വളർത്തിയെടുത്ത പ്രസ്ഥാന മാണല്ലോ. ആ വീറും വീര്യവും അദ്ദേഹത്തിന്റെ അവസാനകാലം വരെയും ഉണ്ടായിരുന്നു.

ദേശാഭിമാനി പത്രം വായിച്ച കഴിഞ്ഞാൽ വൃത്തിയിൽ മടക്കി, എടുക്കുന്നവർ എടുത്തിടത്തുതന്നെ വെക്കണമെന്ന കാര്യത്തിൽ ഇമ്പോയിസൺ കണാരച്ഛൻ അൽപ്പം പരുഷമായിത്തന്നെ നിർബ്ബ ന്ധബുദ്ധി കാണിക്കാറുണ്ടായിരുന്നു.

ഞങ്ങൾ പ്രവർത്തകരായിരുന്ന കാലത്തും മനുഷ്യചങ്ങലക്കും മനുഷ്യ കോട്ടയ്ക്കും സമ്മേളനങ്ങൾക്കും മറ്റും പോകാൻ വളരെ നേരത്തെ തന്നെ ഒരുങ്ങി പുറപ്പെട്ട് കൈതക്കലിൽ വന്ന് കാത്തി രിക്കുന്ന കണാരച്ഛന്റെ മുഖം ഇന്നലെ കഴിഞ്ഞപോലെ ഇപ്പോഴും ഓർമ്മയിലുണ്ട്.

ഒരിക്കൽ സ. യു കുഞ്ഞിരാമനെ ഒളിവിൽ പാർപ്പിച്ചതിന്റെ അനു ഭവങ്ങൾ കേൾക്കാൻ കാതുകൂർപ്പിച്ചിരുന്നപ്പോൾ

"ഞാൻ പാർട്ടിക്കാർഡുള്ള മെമ്പറാണെങ്കിലും കുട്ട്യാച്ചയാണെടോ ശരിക്കും സഖാവ് ! ഓളെ ധൈര്യവും കരുതലും പാർട്ടി ബോധവു മൊക്കെ അക്കാലത്താ ഞാൻ കണ്ടത് ! " എന്ന് പറഞ്ഞിരുന്നത് ഓർമ്മയുണ്ട്.

എന്ത് പാർട്ടിപരിപാടിയുണ്ടെങ്കിലും വെക്കാനും വിളമ്പാനും അതിനു വേണ്ടി കഠിനാധ്വാനം ചെയ്യാനും കുട്ട്യാച്ചയമ്മ മുമ്പിൽത്ത ന്നെ ഉണ്ടാവുമായിരുന്നു..

"പ്രസാദേ.. നിയ്യാ മോളെ നല്ലോണം നോക്കണേ.. ഓലെല്ലാരും എതിർത്തോട്ടെ.. ജയിച്ച് കാണിച്ചുകൊടുക്കണം ! "

മഞ്ജുളയും ഞാനും കല്യാണം കഴിച്ചത് മുതൽ കാണുമ്പോഴൊക്കെ യും കുട്ട്യാച്ചയമ്മ സ്നേഹത്തോടെ ഉപദേശിക്കുമായിരുന്നു.

ഒരുപാടുപേർ നടന്ന് നടന്ന് തെളിഞ്ഞു വന്നതാണ് ഇക്കാണുന്ന വഴികളെല്ലാം...

അവരുടെ കാലടികൾ നിരന്തരം പതിഞ്ഞാണ് കൂർത്ത കല്ലുക ളെല്ലാം മിനുസമാർന്നത്..

വഴിതെളിച്ച് വയലാളി

"പടവരുന്നൂ പടവരുന്നൂ
പടവരുന്നൂ മർദ്ദകാ..
നീ കുടിച്ച ചീർത്തുവീർത്ത
ചോരതന്നുടമകൾ
പകയടങ്ങുകില്ല നിന്റെ
പതനമാകുന്നതുവരെ..
ദുരിതമയമാം നിന്റെ വാഴ്ച -
യ്ക്കറുതിയാവുന്നതുവരെ ..
പതറുകില്ല പതറുകില്ല
പതറുകില്ല തെല്ലുമീ
പടയണിനിരന്ന ഞങ്ങൾ തളരുകില്ലൊരിക്കലും..
ആയിരം സംവൽസരങ്ങ-
ളടിമവേല ചെയ്ത ഞങ്ങ -
ളുടമകളായ് തീർന്നിടുന്ന
ജൈത്രയാത്രയാണിതാ.."

വയലാളി ഗോവിന്ദൻ നായരെഴുതിയ ഒരു പാട്ടാണ്. പാർട്ടി സമ്മേളനങ്ങളിലും തെരഞ്ഞെടുപ്പ് റാലികളിലും മറ്റും തങ്ങള്തന്നെ എഴുതിയ പാട്ടുകൾ ചേർത്ത് ചെറിയ പുസ്തകങ്ങ ളാക്കി അച്ചടിപ്പിച്ച്, അലങ്കരിച്ച പിക്കപ്പ് വാനുകളിൽ തബലയും ഹാർമോണിയവുമൊക്കെയായി വയലാളി ഗോവിന്ദൻ നായരും

കിഴക്കേവീട്ടിൽ രാഘവനും തെക്കേലത്ത് രാഘവനും മറ്റും ചേർന്ന് പാട്ടുകൾ പാടിക്കൊണ്ട് പാട്ടുപുസ്തകങ്ങളുടെ വില്പന നടത്തുന്ന കാഴ്ച ഇപ്പോഴും ഓർമ്മയിലുണ്ട്.

ഞങ്ങള് പാർട്ടി പ്രവർത്തകരായിക്കൊണ്ടിരിക്കുന്ന കാലത്ത് ഗ്രൂപ്പ്കമ്മിറ്റിയുടെ ചുമതല വയലാളിക്കായിരിക്കാനാണ് സാധ്യത. ബ്രാഞ്ച് സെക്രട്ടറിയായ കെഎം കുഞ്ഞിക്കണ്ണനെപ്പോലെതന്നെ എല്ലാ യോഗങ്ങളിലും വയലാളിയും ഉണ്ടാകുമായിരുന്നു. താത്വിക മായ കാര്യങ്ങൾ സംസാരിക്കുക വയലാളിയായിരിക്കും. പ്രശ്നങ്ങളെ വിശകലനം ചെയ്യുമ്പോൾ വൈരുദ്ധ്യാത്മക ബന്ധത്തോടെ സമീ പിക്കാൻ പരിശീലിപ്പിച്ചത് വയലാളി തന്നെയാണ്. അക്കാലത്ത് പാർട്ടി പരിപാടിയും പാർട്ടിസാഹിത്യങ്ങളും കമ്മ്യൂണിസ്റ്റ് പദാവ ലികളും ഞങ്ങളെ പഠിപ്പിച്ചെടുക്കുന്നതിന് കല്ലോത്ത് കുഞ്ഞിരാമൻ നമ്പ്യാരുടെ വീട്ടിൽവച്ച് വയലാളിയുടെ നേതൃത്വത്തിൽ ഒരു തുടർപ ഠനക്ലാസ് നടത്തിയത് ഓർമ്മയുണ്ട്. ക്ലാസ്സുമാഷ് വയലാളി തന്നെ. ആശയ വ്യക്തതയ്ക്കായി ഇടയ്ക്ക് ടിഎംകെ നമ്പ്യാരും ഇടപെടും. ക്ലാസ്സ് നടന്നുകൊണ്ടിരിക്കുമ്പോൾ മുറ്റത്തുകൂടെ ഒരു തോർത്ത് മുണ്ടും ചുമലിലിട്ട് അങ്ങോട്ടുമിങ്ങോട്ടും ഉലാത്തിക്കൊണ്ട് കുഞ്ഞിരാമൻ നമ്പ്യാരുടെ ചില ഇടപെടലുകളുമുണ്ടാവും!

പേരാണ്ടിയിൽ ചാപ്പൻനായരുടെ കടയുടെ മുകളിൽ വച്ച് തുടർ ച്ചയായി പ്രസംഗപരിശീലനക്ലാസ് സംഘടിപ്പിച്ച് പാർട്ടി പ്രവർത്ത കരായ ഞങ്ങളെയൊക്കെ എല്ലാതരത്തിലും മെച്ചപ്പെടുത്തുന്നതിന് വയലാളി ആത്മാർത്ഥമായും പരിശ്രമിച്ചിരുന്നു.

"തെക്കേലത്ത് രാഘവനാണ് എന്നോട് 'മ്മക്കൊരു നാടകം പഠിച്ച് കളിച്ചാലോ..' എന്ന് ചോദിക്കുന്നത്. അവനന്ന് റൈസിംഗ് സ്റ്റാറിന്റെ സെക്രട്ടറിയാണ്. റൈസിംഗ് സ്റ്റാറിന് പ്രത്യേകിച്ച് രാഷ്ട്രീയമൊന്നും ഇല്ലായിരുന്നു. 'വെറുതെ നാടകം കളിച്ചാൽ പോരാ; നാടിന്റെ രാഷ്ട്രീയ മാറ്റങ്ങൾക്ക് അതുകൊണ്ട് ഗുണമുണ്ടാവുകയും വേണമെന്ന് ' ഞാൻ പറഞ്ഞു. അങ്ങനെയാണ് സ്റ്റാർ തിയേറ്റർസ് പിറവിയെടുക്കുന്നത്. അടിയന്തരാവസ്ഥ പിൻവലിച്ചതിനുശേഷം 1977 മെയ് 1 ന് ടിപി രാമകൃഷ്ണനും മറ്റും പ്രസംഗിച്ച വലിയൊരു സാംസ്കാരിക സമ്മേളനവും 'അഗ്നിരേഖ' എന്ന നാടകവും ഗംഭീരമായി കളിച്ചു. കക്കയം ക്യാമ്പിലെ കൊടിയ പീഡനങ്ങൾക്കി രയായി മരണത്തിൽ നിന്നും ജീവിതത്തിലേക്ക് തിരിച്ചുവന്ന ടിപി രാമകൃഷ്ണന്റെ ആദ്യത്തെ പൊതുയോഗമായിരുന്നു അത്. പറഞ്ഞു

കേൾക്കുമ്പോൾ പോലും നടുക്കം തോന്നുന്ന ഭീകരാനുഭവങ്ങൾ ടിപി വിശദീകരിച്ചപ്പോൾ കേട്ടുനിന്നവരുടേയെല്ലാം ഉള്ള് കലങ്ങി കണ്ണില് വെള്ളം വന്നിരുന്നു. "

പാർട്ടിയുടെ സജീവമായ പ്രവർത്തനങ്ങളും സ്റ്റാർ തിയേറ്റേഴ്സിന്റെ വാർഷികാഘോഷവും സൃഷ്ടിച്ച ആവേശത്തിന്റെ അന്തരീക്ഷത്തിലാണ് സ്റ്റാർ തിയേറ്റർസിന് ഒരു ഓഫീസ് കെട്ടിടമുണ്ടാക്കാൻ സ്ഥലം സൗജന്യമായി സംഭാവന ചെയ്യാൻ തയ്യാറാണെന്ന് കൈതക്കൽ കുഞ്ഞമ്മദ് പ്രഖ്യാപിക്കുന്നത് ! സൗജന്യമായി തരുന്നതിൽ നിന്നും കുഞ്ഞമ്മതിനെ പിന്തിരിപ്പിച്ച് മാർക്കറ്റ് വില കൊടുത്തു വാങ്ങാൻ തീരുമാനിക്കുകയായിരുന്നു. അങ്ങിനെയാണ് സെന്റിന് അന്നത്തെ മാർക്കറ്റ് വിലയായ 250 രൂപവച്ച് ഒന്നരസെന്റ് സ്ഥലം വയലാളി ഗോവിന്ദൻ നായരുടെയും കോതമുറ്റത്ത് ശങ്കരന്റേയും പേരിൽ വാങ്ങുന്നത്. എന്നാൽ അതിൽ ഒരു കെട്ടിടമുണ്ടാക്കാൻ ഇന്നുവരെയും കഴിഞ്ഞില്ല എന്നതിൽ വയലാളിക്ക് സങ്കടമുണ്ട്. ചിലരുടെ താൽപര്യക്കുറവാണ് അതിന് കാരണമെന്നും വയലാളി വിശ്വസിക്കുന്നു.

കൈതക്കലിലെ രാഷ്ട്രീയ പ്രവർത്തനങ്ങളിൽ എക്കാലത്തും സാംസ്കാരിക പ്രവർത്തനങ്ങളുടെ ഒരടിത്തറ ഉണ്ടായിരുന്നു. രാഷ്ട്രീയ പ്രവർത്തകരായി വന്നവർ ഒരേസമയം കലാ- സാംസ്കാരിക പ്രവർത്തകരും കൂടിയായിരുന്നു ! അത്തരം പ്രവർത്തനങ്ങൾ ഏകോപിപ്പിക്കുന്ന ഒരു കണ്ണിയായി, പ്രവർത്തനങ്ങളിൽ രാസത്വരകമായി വയലാളി ഗോവിന്ദൻ നായരും ഉണ്ടായിരുന്നു. എ. കേളപ്പൻ സ്മാരക കലാസമിതി പ്രവർത്തനങ്ങളിലൂടെ പുളിക്കൂൽ കുഞ്ഞികൃഷ്ണനും മറ്റും രാഷ്ട്രീയ പ്രവർത്തനങ്ങളുടെ ശക്തിക്ക് സാംസ്കാരിക പ്രവർത്തനങ്ങളുടെ ഊർജ്ജം തിരിച്ചറിഞ്ഞ് പ്രവർത്തിച്ചവരായിരുന്നു.

സ്റ്റാർ തിയേറ്റർസ്, പ്രതിഭാ തീയേറ്റേഴ്സ് മുളിയങ്ങൽ, കെ എസ് കെ എസ് സി, സമത, സപ്തസ്വര, കൈരളി ആർട്സ് ആൻഡ് സ്പോർട്സ് ക്ലബ്... ഒട്ടേറെ കലാസമിതികളുടെ പ്രവർത്തനങ്ങളിൽ സംഘാടകനായും പ്രചോദകനായും വയലാളിയുടെ നിറസാന്നിദ്ധ്യമുണ്ടായിരുന്നു. കലാസമിതി പ്രവർത്തനങ്ങളുടെ മാത്രമല്ല പാർട്ടി പ്രവർത്തനങ്ങളുടെയും പ്രധാന പണപ്പിരിവുകാരനും വയലാളി ആയിരുന്നല്ലോ. അതുകൊണ്ട് വയലാളിയുടെ കയ്യിൽ ഏതാണ്ടെല്ലാ കാലവും ഒരു റസീപ്റ്റ് ബുക്ക് ഉണ്ടാവും ! ഇതുമായി ബന്ധപ്പെട്ട് വള്ളുപറമ്പിൽ സന്തോഷ് പറയുന്ന ഒരു തമാശക്കഥയുണ്ട്. വയലാളിയുടെ

പണംപയറ്റിന് കത്ത് അച്ചടിപ്പിച്ച് വെച്ച എന്നല്ലാതെ ആളുകൾക്ക് കൊടുക്കാൻ കഴിഞ്ഞില്ലെന്ന് ! പിരിവാണെന്ന് കരുതി എല്ലാവരും വയലാളിയെക്കാണുമ്പോൾ ഒളിച്ചുകളഞ്ഞത്രേ!

" പന്ന്യാംകോട കുന്നും കേറി..

പുളിക്കൂൽതാഴെ കുളവും താണ്ടി..

ഓലച്ചൂട്ടും പന്തമാക്കി വന്ന്യ വയലാളീ..."

തച്ചറ്കണ്ടി ബാലൻ തമാശയ്ക്ക് പാടുന്നതാണ്.

എവിടേക്കും വയലാളി നടന്നാണല്ലോ പോവുക. ഏറ്റെടുത്ത ഒരു പ്രവർത്തനം വിജയിപ്പിക്കുന്നതിന് മഴയും വെയിലും കാര്യമാക്കാതെ രാവെന്നോ പകലെന്നോ ഇല്ലാതെ കുന്നുംമലയും കയറി വയലാളി നടക്കും. വയലാളിയെ കളിയാക്കാനാണെങ്കിലും തച്ചറ്കണ്ടി ബാലൻ പാടുന്ന ഈ പാരഡിപ്പാട്ടിൽ അതുകൊണ്ടുതന്നെ വലയാളിയുണ്ട് !

പതിനാറാമത്തെ വയസ്സിൽ ബാലസംഘത്തിന്റെ പ്രവർത്തകനായാണ് വയലാളി രാഷ്ട്രീയ പ്രവർത്തനം തുടങ്ങുന്നത്. 1967 ലാണ് പാർട്ടി അംഗത്വത്തിലേക്ക് വരുന്നത്. തൊണ്ടിച്ചികണ്ടി ശങ്കരക്കുറുപ്പ് ആയിരുന്ന അന്നത്തെ ബ്രാഞ്ച് സെക്രട്ടറി.

"അടിയന്തരാവസ്ഥക്കാലത്താണ് ഞാൻ ബ്രാഞ്ച് സെക്രട്ടറിയാകുന്നത്. ഞാനും സി.കെ കണാരനും കുഞ്ഞിരാമുണ്ണി നായരും പനമ്പ്രമ്മൽ കണാരനും ഒരുമിച്ചായിരുന്നല്ലോ മെമ്പർഷിപ്പിന് ഫോറം പൂരിപ്പിച്ച കൊടുത്തത്. ഞങ്ങളെക്കൂടാതെ തൊണ്ടിച്ചികണ്ടി ശങ്കരക്കുറുപ്പ്, കുന്നത്തു മീത്തൽ കണാരൻ (എകെജി),കണ്ടുങ്ങൽ കുമാരൻ, ടിഎംകെ നമ്പ്യാർ, ഈമ്പാക്കുന്നുമ്മൽ കേളപ്പൻ,കട്ടക്കാട്ടുമ്മൽ ശങ്കരൻ, ഈമ്പാക്കുന്നുമ്മൽ കുഞ്ഞിക്കണ്ണൻ, തയ്യുള്ളതിൽ കണ്ണൻ തുടങ്ങിയവരും ബ്രാഞ്ചിൽ ഉണ്ടായിരുന്നു. ഞാൻ ബ്രാഞ്ച് സെക്രട്ടറി ആയതിനുശേഷമുള്ള ആദ്യത്തെ അഴീക്കോടൻ ദിനാചരണം ഇന്നലത്തെപ്പോലെ ഓർമ്മയുണ്ട്. ഒരു വലിയ രക്തസാക്ഷിസ്തൂപം ഉണ്ടാക്കിയിരുന്നു. നൂറിനടുത്ത് ആളുകൾ അന്ന് പ്രഭാതഭേരിയിൽ പങ്കെടുക്കുകയുണ്ടായി ! അന്ന് അങ്ങനെയായിരുന്നല്ലോ. പാർട്ടിയോട് അനുഭാവമുള്ള എല്ലാവരും പാർട്ടിയുടെ പ്രവർത്തനങ്ങളിൽ ആവേശത്തോടെ വന്നെത്തുമായിരുന്നു." വയലാളിയുടെ ഓർമ്മയിൽ അക്കാലം എല്ലാ നിറങ്ങളോടേയും തെളിഞ്ഞ് നിൽപ്പുണ്ട്.

ബ്രാഞ്ച് സെക്രട്ടറിയാകുന്നതിനും ഒരു വർഷം മുമ്പ് 1966-ലാണ്

വയലാളിയെ കർഷകസംഘത്തിന്റെ വില്ലേജ് പ്രസിഡന്റായി തെരഞ്ഞെടുക്കുന്നത്. പികെ കുഞ്ഞിക്കണ്ണനായിരുന്നു സെക്രട്ടറി. ചെറിയകാര്യോട്ട് കേളപ്പൻ അക്കാലത്ത് കർഷകസംഘം പ്രവർത്തകനായിരുന്നു. പല പ്രദേശങ്ങളിലും കർഷകസംഘം സംഘടിപ്പിക്കുന്നതിന് അദ്ദേഹം മുന്നിട്ടിറങ്ങിയിരുന്നു. അക്കാലത്ത് ശക്തി പ്രകടനങ്ങൾ പതിവായിരുന്നല്ലോ. എല്ലാപ്രകടനങ്ങളും പേരാമ്പ്ര കേന്ദ്രീകരിച്ചായിരുന്നു നടന്നുവന്നിരുന്നത്.

" കോൺഗ്രസുകാർക്ക് ആണുങ്ങളെ മാത്രമേ രംഗത്തിറക്കാനാവൂ.. നമ്മള് വിചാരിച്ചാൽ പെണ്ണുങ്ങളെക്കൂടി പ്രകടനങ്ങളിൽ അണിനിരത്താൻ ആവും ! "കൂടെയുള്ളവർക്ക് ആവേശവും ആത്മവിശ്വാസവും പകർന്നുകൊണ്ട് കേളപ്പൻ ഇത്തരം വ്യത്യസ്തമായ ആശയങ്ങൾ അവതരിപ്പിക്കുകയും അത് സംഘടിപ്പിക്കാൻ മുന്നിട്ടിറങ്ങുകയും ചെയ്യുമായിരുന്നെന്ന് വയലാളി ഓർമ്മിക്കുന്നു.

വയലാളി രാഷ്ട്രീയ പ്രവർത്തനത്തിന്റെ അറുപത്തിയൊന്ന് വർഷങ്ങൾ പിന്നിടുകയാണ്..

1959-ൽ അഭിവക്ത കമ്മ്യൂണിസ്റ്റ് പാർട്ടിക്കാരനായിട്ടായിരുന്നു തുടക്കം. കമ്മ്യൂണിസ്റ്റ് പാർട്ടിയുടെ പിളർപ്പിനുശേഷം കുറച്ചുകാലം കൂടി സിപിഐയിൽ തുടർന്നു. പതിനാറാമത്തെ വയസ്സിൽ തുടങ്ങിയ പൊതുപ്രവർത്തനം ഈ എഴുപത്തിയെട്ടാമത്തെ വയസ്സിലും അദ്ദേഹം തുടരുകതന്നെയാണ്..

'ഇത്രയും കാലം പ്രവർത്തിച്ചിട്ടും നിങ്ങളെന്താണ് ഒരു വാർഡ് മെമ്പർ പോലും ആകാതിരുന്നത് ?' എന്നു ചോദിച്ചാൽ "അങ്ങനെയുള്ള ആഗ്രഹമൊന്നും എനിക്കില്ലായിരുന്നു " എന്ന് വിനയാന്വിതനാവും വയലാളി !

നാട് നോക്കുന്ന തിരക്കിൽ വീടിനെ നോക്കാൻ മറന്നുപോയ അനേകരിൽ ഒരാളാണ് വയലാളിയും. അതുകൊണ്ടുതന്നെയാണ് ഈ എഴുപത്തിയെട്ടാമത്തെ വയസ്സിലും ലോട്ടറി ടിക്കറ്റുകളടങ്ങിയ ബാഗുമെടുത്ത് മഴയെയും വെയിലിനെയും വകവയ്ക്കാതെ വയലാളിക്ക് നടേക്കേണ്ടി വരുന്നത്.. ഞങ്ങളെയെല്ലാം വിപ്ലവസ്വപ്നങ്ങളിലേക്ക് വഴി നടത്തിച്ച വയലാളി, ഭാഗ്യദേവത കടാക്ഷിക്കുമെന്ന സ്വപ്നം പകർന്നുകൊണ്ട് നടത്തം തുടരുക തന്നെയാണ്...

സ്നേഹവും ചിരിയും പകർന്നവർ

അക്കാലത്ത് പ്രസിദ്ധരായ രണ്ട് ജ്യോത്സ്യന്മാരുടെ നാട് കൂടിയാണല്ലോ കൈതക്കൽ. പുറ്റാട്ട് ബാലൻപണിക്കർ എന്ന പേരുകേട്ട ജോത്സ്യനും പുറ്റാട് ചന്ദ്രൻപണിക്കർ എന്ന തുടക്കക്കാരനും.

പണപ്പിരിവ് പൊതുപ്രവർത്തനങ്ങളുടെ ഒരവിഭാജ്യഘടകമാണല്ലോ ! പിരിവിന് പോയാൽ ബാലൻ പണിക്കർ തിരിച്ചയക്കാറില്ലെങ്കിലും കാര്യമായി സംഭാവനതരിക ചന്ദ്രൻ പണിക്കരാണ്. അതുകൊണ്ടുതന്നെ വഴി ചോദിച്ചെത്തുന്നവരോട് ചന്ദ്രൻപണിക്കരെ പുകഴ്ത്തിപ്പറഞ്ഞ് കച്ചവടമുണ്ടാക്കിക്കൊടുക്കുന്ന ഒരു കരുതലുക്കേട്ടുണ്ടായിരുന്നു ഞങ്ങൾക്ക്! ഇത് ചന്ദ്രൻപണിക്കർ അറിഞ്ഞുകൊണ്ടൊന്നുമായിരുന്നില്ല കേട്ടോ. (ഇതു വായിക്കുമ്പോഴായിരിക്കും ഞങ്ങളുടെ അടുത്ത സുഹൃത്തുക്കളായ ബാബുമാഷും രമേശൻമാഷും ഈ വിവരം അറിയുക !അവരുടെ അരിയിലാണല്ലോ ഞങ്ങളന്ന് മണ്ണുവാരിയിട്ടത്!) പിന്നീട് ഞാനാവീട്ടിലെ നിത്യസന്ദർശകനായിരുന്നു. ബാലൻ പണിക്കരുമായി നല്ല സ്നേഹസൗഹൃദവും ഉണ്ടായിരുന്നു. സ്വർണ്ണപ്രശ്നത്തിനും മറ്റും പോകുമ്പോൾ പലയിടത്തു നിന്നും സമ്മാനമായി കിട്ടുന്ന കോടിമുണ്ടും മറ്റും എനിക്ക് കൊണ്ടുവന്ന് തരാറുമുണ്ടായിരുന്നു. ചിലപ്പോൾ ആ മുണ്ടുമുടുത്തായിരിക്കും ഞാൻ 'ജ്യോതിഷവും ജ്യോതിശാസ്ത്രവും' എന്ന വിഷയത്തിലുള്ള ക്ലാസുകൾ സംഘടിപ്പിക്കാൻ ഓടിനടന്നിട്ടുണ്ടാവുക! ജോത്സ്യത്തിനെതിരെ പ്രചാരണം നടത്തിയിട്ടുണ്ടാവുക ! എന്റെ അവിശ്വാസത്തെ അംഗീകരിച്ചുകൊണ്ടും

അദ്ദേഹത്തിന്റെ വിശ്വാസത്തെ ബഹുമാനിച്ചുകൊണ്ടും ഞങ്ങൾ പരസ്പരം പെരുമാറി.

പല ദിക്കുകളിൽ നിന്നും വരുന്നവർ സദാസമയവും അങ്ങാടിയിലുണ്ടാകുന്ന ഞങ്ങളോടാണല്ലോ ജ്യോത്സ്യൻമാരുടെ വീട്ടിലേക്കുള്ള വഴി ചോദിക്കുക. സത്യത്തിൽ ഈ വഴി പറഞ്ഞുകൊടുക്കലെന്നത് ഒരു പണി തന്നെയായിരുന്നു ! ഒരിക്കൽ തളിയോത്ത് കുട്ട്യസ്സൻ ഒരു കൂട്ടർക്ക് വഴി പറഞ്ഞുകൊടുക്കുകയായിരുന്നു.. കുട്ട്യസ്സനാണെങ്കിലോ കാര്യമായ സാമ്പത്തിക പ്രയാസത്തിൽ പെട്ട് തലപ്രാന്ത് പിടിച്ചുനിൽക്കുന്ന സമയവും !

"എന്നിട്ടാ.. സ്കൂളിനടുത്തെത്തീട്ട്...? വലത്തോട്ടുള്ള ഇടവഴിലിറങ്ങീട്ട്..? "

പറഞ്ഞുതീരും മുമ്പ് ചോദ്യങ്ങൾ ചോദിച്ച് കൺഫ്യൂഷനാക്കുകയാണ് വഴിയറിയേണ്ട കൂട്ടർ. അവസാനം എങ്ങിനെയൊക്കെയോ വഴി പറഞ്ഞ് മനസ്സിലാക്കിക്കൊടുത്ത് സമാധാനത്തോടെ കുട്ട്യസ്സൻ ഇരിപ്പുറപ്പിക്കുമ്പോഴേക്കും മുമ്പോട്ട് നടന്നുപോയ കൂട്ടര് അതാ തിരിച്ചുവരുന്നു !

"സുമാറ് ഇവിടുന്ന് ആ വീട്ടിലെത്താൻ എത്തറ സമയം വേണ്ടിവരും?"

കുട്ട്യസ്സനോട് അവര് ചോദിച്ച് കഴിഞ്ഞതും കുട്ട്യസ്സന്റെ തിരിച്ചുള്ള ചോദ്യവും പെട്ടെന്നായിരുന്നു.

"മണിക്കൂറിൽ എത്ര കിലോമീറ്ററാ നിങ്ങളുടെ നടത്തത്തിന്റെ സ്പീഡ്. ആദ്യം അതുപറ! അതറിഞ്ഞിട്ടു വേണമല്ലോ സമയം കണക്കാക്കാൻ ! "

ഇതാണ് ഞങ്ങളുടെ കുട്ട്യസ്സൻ ! സ്പൊണ്ടേനിയസ് തമാശകളുടെ രാജാവ് !

അപ്പോഴും ഇപ്പോഴും കുട്ട്യസ്സന് തേങ്ങാക്കച്ചവടമാണ്. ഒരു പീടിക മുറിയും കൊപ്രച്ചേവും പ്രധാന സഹായിയായി കൈതക്കൽ കുഞ്ഞബ്ദുള്ളയും..

പൊട്ടിച്ചിരിപ്പിക്കുന്ന തമാശകളുമായി കുട്ട്യസ്സൻ എപ്പോഴും കൈതക്കലങ്ങാടിയിൽ സജീവമായിരുന്നു. ഇപ്പോൾ കൊപ്രച്ചേവും തേങ്ങാപ്പണിയുമെല്ലാം വീട്ടിനടുത്താണ്.

കൈതക്കൽ കുഞ്ഞബ്ദുള്ളയുടെ കൈകളിലവിടിവിടെയായി പാണ്ഡുരോഗത്തിന്റെ തുടക്കമെന്നോണം വെളുത്ത പാടുകൾ

പ്രത്യക്ഷപ്പെട്ടുതുടങ്ങിയ കാലം. 'കൈകളിലെല്ലാം ഈ വെളുത്തപാട്ടുകളെന്താണ് കുഞ്ഞോളേ.. ?' എന്ന് കുട്ട്യസ്സൻ ചോദിച്ചതിന് അല്പം ദേഷ്യപ്പെട്ടായിരുന്നു കുഞ്ഞബ്ദുള്ള മറുപടി പറഞ്ഞത് :

"എത്തറ കാലായി നിന്നോട് പുതിയ കൊട്ടകൾ വാങ്ങാൻ പറയുന്നു.. നിന്റെ പൊട്ടിപ്പൊളിഞ്ഞ ചൂരൽകൊട്ടകളുടെ വക്കും മൂലയും കുത്തീട്ട് കയ്യും കാലും അവിടേം ഇവിടേം പൊട്ടുകേം ചോരവരേം ചെയ്യ്ന്ന്ണ്ട്.. അതാ ഇങ്ങിനെ വെള്ക്കുന്നത്.."

കുറേദിവസം കഴിഞ്ഞപ്പോൾ കുഞ്ഞബ്ദുള്ളയുടെ ചുണ്ടുകളിലും വെളുത്തകുത്തുകൾ വരാൻ തുടങ്ങി !

അതു കണ്ടപ്പോഴുള്ള കുട്ട്യസ്സന്റെ ചോദ്യം കൈതക്കലുകാർ എപ്പോഴും പറഞ്ഞു ചിരിക്കുന്ന ഒരു തമാശയാണ്.

" നീയ്യ് എന്റെ കൊട്ടകള് കടിച്ചു പറിച്ചിരുന്നോ കുഞ്ഞോളേ... "

ഇടയ്ക്കിടെ തമാശകൾ പറയുകയും പ്രകോപിപ്പിക്കുകയും ചെയ്യുമായിരുന്നെങ്കിലും കുട്ട്യസ്സനും കുഞ്ഞബ്ദുള്ളയും അടയും ചക്കരയുമെന്നപോലെ ദൃഢമായ സ്നേഹബന്ധം കാത്തുസൂക്ഷിച്ചിരുന്നു.

കുഞ്ഞബ്ദുള്ളയ്ക്ക് എല്ലാവരോടും സ്നേഹമായിരുന്നു. കൈതക്കലിലെ പള്ളി മുമ്പ് സ്രാമ്പിയും മദ്രസയുമായിരുന്ന കാലത്ത് ബലിപെരുന്നാളടുപ്പിച്ച് നേർച്ചയുടെ ഭാഗമായി സ്രാമ്പിയിൽ വെച്ച് വലിയ തോതിൽ നെയ്ച്ചോറും പോത്തിറച്ചിക്കറിയുമുണ്ടാക്കി വിതരണം ചെയ്യാറുണ്ടായിരുന്നു. കൈതക്കൽ കുഞ്ഞബ്ദുള്ള ഒരു പ്ലാസ്റ്റിക് ബക്കറ്റ് നിറയെ നെയ്യോറും ഇറച്ചിയും വാങ്ങി ഞങ്ങൾക്ക് അങ്ങാടിയിൽ കൊണ്ടുവന്ന് തന്ന്, ഞങ്ങൾ ആർത്തിയോടെ കഴിക്കുന്നത് സന്തോഷത്തോടെ നോക്കി നിൽക്കുമായിരുന്നു!

അന്ന് പീടിക കോലായകളും ചായക്കടകളും ചൂടുള്ള രാഷ്ട്രീയ ചർച്ചകളുടെ വേദി കൂടിയായിരുന്നല്ലോ. എഴുത്തും വായനയിലും പിന്നോട്ടായിരുന്നെങ്കിലും ഓരോ രാഷ്ട്രീയ ചർച്ചകളിലും ജയിച്ചുമുന്നേറുക കുട്ട്യസ്സൻ തന്നെയായിരിക്കും. തമാശകളും യുക്തിയുക്തമായ ഉദാഹരണങ്ങളും വച്ച് കുട്ട്യസ്സൻ രാഷ്ട്രീയം പറയുന്നത് കേൾക്കാൻ തന്നെ നല്ലരസമാണ്. റേഡിയോ വാർത്തകളിൽ നിന്നും മറ്റുള്ളവർ രാഷ്ട്രീയം പറയുന്നത് കേട്ടും എല്ലാ പാർട്ടി പൊതുയോഗങ്ങളിലും പോയിരുന്ന് പ്രസംഗങ്ങൾ കേട്ടുമാണ് കുട്ട്യസ്സൻ കാര്യങ്ങൾ മനസ്സിലാക്കിയിരുന്നത്.

മുസ്ലീം ലീഗിന്റെ കൊടി നശിപ്പിച്ച എന്ന കള്ളക്കേസിൽ അടിയന്തിരാവസ്ഥക്കാലത്ത് കുട്ട്യസ്സനേയും കൈതക്കൽ കുഞ്ഞമ്മദിനെയും അറസ്റ്റ് ചെയ്ത് പോലീസ് സ്റ്റേഷനിൽ കൊണ്ടുപോവുകയും "കൈതക്കലിൽ ലീഗിന്റെ കൊടി തൂക്കിയാൽ നിനക്കെന്താടാ ?"

എന്ന എസ് ഐ യുടെ ചോദ്യത്തിന്

"കൈതക്കലിൽ ലീഗിന്റെ കൊടി തൂക്കിയാൽ എനിക്കൊന്നുമില്ല" എന്ന് അതേ ഭാവത്തിലും താളത്തിലും തന്റേടത്തോടെ മറുപടി പറഞ്ഞതിന് അടി കിട്ടുകയും അടികിട്ടിയിട്ടും കൂസലില്ലാതെ നിൽക്കുകയും ചെയ്തത് കുട്ട്യസ്സനേക്കുറിച്ചുള്ള ധീരമായ ഒരു ഓർമ്മയായാണ് അന്നുള്ളവർ മനസ്സിൽ സൂക്ഷിക്കുന്നത് ! കുട്ട്യസ്സനെപ്പോലെ തന്നെ കൈതക്കലിനെ ചിരിപ്പിച്ചുകൊണ്ടിരുന്നവരാണ് ആയിലക്കണ്ടി കുഞ്ഞുമൊയ്തീയും വള്ളുപ്പറമ്പിൽ സന്തോഷും.

ഞാൻ ഒന്നാം ക്ലാസ്സിൽ പഠിക്കുമ്പോൾ കുഞ്ഞിമൊയ്തി നാലിലായിരുന്നു. മാഷന്മാരുടെ അത്രതന്നെ ഉയരവും വലിപ്പവുമുള്ള ഒരാളായിരുന്നു കുഞ്ഞിമൊയ്തി. ഏതു ചോദ്യങ്ങൾക്കും എളുപ്പം ഉത്തരം പറയുന്നവൻ! കണക്ക് വിഷയത്തിൽ അഗ്രഗണ്യൻ !

നന്നെച്ചെറുപ്പത്തിലേ കാലിൽ കരപ്പൻ രോഗം പിടിപെട്ടതിനാൽ പത്താമത്തെ വയസ്സിലാണ് കുഞ്ഞിമൊയ്തീയെ ഒന്നാം തരത്തിൽ ചേർക്കുന്നത് ! അതുകൊണ്ടുതന്നെ കാര്യങ്ങൾ ഗ്രഹിച്ചെടുക്കാൻ വലിയ മിടുക്കനായിരുന്നു. ഒന്നാംതരവും നാലാംതരവും അടുത്തടുത്തായിരുന്നു. നാലാം തരത്തിലെ കുട്ടികളോട് കൃഷ്ണൻമാഷ് ചോദിക്കുന്ന ചോദ്യത്തിന് നാലാം തരത്തിലുള്ളവർക്ക് ഉത്തരമറിയില്ലെങ്കിൽ മാഷ് അവിടെ നിന്നും ഒന്നാംതരത്തിലിരിക്കുന്ന കുഞ്ഞിമൊയ്തീയോട് വിളിച്ചു ചോദിക്കും ! കുഞ്ഞിമൊയ്തി ഒന്നാം തരത്തിൽ നിന്നും ഉത്തരം വിളിച്ചു പറഞ്ഞ് കഴിഞ്ഞാൽ നാലാം തരത്തിൽ അടിയുടെ കോവപ്പടക്കത്തിന് തിരികൊളുത്തും !

നന്നായി പഠിക്കുമായിരുന്നിട്ടും വലിപ്പമുള്ള ഒരാളായി എന്ന അപകർഷതാബോധംകൊണ്ടാണ് നാലാം തരത്തിനുശേഷം പിന്നീട് കുഞ്ഞിമൊയ്തി പഠിക്കാൻ പോകാതിരുന്നത്. രാഘവൻ മാഷ് പലതവണ കുഞ്ഞിമൊയ്തീയുടെ വീട്ടിൽ പോയി സംസാരിച്ചു. നേരിട്ട് എട്ടാംക്ലാസിലേക്ക് പ്രമോഷൻ വാങ്ങിത്തരാമെന്ന് വാഗ്ദാനവും ചെയ്തു. അതിനൊന്നും കുഞ്ഞിമൊയ്തി വഴങ്ങിയില്ല.

ഇങ്ങാരി ബീരാൻകുട്ടി എന്നയാൾ നടത്തുന്ന റേഷൻ ഷാപ്പിൽ പനിച്ചിങ്ങൽ ഇബ്രായിക്കയോടൊപ്പം സഹായിയായി

കുഞ്ഞിമൊയ്തീയും ജോലിക്ക് നിന്നു. ഇബ്രായിക്ക റേഷൻഷാപ്പ് പണിക്കൊപ്പം തന്നെ സജീവമായ പൊതുപ്രവർത്തനവും കൂടെ കൊണ്ടുനടന്നിരുന്നല്ലോ. കമ്മ്യൂണിസ്റ്റ് പാർട്ടി എന്ന് കേൾക്കുമ്പോൾ തന്നെ ആവേശം കൊള്ളുന്നയാളായിരുന്നു ഇബ്രായിക്ക !

കുഞ്ഞിമൊയ്തീയുടെ ബാപ്പ അമ്മത്ക്കയുടെ 'മണവാളൻ' എന്ന വിളിപ്പേര് കുഞ്ഞിമൊയ്തീക്കും കൈമാറി കിട്ടിയിരുന്നു. കുഞ്ഞിമൊയ്തീയെ എല്ലാവരും 'മണവാളൻ' കുഞ്ഞിമൊയ്തീ എന്ന് വിളിച്ചു വന്നു. പേരുപോലെ തന്നെ ബാപ്പയുടെ കൊപ്രക്കച്ചവടത്തിന്റെ ഏജൻസി പണിയും കുഞ്ഞിമൊയ്തീക്ക് പാരമ്പര്യമായി കിട്ടി. ചേനാളിയിലെ മണാട്ട് താമസിച്ചിരുന്നയാളെ ആളുകൾ 'മണാടൻ' എന്ന് വിളിച്ചു തുടങ്ങുകയും പിന്നീടത് മണവാളനായി പരിണമിക്കുകയുമാണുണ്ടായതത്രേ !

സമയം കിട്ടുമ്പോഴൊക്കെ കുഞ്ഞിമൊയ്തീയുടെ ചുറ്റും കൂടിയിരിക്കുക എന്നുള്ളത് ഞങ്ങളുടെ വിനോദമായിരുന്നു. പിന്നെ തമാശക്കഥകളുടെ പെരുമഴപ്പെയ്ത്തായിരിക്കും ! "എന്തെങ്കിലും ഒരു പണി കിട്ടിയിട്ട് വേണം രണ്ടാഴ്ച ലീവ് എടുക്കാൻ" എന്നത് കുഞ്ഞിമൊയ്തീ പറഞ്ഞുകേട്ട് വർഷങ്ങൾ കഴിഞ്ഞതിനുശേഷമിറങ്ങിയ ഏതോ ഒരു സിനിമയിലും കണ്ടിട്ടുണ്ട്.

ഒട്ടും ചിരിക്കുകയോ മുഖത്ത് ഭാവഭേദങ്ങൾ വരുത്തുകയോ ചെയ്യാതെയാണ് വള്ളുപറമ്പിൽ സന്തോഷ് തമാശകൾ പറഞ്ഞു തുടങ്ങുക ! കേൾക്കുന്ന ആളുകൾ ആസ്വദിക്കുന്നു എന്ന് തോന്നിയാൽ പിന്നെ ഒന്നിനുപിറകെ ഒന്നായി നിർത്താതെ തുടർന്നു കൊണ്ടിരിക്കും ! സന്തോഷിന്റെ കഥകളിലെ കഥാപാത്രങ്ങൾ മിക്കവരും കൈതക്കലിൽ ജീവിച്ചിരിക്കുന്നവർ തന്നെയായിരിക്കും.

ഞങ്ങൾ ആദ്യമായി സംഘടിപ്പിച്ച, സ്റ്റാർ തിയേറ്റേഴ്സിന്റെ ഓണാഘോഷ പരിപാടിയിൽ ഹാസ്യകലയിലും ഞങ്ങളുടെ തന്നെ ഹരിശ്രീ ആർട്സിന്റെ നേതൃത്വത്തിൽ സംഘടിപ്പിച്ച 'അമർഷം'നാടകത്തിലും സന്തോഷ് അഭിനയിച്ചിരുന്നു. ഒന്നാംക്ലാസ് മുതൽ ഞാനും സന്തോഷും ഒരുമിച്ചാണ് പഠിച്ചത്. പലപ്പോഴും രാഘവൻമാഷോട് ഞങ്ങളെ പരസ്പരം മാറിപ്പോകാറുണ്ടായിരുന്നു.

"ആറ്റിലേയ്ക്കച്ച്യുതാ ചാടല്ലേ ചാടല്ലേ... എന്ന് പാടി വരുമ്പോഴേക്കും അച്യുതൻ എടുത്തുചാടി വെള്ളം കുടിച്ച് മരിച്ചുപോകാൻ വരെ സാധ്യതയുണ്ട് ! അതുകൊണ്ട് "ചാടല്ലേ.. ചാടല്ലേ.." എന്നത് ആദ്യം പറയുകയും പിന്നീട് ശ്വാസമൊക്കെ എടുത്തശേഷം

ബാക്കിഭാഗങ്ങൾ സാവധാനം പാട്ടുന്ന തരത്തിൽ കവിത തിരുത്തി യെഴുതണമെന്നാണ് ഒരിക്കൽ സന്തോഷ് സീരിയസ്സായി പറഞ്ഞ ഒരു തമാശ !

എത്രയെത്ര ചേരുവകൾ ചേരുമ്പോഴാണ് ഓരോ നാട്ടും ആസ്വാദ്യകരമായിത്തീരുന്നത് അല്ലേ !

മുഴിയിലൊരു രാത്രി

മുളുകാട്ടിൽ ശാസ്ത്രസാഹിത്യ പരിഷത്തിന്റെ ഒരു യോഗവും കഴിഞ്ഞ് ഞങ്ങൾ അങ്ങാടിയിലേക്ക് ഇറങ്ങുമ്പോൾ സമയം വൈകുന്നേരം ഏഴ് ഏഴരയായിക്കാണും. ഷാജിയും രമേശനും ഉണ്ണികൃഷ്ണൻ മുളുകാട്ടും എന്റെ കൂടെ അങ്ങാടിവരെ വന്നു. 'ഇന്ന് പോകേണ്ട' എന്ന് അവർ പലവട്ടം നിർബ്ബന്ധിച്ചതാണ്. പോയേ പറ്റൂ എന്ന് ഞാനും നിർബ്ബന്ധം പറഞ്ഞു. അങ്ങാടിയിൽ എത്തിയപാടെ പെരുവണ്ണാമൂഴി വരേയുള്ള ഒരു ജീപ്പ് കിട്ടി. പേരാമ്പ്രയ്ക്ക് അവിടെനിന്ന് എന്തെങ്കിലും വാഹനം ലഭിക്കുമായിരിക്കും എന്ന പ്രതീക്ഷയിൽ ഞാനതിൽ കയറി പെരുവണ്ണാമൂഴിയിൽ വന്നിറങ്ങി.

ജീപ്പ് ചെമ്പനോട ഭാഗത്തേക്കോ മറ്റോ തിരിച്ചുപോയി.

അങ്ങാടിയിൽ ഒരു മനുഷ്യജീവി പോലുമില്ല.

കൂരാക്കൂരിരുട്ട്...

അക്കാലത്ത് രണ്ട് കടകളായിരുന്നു പെരുവണ്ണാമൂഴിയിൽ ഉണ്ടായിരുന്നത്.

ഇരുട്ട് പരന്ന് തുടങ്ങുമ്പോൾത്തന്നെ അങ്ങാടിയിൽ ആൾപ്പെരുമാറ്റം ഇല്ലാതാവുന്നതിനാൽ കടകൾ നേരത്തേ തന്നെ പൂട്ടിപ്പോവും.

കുറേ നേരമായി കാത്തിരിക്കുന്നു.

ഒരു വാഹനവും വരുന്നില്ല.

ഡാമിൽ നിന്നും വെള്ളം കുത്തിയൊഴുകുന്ന ശബ്ദവും ചീവീടുകളുടെ ശബ്ദവും കാട്ടിൽനിന്നുള്ള മറ്റ് പലവിധ ശബ്ദങ്ങളും മാത്രം..

ഇരുട്ടിനു കട്ടി കൂടിക്കൂടി വരുന്നു.. പേരാമ്പ്രയ്ക്കങ്ങ് നടന്നാലോ എന്നാലോചിച്ചു. മുമ്പ് പശുക്കടവ് മുതൽ കൈതക്കൽ വരെ നടന്ന അനുഭവമുണ്ട്. പുതുക്കുടി ചന്ദ്രനും എൻകെ രാജീവനും ഞാനും ചേർന്ന് ഒരു വൈകുന്നേരം തമാശയ്ക്ക് പശുക്കടവ് കുപ്പകടയ്ക്കപ്പുറത്ത് ചിറക്കൽ ജോസിന്റെ വീട്ടിൽനിന്നും നടന്ന് തുടങ്ങിയതായിരുന്നു. പുഴ കടന്ന്, കുറത്തിപ്പാറയെത്തി, പൂഴിത്തോട് - ചെമ്പനോട - പെരുവണ്ണാമൂഴി - കടിയങ്ങാട് - വഴി കൈതക്കൽ വരെ കഥകളും പറഞ്ഞ് ഒരൊറ്റ നടത്തം !

അതന്ന്.. ഇപ്പോ വിശന്ന് കുടല് കരിഞ്ഞ് മണം വര്ന്ന്ണ്ട്..

നടക്കലൊന്നും നടക്കൂല !

പൊൻമലപ്പാറയിൽ കെ വി ഷീജയുടെ വീടുണ്ട്. ഷീജയെ മാത്രമല്ല കുമാരേട്ടനേയും അനുജൻ ഷിജിയേയും അമ്മയേയുമെല്ലാം എനിക്ക് നല്ല പരിചയമായിരുന്നല്ലോ. ഷീജയന്ന് പരിഷത്തിന്റെ മേഖലാകമ്മിറ്റി അംഗവും കലാ ജാഥാംഗവുമാണ്. അന്നുള്ള എല്ലാ പ്രവർത്തകരുടേയും വീടും വീട്ടുകാരേയുമെല്ലാം എല്ലാവർക്കും നന്നായറിയാമായിരുന്നു. ഷീജയുടെ വീട്ടിൽ മുമ്പൊരിക്കൽ പോയിട്ടുണ്ടെങ്കിലും അവിടേക്കുള്ള കൃത്യമായ വഴിയറിയില്ല. അവിടെയെത്തിയാൽ വിശപ്പുമടക്കാം ഇന്ന് രാത്രി അവിടെ തങ്ങുകയും ചെയ്യാം.

പെരുവണ്ണാമൂഴിയിൽ നിന്നും ഒന്നര - രണ്ട് കിലോമീറ്റർ ദൂരമുണ്ടാവുമെന്ന് തോന്നുന്നു.

ആകെ ഒരു കുഴപ്പമുള്ളത് കാട്ടിലൂടെ നടക്കണമെന്നതാണ് !

നടക്കാൻ തന്നെ തീരുമാനിച്ചു.

കയ്യിൽ ഒരു വെളിച്ചവുമില്ല. ഞാൻ സിഗരറ്റ് വലിക്കുന്ന കാലമായിരുന്നു. കീശയിൽ രണ്ട് സിഗരറ്റും ഒരു തീപ്പെട്ടിയുമുണ്ട്. തീപ്പെട്ടിയിൽ നിറയെ കൊള്ളികളുണ്ട് എന്നത് മാത്രമാണ് ഏക ആശ്വാസം. തീപ്പെട്ടിക്കൊള്ളിയുരച്ച് കത്തിച്ച് ആ വെളിച്ചം കൊണ്ട് കാണുന്നിടം വരെ നടക്കാം. വീണ്ടും ഉരയ്ക്കാം.. കത്തിക്കാം.. നടക്കാം..

നടന്ന് തുടങ്ങി..

കൂരാക്കൂരിരുട്ടിൽ തീപ്പെട്ടിക്കൊള്ളി പകരുന്ന ഇത്തിരി വെളിച്ചത്തിൽ തപ്പിയും തടഞ്ഞും തരക്കേടില്ലാതെ പേടിച്ചും നടന്നുകൊണ്ടിരുന്നു.

കരിന്തേളുമുതൽ പെരുമ്പാമ്പും രാജവെമ്പാലയും വരെയുള്ള ഇഴജന്തുക്കളും മുള്ളൻപന്നി മുതൽ കാട്ടാനകൾവരേയുള്ള വന്യമൃഗങ്ങളുമുള്ള

കാട് ആണെന്നുള്ള പറഞ്ഞുകേട്ട അറിവുകളൊക്കെയും ഒരനുവാദവും ചോദിക്കാതെ മനസ്സിലേക്ക് തിക്കിത്തിരക്കി വന്നുകൊണ്ടിരിക്കു കയാണ്!

പേടിച്ചു തുടങ്ങിയാൽ പിന്നെ പിടിച്ചാൽകിട്ടില്ലല്ലോ!

നന്നായിത്തന്നെ പേടിച്ചും വിറച്ചുമാണ് ഇപ്പോഴുള്ള നടത്തം.

തീപ്പെട്ടിയിൽ കൊള്ളികൾ തീർന്നു കൊണ്ടിരിക്കുകയാണ്.. അതിന്റെ ഉൽക്കണ്ഠ വേറെയും!

വാഞ്ചുക്കോളനിലെ വെളിച്ചങ്ങൾ ദൂരെ നിന്നും കണ്ടുതുടങ്ങി.. സമാധാനം..

ഹാവൂ.. ഇനി കുറച്ചുദൂരം കൂടി നടന്നാൽ മതിയല്ലോ.

ഷീജയുടെ വീടിന്റെ താഴെയുള്ള റോഡിലെത്തി. ഷീജയുടെ വീട്ടിലേക്കുള്ള വഴിയെനിക്കറിയാം. റോഡിൽ നിന്നും കാണാവുന്ന വീടാണ്. പക്ഷേ, അവിടെ വെളിച്ചമൊന്നും കാണുന്നില്ലല്ലോ!

എന്തായാലും വന്നില്ലേ.

ഇനി തിരിച്ചുപോകാനും കഴിയില്ലല്ലോ. വീട്ടിലേക്ക് കയറുക തന്നെ.

വീട്ടിലെത്തി. കുറെ വിളിച്ചു നോക്കി. ഒരനക്കവുമില്ല ! പുരയുടെ നാലുപാട്ടും നടന്ന് വിളിച്ചു നോക്കി. ആരുമില്ല!

കുറച്ചുനേരം സങ്കടപ്പെട്ടും ആലോചിച്ചുമിരുന്നു പോയി..

അവിടെനിന്ന് വീണ്ടും താഴോട്ടിറങ്ങി വെളിച്ചം കാണുന്ന മറ്റൊരു വീട്ടിലെത്തി. അവിടെ ഒരു സ്ത്രീ മാത്രമാണുണ്ടായിരുന്നത്. കുട്ടികൾ ഉറങ്ങിപ്പോയിരുന്നു.

അവരോട് അന്വേഷിച്ചപ്പോൾ ഷീജയും കുടുംബവും ചക്കിട്ട പാറയ്ക്കടുത്ത് ഏതോ കലാസമിതിയുടെ വാർഷികാഘോഷത്തിന് കലാപരിപാടികൾ കാണാൻ പോയതാണെന്ന വിവരം കിട്ടി ! കലാപരിപാടികൾ കഴിയാൻ പുലർച്ചെയോടടുക്കും എന്നു കൂടി കേട്ടതോടെ ഞാനാകെ തകർന്ന് തരിപ്പണമായി എന്നുപറഞ്ഞാൽ മതിയല്ലോ!

അവരോട് കുറച്ച് ചൂടുവെള്ളം ചോദിച്ചു വാങ്ങി എന്റെ കുടലുകളിൽ തളിച്ച് തീ കെടുത്താനൊരു വൃഥാശ്രമം ഞാൻ നടത്തിനോക്കി. തീ കെടുകയല്ല ആളിക്കത്തുകയാണ് ചെയ്തത് എന്ന് തോന്നുന്നു !

ഷീജയുടെ വീട്ടിൽ ഒരു വെളിച്ചവുമില്ല എന്ന് പറഞ്ഞപ്പോൾ ആ

സ്ത്രീ എനിക്കൊരു മണ്ണെണ്ണവിളക്ക് തന്നു. വിളക്ക് കാലത്ത് തന്നെ എത്തിക്കാമെന്നും പറഞ്ഞ് ഞാൻ ഷീജയുടെ വീട്ടിലേക്ക് തന്നെ വീണ്ടും കയറിയെത്തി.

ചരുമുറി അടച്ചിട്ടില്ലായിരുന്നു.

അതിൽ ഒരു കട്ടിലും കാണുന്നുണ്ട്.

ആ കട്ടിലിൽ കയറിക്കിടക്കാം.

പുലർച്ചേ അവർ വരുമ്പോൾ എന്നെ കണ്ടുകൊള്ളട്ടേ എന്ന് കരുതി കത്തിച്ചുവെച്ച മണ്ണെണ്ണ വിളക്ക് ജനാലയിൽ വച്ച് ഞാനു റങ്ങാൻ കിടന്നു...

അരിച്ചുകയറുന്ന തണുപ്പിനെയും കത്തുന്ന വിശപ്പിനെയും മറന്ന് എപ്പോഴോ ഞാൻ ഉറക്കത്തിലേക്ക് വഴുതി വീണു.

വലിയൊരു ബഹളം കേട്ടാണ് ഞാൻ ഉണർന്നത് !

കലാപരിപാടികളും കഴിഞ്ഞ് ഷീജയും കുടുംബവും വന്നുകയറു ന്നതിനു മുമ്പേ എന്റെ മുറിയിൽ വെച്ച മണ്ണെണ്ണ വിളക്ക് കെട്ട്പോ യിരിക്കണം.

മുറിയിൽ നിന്ന് ഒരു കൂർക്കംവലി കേട്ട്, ആരോ അകത്ത് കടന്നിട്ടുണ്ട് എന്നവർ മനസ്സിലാക്കി ! വെളിച്ചവുമായി അവർ വന്നു നോക്കുമ്പോൾ ഒരപരിചിതൻ കട്ടിലിൽ കയറിക്കിടന്ന് കൂർക്കംവ ലിച്ചുറങ്ങുന്നു !

ആരായിരിക്കുമെന്ന അവരുടെ ആലോചനകൾക്കൊരുത്തരവും കിട്ടിയില്ല !

ആണുങ്ങളായവർ വിറകുപുരയിൽ പോയി വിറകുകൊള്ളിയും വടിയുമൊക്കെ എടുത്ത് വന്നാണ് എന്നെ വിളിച്ച് ഉണർത്തുന്നത് !

ആ ബഹളത്തിലാണ് ഞാൻ ഉണർന്നെഴുന്നേൽക്കുന്നത് !

ഭാഗ്യം!

ടോർച്ചിന്റെ വെളിച്ചത്തിൽ എന്റെ മുഖം കണ്ട ഷീജ "പ്രസാദേ ട്ടൻ..!" എന്ന് അത്ഭുതപ്പെട്ടത് അൽപ്പം ഉറക്കെയായിരുന്നു ! അത് കേട്ടുകഴിഞ്ഞപ്പോൾത്തന്നെ എന്നെ അടിക്കാനോങ്ങിനിന്ന വിറക് കൊള്ളിയും വടിയുമെല്ലാം പതുക്കെ താഴാൻ തുടങ്ങി..

പിന്നീടവിടെ പൊട്ടിച്ചിരിയുടെ പൂരമായിരുന്നു..

ഈ ഷീജയാണ് പിന്നീട് കൊയിലാണ്ടി നഗരസഭാകൗൺസില റും ആരോഗ്യ സ്റ്റാന്റിംഗ് കമ്മിറ്റി ചെയർപേഴ്സണുമായ കെവി ഷീജ.

കുമാരപ്പണിക്കർ

"ഉത്സവസ്ഥലത്ത് പൊരിഞ്ഞ അടി നടക്കുകയാണ്.. ഞാൻ ഹസ്തരേഖാശാസ്ത്രം എന്ന ബാനർ വലിച്ചുകെട്ടി അതിനടിയിൽ പെട്രോമാക്സും കത്തിച്ചുവച്ച് ആളുകളുടെ കൈനോക്കി ഫലം പറഞ്ഞു കൊണ്ടിരിക്കുമ്പോഴാണ് അടിപൊട്ടുന്നത്.. ചട്ടികളി നടക്കുന്നിടത്ത് വെച്ചാണ് അടിതുടങ്ങിയതെങ്കിലും ഇപ്പോൾ പോലീസുകാരാണ് എല്ലാവരെയും അടിച്ചോടിച്ചു കൊണ്ടിരിക്കുന്നത്.. "

കുമാരപ്പണിക്കർ ഒരു തമാശ പറഞ്ഞു തുടങ്ങുകയാണ്...

" ഞാൻ വേഗം തന്നെ ബാനർ അഴിച്ച് ബാഗിലിട്ട് പെട്രോമാക്സും എടുത്ത് അവിടെനിന്ന് രക്ഷപ്പെടുന്നതിനിടയിലാണ് ഒരു പോലീസു കാരൻ ഓടിവന്നു എന്നെ പിടിക്കുന്നത്! 'ഫ! അടിയുടെയും ബഹള ത്തിന്റേയും തിരക്കിൽ പെട്രോമാക്സും മോഷ്ടിച്ച് കടന്നുകളയുകയാണ ല്ലടാ നായിന്റെ മോനേ.. !' എന്നും പറഞ്ഞ് പോലീസുകാരൻ എന്റെ ചന്തിക്കിട്ട് ഒരു അടി തന്നു. ഞാൻ കുനിഞ്ഞ് കുനിഞ്ഞ് നടക്കുന്നത് കണ്ട് പെട്രോമാക്സും മോഷ്ടിച്ച് കടന്നുകളയുകയാണെന്നാണ് പാവം പോലീസുകാരൻ കരുതിയത്! ഹ ഹ ഹ" സ്വന്തം ശാരീരിക വിഷ മതകളെ പോലും വിഷയമാക്കി തമാശകൾ സൃഷ്ടിച്ച് മറ്റുള്ളവരെ ചിരിപ്പിച്ചു കൊണ്ടിരിക്കുന്ന നിഷ്കളങ്കനായ ഒരു മനുഷ്യനായിരുന്നു കുമാരപ്പണിക്കർ..

'കോടിയ' പണിക്കർ എന്നാണ് എല്ലാവരും അദ്ദേഹത്തെ വിളി ച്ചിരുന്നത്. നട്ടെല്ല് മുൻഭാഗത്തേക്ക് വളഞ്ഞ് വരുന്ന അപൂർവ്വമായ

ഒരസുഖമായിരുന്ന അദ്ദേഹത്തിന്. ഇന്നാലോചിക്കുമ്പോൾ 'കോടിയ പണിക്കർ' എന്നത് അധിക്ഷേപകരമായ ഒരു പ്രയോഗമാണ്. എന്നാൽ അദ്ദേഹത്തെ സ്നേഹിക്കുന്നവരും ബഹുമാനിക്കുന്നവരും വരെ അദ്ദേഹത്തെ പരിചയപ്പെടുത്താനായി 'കോടിയ പണിക്കർ' എന്ന് ഉപയോഗിച്ച് കേട്ടിട്ടുണ്ട്.

പണിക്കരുടെ കയ്യിൽ എപ്പോഴും ഒരു കറുത്ത ബാഗ് ഉണ്ടാകും. ഹസ്തരേഖകൾ നോക്കുന്നതിനുള്ള ഒരു ലെൻസ്, ലോട്ടറി ടിക്കറ്റുകൾ എന്നിവയ്ക്ക് പുറമേ പണിക്കരുമായി ബന്ധപ്പെട്ട് പ്രസിദ്ധീകരിക്കപ്പെട്ട പത്രവാർത്തകളുടെ കട്ടിങ്ങുകളും അതിലുണ്ടാകും.

ടൈലർ ശങ്കരന്റെ കടയുടെ മുമ്പിലിട്ട ബഞ്ചിലിരുന്ന് കോയോം ങണ്ടി ചേക്കുക്കയും കുമാരപ്പണിക്കരും ചേർന്ന് ചെസ്സ് കളിക്കുന്ന രസകരമായ ചിത്രങ്ങൾ മനസ്സിലുണ്ട്. തോൽക്കുമെന്ന് ഉറപ്പാകു മ്പോൾ ചേക്ക്ക ബോർഡിൽ നിന്നും 'കുതിര'യെടുത്ത് അല്പം ഉയർത്തിപ്പിടിച്ചാണ് ആലോചിച്ച് തുടങ്ങുക ! എടുത്തത് എവിടെ നിന്നാണ് എന്ന് പണിക്കരോടും വിട്ടുപോവും! പിന്നെ ഒരു ചെക്ക് പറയലാണ് ! തരക്കേടില്ലാത്ത ബഹളത്തിലായിരുന്ന എല്ലാ കളിയും കലാശിച്ചിരുന്നത് !

കീഴരിയൂർക്കാരനായിരുന്ന പണിക്കർ. പേരാമ്പ്ര പൈതോത്തുള്ള അച്ഛന്റെ ജ്യേഷ്ഠന്റെ വീട്ടിലായിരുന്ന ചെറുപ്പകാലം. വിവാഹത്തിന് ശേഷമാണ് കൈതക്കലിൽ സ്ഥിരതാമസമാക്കുന്നത്. കോഴിക്കോട് ദേശാഭിമാനി ഓഫീസിൽ അന്തിയുറങ്ങിയ ഒരു കാലത്തെക്കുറിച്ച് പണിക്കർ പറഞ്ഞുകേട്ട ഒരു ഓർമ്മയുണ്ട്. ദേശാഭിമാനി പ്രസിദ്ധീ കരണങ്ങൾ കൊണ്ടുനടന്ന് വിൽക്കലായിരുന്നുവത്രേ അക്കാലത്തെ ജോലി. ഒരു ദിവസം രാത്രി ഓഫീസിൽ എത്തിയപ്പോൾ അത് പൂട്ടി സീലുവച്ച കാഴ്ചയാണ് കണ്ടതെന്നും മലബാർ ലഹളയെക്കുറിച്ചുള്ള ഇഎംഎസിന്റെ ഒരു ലേഖനം പ്രസിദ്ധീകരിച്ചതാണ് അതിനു കാരണമെന്നുമാണ് പണിക്കർ ഓർത്തെടുത്തത്. ആദ്യകാലങ്ങ ളിൽ പാർട്ടി പ്രവർത്തനങ്ങളിൽ പങ്കെടുത്തിരുന്നതായി വയലാളി ഗോവിന്ദൻനായരും പറഞ്ഞിട്ടുണ്ട്.

ഒരു കറുത്ത ചെറിയബാഗ് ഒരു കയ്യിൽപിടിച്ച് ഒരു കൈ മടക്കി പുറത്തുവച്ച്, അരയ്ക്ക് മേൽപ്പോട്ടുള്ള ഭാഗം പൂർണമായും മുമ്പോട്ട് വളഞ്ഞ് കുനിഞ്ഞ് കുനിഞ്ഞ് നടന്നുപോകുന്ന പണിക്കരുടെ ചിത്രം ഇപ്പോഴും അദ്ദേഹത്തെ പരിചയമുള്ളവരുടെ മനസ്സിലുണ്ടാ വും. ഒരുപാട് ബുദ്ധിമുട്ടിയാണ് അദ്ദേഹം നടന്നിരുന്നത്. എന്നാൽ

ഒരിക്കൽപോലും അദ്ദേഹത്തിന്റെ ശാരീരികബുദ്ധിമുട്ടുകൾ മറ്റൊരാളോടും പങ്കുവെച്ചിട്ടില്ല.

തന്നെപ്പോലെ ശാരീരിക ബുദ്ധിമുട്ടുകൾ അനുഭവിക്കുന്നവരെ സംഘടിപ്പിച്ചുകൊണ്ട് KVSS (കേരള വികലാംഗ സേവന സമിതി.) എന്ന സംഘടനയ്ക്ക് അദ്ദേഹം രൂപം നൽകി. ഏറെക്കാലം അതിന്റെ സംസ്ഥാന ഭാരവാഹിയായി കേരളത്തിലങ്ങോളമിങ്ങോളം ഓടി നടന്ന് അദ്ദേഹം പ്രവർത്തിച്ചു. അംഗ പരിമിതരായ ആളുകൾക്ക് ഇന്ന് ലഭിക്കുന്ന ജോലിസംവരണം ഉൾപ്പെടെയുള്ള അവകാശങ്ങൾ നേടിയെടുക്കുന്നതിനുവേണ്ടി നിരവധിയായ സമരങ്ങൾക്ക് കുമാരപ്പണിക്കർ നേതൃത്വം നൽകിയിട്ടുണ്ട്.

അംഗപരിമിതരായ ആളുകൾക്ക് ഒരു പ്രശ്നമുണ്ടെങ്കിൽ അവിടെ ഓടിയെത്തുകയും പ്രശ്നപരിഹാരം ഉണ്ടാക്കുന്നതുവരെ അവർക്കൊപ്പം നിൽക്കുകയും ചെയ്യുന്ന ഒരു പ്രകൃതമായിരുന്നു കുമാരപ്പണിക്കരുടേത് എന്ന് വയലാളിഗോവിന്ദൻ നായർ അനുസ്മരിക്കുന്നു :

"ഒരു കാലില്ലാത്ത പനമ്പ്രമ്മൽ വേലായുധന്റെ പെട്ടിക്കട എടുപ്പിക്കുന്നതിന് സ്ഥലമുടമ നടത്തിയ ശ്രമത്തെ, വിവരമറിഞ്ഞപാടെ ഓടിയെത്തി സമരം പ്രഖ്യാപിച്ച് കുമാരപ്പണിക്കർ പരാജയപ്പെടുത്തിയിട്ടുണ്ട്. പിന്നീട് വേലായുധന്റെ മരണംവരെയും ആ ബന്ധം പണിക്കർ നിലനിർത്തുകയും ചെയ്തിരുന്നു. "

ഇളയിടത്ത് വേണുഗോപാലിന്റെ നേതൃത്വത്തിലുള്ള മദ്യവർജന സമിതിയുടെ ജില്ലാതല ഭാരവാഹികൂടിയായിരുന്നു കുമാരപ്പണിക്കർ. പണിക്കരുടെ നേതൃത്വത്തിൽ നടന്ന ഒറ്റയാൾ സമരങ്ങൾ അക്കാലത്ത് ഏറെ ജനശ്രദ്ധനേടിയിരുന്നു. റൈസിംഗ് സ്റ്റാർ കൈതക്കലിന്റെ സെക്രട്ടറിയായും അദ്ദേഹം പ്രവർത്തിച്ചിട്ടുണ്ട്.

അദ്ദേഹം ശാസ്ത്രസാഹിത്യ പരിഷത്തിൽ അംഗത്വമെടുത്തത് ഒരു ദിവസം ചെറിയകാര്യോട്ട് വന്ന് ഞങ്ങളോട് ആവശ്യപ്പെട്ടപ്രകാരമായിരുന്നു.

"കൈനോട്ടവും ജ്യോത്സ്യവും ശാസ്ത്രവും ഒന്നിച്ചു പോകില്ലല്ലോ പണിക്കരേ.." എന്ന പുതുക്കുടി ദാസന്റെ കമന്റിന് "അതിന് എനിക്കതിലൊന്നും വിശ്വാസമില്ലല്ലോ.. ഞാനതൊരു ജോലിയായി ചെയ്യുന്നുവെന്നല്ലേയുള്ളൂ.." എന്നാണ് പണിക്കർ മറുപടി പറഞ്ഞത്. മറുപടി പറയുക മാത്രമല്ല അദ്ദേഹം നിർബന്ധിച്ച് പരിഷത്ത് അംഗത്വം എടുക്കുകയും ചെയ്തു. തുടർന്ന് ഏറെക്കാലം വിവിധങ്ങളായ

പ്രവർത്തനങ്ങളിൽ അദ്ദേഹം പങ്കെടുക്കുകയുമുണ്ടായി.

അവസാനകാലമാകുമ്പോഴേക്കും നട്ടെല്ലിന്റെ വളവ് കൂടുകയും അദ്ദേഹം കഠിനമായി ബുദ്ധിമുട്ടനുഭവിക്കുകയും ചെയ്തിരുന്നു.

" ഇപ്പോ എന്റെ ജീവിതം പോലെതന്നെ ഞാനുമൊരു ചോദ്യ ചിഹ്നമായി. അല്ലേ പ്രസാദേ.."

അദ്ദേഹം അനുഭവിച്ചു കൊണ്ടിരുന്ന വേദനയെപ്പോലും പുറത്തു കാണിക്കാതെ കടിച്ചമർത്തി നമ്മളെ ചിരിപ്പിക്കാനാണദ്ദേഹം അവസാനകാലത്തും ശ്രമിച്ചത് ! ഇത്രയേറെ ശാരീരിക ബുദ്ധിമുട്ടുകൾ അനുഭവിക്കുന്ന, നടക്കാനും കിടക്കാനും പ്രയാസപ്പെടുന്ന ഒരു മനുഷ്യനാണ് ഓടിനടന്ന് പലതരത്തിലുമുള്ള സാമൂഹ്യപ്രവർത്തനങ്ങളിലും വ്യാപൃതനായത് ! അതും നല്ല തണ്ടുംതടിയുമുള്ള മനുഷ്യർ സ്വന്തംകാര്യം മാത്രംനോക്കി ജീവിക്കുന്ന ഇക്കാലത്ത് !

"പ്രസാദേ.. ഞങ്ങള് ശരിക്കും പണിക്കന്മാരാണെടോ.. പണിക്കൻ എന്ന് പറയുന്നത് ജാതിയിൽ താഴ്ന്നവരും പണിക്കർ എന്ന് പറയുന്നത് മുന്തിയവരുമാണല്ലോ. ഞങ്ങള് പാരമ്പര്യമായി കൈനോക്കി ഫലം പറയുന്നവരും ജ്യോത്സ്യന്മാരുമാണല്ലോ. ജ്യോത്സ്യന്മാരെന്ന നിലയിൽ ഒരു ഗമയൊക്കെ വേണ്ടേ! അതിനുവേണ്ടിയാണ്'ൻ' മാറ്റി 'ർ' ആക്കിയത്.."

ഇങ്ങനെയാണ് കുമാരപ്പണിക്കർ !

മനസ്സിലുള്ളത് മറച്ചുവെക്കാതെ പറഞ്ഞു കൊണ്ടിരിക്കും..

2011 സപ്തംബർ ഒന്നിന് 75 ആമത്തെ വയസ്സിലാണദ്ദേഹം ഈ ലോകത്തോട് വിടപറഞ്ഞത്.

ഓരോ ദേശത്തിന്റെ ചരിത്രത്തിലും ഇതുപോലെ അനേകം മനുഷ്യരുടെ ജീവിതങ്ങൾ കൊണ്ട് നിറങ്ങൾ പകർന്നിട്ടുണ്ടാവും അല്ലേ !

പേറ്റിച്ചി വഴികൾ

ഈ അടുത്തകാലം വരെ എല്ലാ പ്രസവങ്ങളും നടന്നിരുന്നത് വീടുകളിൽത്തന്നെ ആയിരുന്നല്ലോ. പ്രസവമെടുക്കാൻ സഹായിച്ചവരെ 'പേറ്റിച്ചികൾ' എന്നോ 'വയറ്റാട്ടികൾ' എന്നോ വിളിച്ചുവന്നു. ഓരോ നാട്ടിലും ഇത്തരം 'വിദഗ്ധരായ' 'ഗൈനക്കോളജിസ്റ്റുകൾ' നിലവിലുണ്ടായിരുന്നു. നിരത്തിന്റെ മീത്തൽ മാതാമ്മ ഞങ്ങളുടെ നാട്ടിലെ അറിയപ്പെടുന്ന ഒരു 'ഗൈനക്കോളജിസ്റ്റ് ' ആയിരുന്നു. ഏതാണ്ടെല്ലാം സേവനപ്രവർത്തനങ്ങൾ മാത്രമായിരുന്നു.

"ഇപ്പഴത്തെ കള്ള് ഷാപ്പിന്റെ മേലെയായിരുന്നു നെരത്തിന്റെ മീത്തൽ മാതാമ്മയുടെ വീട്. കണ്ണച്ചന്റെ ഭാര്യ. മാതാമ്മയെ ഞാൻ കാണുന്നതുമുതൽ ഒരു വെളുത്ത മുണ്ടുമാത്രയിരുന്നു വേഷം. "

ആർ ബാലകൃഷ്ണൻ മാതാമ്മയെ ഓർത്തെടുക്കുകയാണ്.

"എനിക്ക് നാല് വയസ്സുള്ളപ്പോഴാണ് അമ്മ വീണ്ടും ഗർഭിണിയാകുന്നത്. പ്രസവവേദനതുടങ്ങിയപ്പോൾ അച്ഛൻ മാതാമ്മയെ വിളിക്കാനാളെയയച്ചു. പ്രസവമുറി വീട്ടിനകത്ത് തന്നെയായിരുന്നല്ലോ. മാതാമ്മ വന്നപാടെ മുറിക്കകത്തേക്ക് കയറി. കുറേസമയം കഴിഞ്ഞ ശേഷമാണ് പുറത്തേക്ക് വന്നത്. ഇറങ്ങിവന്ന അതേ സ്പീഡിൽത്തന്നെ, നേരത്തേ മൂർച്ചയാക്കി വെള്ളത്തിലിട്ട് തിളപ്പിച്ചുവെച്ച ഒരു അരിവാളുമെടുത്ത് വീണ്ടും അകത്തേക്ക് തന്നെ കയറിപോയി. കുറച്ചുസമയം കൂടി കഴിഞ്ഞപ്പോൾ വീണ്ടും ഇറങ്ങി വന്നു.

'കണാരാ.. സുഖപ്രസവായിനും. തിരുവാല ഒണർന്നാല് ഇത്തിരി പൊടിയരിക്കഞ്ഞി ഉപ്പിട്ടിറ്റ് കൊടുക്കണം.'

അതും പറഞ്ഞ് മാതാമ്മ ഇറങ്ങാൻ തുടങ്ങി.

"ന്നാ ഞാമ്പോട്ടേ കണാരാ.. "

"നിക്ക്.. ന്ന്.."

എന്നും പറഞ്ഞ് അച്ഛൻ നേരത്തേ കരുതിവെച്ച ഒരു കുപ്പി മാതാമ്മയെ ഏൽപ്പിച്ചു. മാതാമ്മ അതു വാങ്ങി ഒറ്റവലിക്ക് കുടിച്ചു തീർത്തു !

"ന്നാ ഞാൻ പോന്ന് ട്ടോ " മാതാമ്മ ചൂട്ടുകറ്റയുടെ വെളിച്ചത്തിൽ ഇരുട്ടിലേക്ക് നടന്നുകയറിപോയി.

"കുഞ്ഞിമ്മാത പത്തോ പതിനൊന്നോ പെറ്റിഷ്ക്ക്.. ഒരൊറ്റയൊന്നാ ചേയിച്ചത്.. അതാ കൃഷ്ണൻ. അന്നങ്ങനെയാ.. എല്ലാ പെണ്ണുങ്ങളും അഞ്ചും പത്തും പേറ് പെറും ! എത്ത്രയെണ്ണം ചേയ്ച്ച് കിട്ടൂന്ന് അറീല്ലല്ലോ.. ചെലപ്പോ അമ്മേനേം കിട്ടൂല മക്കളേം കിട്ടൂല !"

ചേയ്ച്ച് കിട്ടുക എന്ന നാട്ടുവാക്കിന് ജീവിച്ചു കിട്ടുക എന്നാണർത്ഥം. ഈ അടുത്ത കാലംവരെയുള്ള നമ്മുടെ കേരളത്തിലെ പ്രസവങ്ങളെക്കുറിച്ചാണ് പറയുന്നത്. പറഞ്ഞുതരുന്നത് എന്റെ അമ്മയാണ്.

" ഞാൻ പത്തെണ്ണം പെറ്റതിൽ ഏഴെണ്ണോം കീട്ടീന്ന്ള്ളത് ഒരു ഭാഗ്യാ.. നിന്നെ ഒഴിച്ച് ബാക്കി എല്ലാരേം പെറ്റത് ഇബ്ട്ന്ന് തന്ന്യാ.. നിന്നെ കല്ലോട്ടാസ്പത്രീന്നും.. വാളൂരുള്ള വണ്ണാത്തി അമ്മാളുവാണ് എല്ലാ പേറുമെടുത്തത് "

'പണ്ടൊക്കെ എന്തായിനും ! അമ്മീമ്മല് അരയ്ക്കേം ഒരലില് ഇടിയ്ക്കേം ചെയ്യുന്ന പെണ്ണുങ്ങള്ക്ക് സുഖപ്രസവം അല്ലായ്യോ ! ഇപ്പല്ലേ പ്രസവം ഒര് സൂക്കേടായത് ' എന്ന തരത്തിലുള്ള വർത്തമാനങ്ങൾക്കും ബഡായികൾക്കുമുള്ള വസ്തുത നിരത്തിയുള്ള മറുപടിയാണ് അമ്മയുടെ വാക്കുകൾ. അക്കാലത്ത് ഓരോ പെണ്ണിനും അഞ്ചും പത്തും പ്രസവങ്ങൾ നടത്തേണ്ടി വന്നത് ഗർഭനിരോധന മാർഗങ്ങൾ അറിയാത്തതുകൊണ്ട് മാത്രമായിരുന്നില്ല. എത്ര കുഞ്ഞുങ്ങളെ ബാക്കി കിട്ടുമെന്നത് പ്രവചനാതീതമായിരുന്നതുകൊണ്ട് കൂടിയാണ്. പല കാരണങ്ങൾ കൊണ്ടായിരുന്ന ശിശുമരണങ്ങളും മാതൃമരണങ്ങളും. ദാരിദ്ര്യവും ദാരിദ്ര്യ ജന്യരോഗങ്ങളും പകർച്ചവ്യാധികളും അവയിൽ പ്രധാനപ്പെട്ടതാണ്. അണുബാധയാണ് മറ്റൊരു

മരണകാരണം. പൊക്കിൾക്കൊടി മുറിച്ചുമാറ്റുന്നത് അധികവും അരിവാളോ കത്തിയോ മറ്റോ ഉപയോഗിച്ചായിരിക്കുമല്ലോ! അതിൽ നിന്നുമുണ്ടാകുന്ന ഇൻഫെക്ഷനാണ് കുട്ടിയുടെയും ചിലപ്പോൾ അമ്മ യുടെയും മരണത്തിനുവരെ കാരണമായിരുന്നത്! ദൈവവിധിയായും ദൈവശാപമായും ഗുളികൻ തച്ചതായും അതുപോലെയുള്ള മറ്റനേകം വിശ്വാസങ്ങളുമായും ബന്ധപ്പെടുത്തി ചരട് മന്ത്രിച്ചു കെട്ടിക്കലും ദൈവത്തിന് വിളക്കുകൾ കത്തിക്കാൻ എണ്ണ നേർച്ചനേരലുമായി രുന്നല്ലോ അക്കാലത്തെ പ്രധാന ചികിത്സ!

കേരളത്തിലെ പ്രസവങ്ങളെല്ലാം ആശുപത്രിയിലായി. ശിശു മരണനിരക്കും മാതൃമരണനിരക്കും ഒന്നാംലോക രാജ്യങ്ങൾക്കൊ പ്പമായി.

ഇന്ത്യയിൽ എല്ലായിടത്തും ഇങ്ങനെത്തന്നെയാണെന്ന് വിചാ രിച്ചുവെച്ചിരിക്കുന്ന ചിലരെങ്കിലും ഉണ്ടാകുമല്ലോ. അവർക്കുവേണ്ടി രണ്ട് അനുഭവങ്ങൾ കൂടി കുറിക്കട്ടെ. രണ്ടും പരിഷത്ത് പഠനസംഘ ങ്ങൾക്കൊപ്പമുള്ള ഉത്തരേന്ത്യൻ യാത്രാനുഭവങ്ങളാണ്.

മധ്യപ്രദേശിലെ ബിംഗ് ജില്ലയിലെ കൊഹാർ എന്ന ഒരു കുഗ്രാമത്തിൽ വച്ചാണ് ഞങ്ങളുടെ കൂടെയുള്ള ബിജിവിഎസ് പ്രവർത്തകനായ ഹാാരേ ഒരു 'പേറ്റിച്ചിയെ' പരിചയപ്പെടുത്തു ന്നത്. പേറ് എടുക്കുക മാത്രമല്ല, കുട്ടി പെണ്ണാണെങ്കിൽ അതിനെ കൊന്നുകളഞ്ഞ് സഹായിക്കാനും അവർ മിടുക്കിയായിരുന്നത്രെ ! നെന്മണി വായിലിട്ടു കൊടുത്തും തലയിണ കൊണ്ട് മുഖമമർത്തിയും മറ്റുമാണ് കൊല്ലാറുള്ളത് എന്ന് വിശദീകരിക്കുമ്പോഴും നാട്ടുനടപ്പുള്ള കാര്യങ്ങൾ പറയുന്നു എന്നതിൽ കവിഞ്ഞ് ഹാാരേയുടെ മുഖത്തോ വയറ്റാട്ടിയുടെ മുഖത്തോ മറ്റ് ഭാവഭേദങ്ങളൊന്നും ഉണ്ടായിരുന്നില്ല !

മറ്റൊരനുഭവം ജാർഖണ്ഡിൽ വച്ചായിരുന്നു. ഞങ്ങളവിടെ ആശാ വർക്കർമാരുടെ ഒരു യോഗത്തിൽ പങ്കെടുക്കുകയുണ്ടായി.

എന്താണ് നിങ്ങളുടെ പ്രധാന പ്രവർത്തനങ്ങൾ എന്ന് ചോദിച്ച പ്പോൾ 'ഗർഭിണികളുടെ വീട് സന്ദർശിക്കലും അവർക്ക് മെഡിക്കൽ കിറ്റ് നൽകലും' ആണെന്നാണ് പറഞ്ഞത്. 'മെഡിക്കൽ കിറ്റി'ലുള്ള പ്രധാന വസ്തുക്കളുടെ പേരുകൾ കേട്ടാണ് ഞങ്ങൾ ഞെട്ടിയത് ! ബ്ലേഡും നൂലുമൊക്കെയാണത് !

അവിടെ ഗ്രാമങ്ങളിലെ പ്രസവങ്ങളെല്ലാം ഇപ്പോഴും വീടുകളിൽ വെച്ചുതന്നെയാണത്രേ നടക്കുന്നത്. കുപ്പി അടിച്ചുപൊട്ടിച്ച്, ആ ചില്ല

കഷണം കൊണ്ടാണ് പൊക്കിൾക്കൊടി മുറിക്കുന്നത്. അത് ഒഴിവാക്കിയെടുക്കുന്നതിനാണ് ബ്ലേഡ് നൽകുന്നത് ! എന്തെങ്കിലുമെടുത്ത് പൊക്കിൾകൊടി കെട്ടി ഇൻഫെക്ഷൻ വരാതിരിക്കാനായി നല്ല നൂലും നൽകുന്നു ! വൃത്തിയും വ്യക്തിശുചിത്വവും പാലിക്കുന്നതിനായി ആശാവർക്കർമാർ ഉപദേശവും നൽകുന്നു !

നമ്മുടെ ഡിജിറ്റൽ ഇന്ത്യയുടെ ഗ്രാമങ്ങൾ ഇപ്പോഴും പുലരുന്നത് ഇങ്ങനെയൊക്കെയാണ് !

പൊള്ളിയടരുന്ന ഓർമ്മച്ചുമരുകൾ

കൈതക്കലിലെ റോഡ് സൈഡിലുള്ള പുളീനകണ്ടി മൊയ്തീക്കയുടെ കെട്ടിടത്തിന്റെ താഴത്തെ നിലയിലുള്ള നിരപ്പലപ്പീടിക മുറിയിലായിരുന്നല്ലോ ഒരു കാലത്ത് ദാമോദരേട്ടന്റെ കച്ചവടം. വൈകുന്നേരം തിരക്കുള്ള സമയങ്ങളിൽ സാധനങ്ങൾ പൊതിഞ്ഞു കൊടുക്കാൻ എന്നെയവിടെ പിടിച്ചുനിർത്തും. പിന്നീട് കട തുറക്കലും പകൽസമയങ്ങളിൽ മുഴുവൻ നിൽക്കലുമെന്ന ചുമതല എന്റെ ചുമലിലേക്ക് വന്നു. ദാമോദരേട്ടന്റെ വരവ് വൈകുന്നേരങ്ങളിൽ മാത്രമായി. വളരെ നല്ല രീതിയിൽ ആരംഭിക്കുന്ന ദാമോദരേട്ടന്റെ കച്ചവടപ്പീടികകൾ പിന്നീട് സാധനങ്ങളില്ലാതെ ക്ഷയിച്ചുവരികയും പൂട്ടി പോവുകയും ചെയ്യുക എന്നുള്ളത് ഒരു പതിവ് കലാപരിപാടിയായിയുന്നു. വാരിക്കോരി കടംകൊടുക്കുമെങ്കിലും അതെല്ലാം തിരിച്ചു ചോദിച്ചു വാങ്ങുന്നതിന് മടികാണിക്കുന്നതാണ് പൂട്ടിപ്പോകുന്നതിനു കാരണം. ഒരിക്കൽ കിട്ടാക്കുറ്റികൾ പിരിച്ചെടുക്കാൻ എന്നെ ചുമതലപ്പെടുത്തിയിരുന്നു. അതിൻപ്രകാരം ഞാൻ വീടുകൾതോറും കയറിയിറങ്ങുകയും ചെയ്തിരുന്നു. അന്നൊരു വീട്ടിൽ നിന്നുണ്ടായ ദുരനുഭവം പലതരത്തിലുള്ള ബുദ്ധിമുട്ടിക്കലുകളായി ഇപ്പോഴും പുറകേയുണ്ട്! അതുപോട്ടെ. അത് വേറൊരു കഥ. പിന്നെ പറയാം.

ഈ കടയുടെ മുകൾ നിലയിൽ ഒരു മുറിയിൽ SBS ബസ്സിലെ ജീവനക്കാരായ പഞ്ചമിവിജയേട്ടനും ജയനും ശ്രീധരട്ടേനുമൊക്കെ

താമസിക്കുന്നു. ഒരു മുറിയിൽ കള്ളുചെത്ത് തൊഴിലാളിയായിരുന്ന സദാനന്ദേട്ടനും. സദാനന്ദേട്ടൻ മരുതോറച്ചാൽ ഭാഗത്ത് ഒരു വീട് നിർമ്മിച്ച് താമസം മാറിയശേഷം ആ മുറിയിലേക്ക് പുതിയൊരാൾ വന്നു. കായണ്ണയിലുള്ള എ എം ഗോവിന്ദൻ എന്ന എഎംജിയും അദ്ദേഹത്തിന്റെ റേഡിയോറിപ്പയർ ഷോപ്പും.

അന്ന് എ.എം.ജി ഞങ്ങളുടെ നാട്ടിലേക്ക് താമസം മാറിവന്നിട്ട് കുറച്ചായതേയുള്ളൂ..

കലാകാരന്മാരും കലാപ്രവർത്തനങ്ങളും ഞങ്ങളുടെ വീക്നെസ് ആയിരുന്നല്ലോ. പുതുക്കുടി ദാസനും പരത്തുറ ദാമോദരനും മുതുവോട്ട് മീത്തൽ ബാലകൃഷ്ണനും ഞാനുമെല്ലാം പതുക്കെ അദ്ദേഹവുമായി ചങ്ങാത്തത്തിലായി.

പിന്നീടെല്ലാ ദിവസവും രാത്രിയിൽ അദ്ദേഹത്തിന്റെ മുറിയിൽ ഒത്തുകൂടുക പതിവായി. എ.എം.ജി ഹാർമോണിയം വായിക്കും, പുതുക്കുടി ദാസനും പരത്തുറ ദാമോദരനും പാട്ടുകൾ പാടും. ഞങ്ങൾ കേട്ടിരുന്ന് താളം പിടിക്കുകയും ചിലപ്പോൾ കൂടെ പാടുകയും ചെയ്യും. കൂടുതലും പാടുക കെപിഎസി നാടകഗാനങ്ങളായിരിക്കും. അതിനിടയ്ക്ക് പഴയ സിനിമാപാട്ടുകളുമുണ്ടാവും. ഏത് പാട്ടുകൾ പാടിയാലും പരിപാടി അവസാനിക്കുന്നത് ബലികുടീരങ്ങളേ... എന്ന പാട്ടിലായിരിക്കും ! എല്ലാ ദിവസവും മുടങ്ങാതെ എത്രയോ കാലം എത്രയെത്രയോ രാത്രികളിൽ ഈ പാട്ടു കച്ചേരികൾ തുടർന്നു !

എ.എം.ജിക്ക് കലാപ്രവർത്തനം എന്നത് ഒരു ലഹരിയായിരുന്നു. ഞങ്ങളുടെ നാട്ടിലും ചുറ്റുപാടുമുള്ള പ്രദേശങ്ങളിലും ഗ്രാമീണ നാടകങ്ങൾക്കും വില്ലടിച്ചാൻ പാട്ടുകൾക്കും നൃത്ത പരിപാടികൾക്കും പശ്ചാത്തല സംഗീതമൊരുക്കുക എഎംജി ആയിരിക്കും. അദ്ദേഹം വിവിധങ്ങളായ ക്ഷേത്രങ്ങൾക്കുവേണ്ടി നിരവധിയായ ഭക്തി ഗാനങ്ങൾ രചിക്കുകയും സംഗീത ആൽബങ്ങൾ നിർമ്മിക്കുകയും ചെയ്തിട്ടുണ്ട്. ജീവിക്കാനുള്ള പ്രധാന വരുമാനമാർഗ്ഗം റേഡിയോ റിപ്പയറിംഗ് ആയിരുന്നുവെങ്കിലും നാടകമോ വില്ലടിച്ചാൻപാട്ടോ ഉണ്ടെങ്കിൽ കടയുമടച്ചിട്ട് ദിവസങ്ങളോളം അതിനു പുറകെ പോകും! അതുകൊണ്ടുതന്നെ സാമ്പത്തിക പ്രയാസങ്ങളും സന്തതസഹചാരിയായി അദ്ദേഹത്തോടൊപ്പമുണ്ടായിരുന്നു. കഥാപ്രസംഗങ്ങളും വില്ലടിച്ചാൻ പാട്ടുകളും നാടകങ്ങളും രചിക്കുകയും സംവിധാനം ചെയ്യുകയും സംഗീതസംവിധാനം നിർവഹിക്കുകയും ചിലപ്പോൾ പാടുകയും.. അങ്ങനെ... കലയുടെ സകലമേഖലകളിലും കൈവച്ച

ഒരു ബഹുമുഖ പ്രതിഭയായിരുന്നു എഎംജി. എന്നാൽ അതിനനുസരിച്ചുള്ള അംഗീകാരമോ ആദരവോ അദ്ദേഹത്തിന് ഇതുവരെയും നമ്മൾ നൽകിയിട്ടില്ല എന്നാണ് എന്റെയൊരു തോന്നൽ.

എഎംജിയുടെ ഹാർമോണിയപെട്ടി വിറ്റുപോയത് കാരണമോ കേടുവന്നത് കാരണമോ ഞങ്ങളുടെ രാത്രികാല സംഗീതകച്ചേരി പ്രതിസന്ധിയിലായി! അപ്പോഴാണ് കൊല്ലിയിൽ കേളുവേട്ടന്റെ വീട്ടിൽ ഒരു ഹാർമോണിയപെട്ടി പൊടിപിടിച്ചു കിടക്കുന്നു എന്ന കാര്യം കേളുവേട്ടൻ ശ്രദ്ധയിൽപ്പെടുത്തുന്നത്. അത് എഎംജിയുടെ കൈവശമുണ്ടായിരുന്നതിനേക്കാൾ വലുതും നല്ലതുമായിരുന്നു. അങ്ങനെ ഞങ്ങളുടെ 'പാട്ടുബഹളപരിപാടി' കൊല്ലിയിൽ കേളുവേട്ടന്റെ വീട്ടിലേക്ക് ഷിഫ്റ്റ് ചെയ്യപ്പെട്ടു!

സന്ധ്യയ്ക്ക് എഎംജി കടപൂട്ടുന്നത് വരെ ഞങ്ങൾ കാത്തിരിക്കും. പിന്നീട് എല്ലാവരും ചേർന്ന് കൊല്ലിയിലേക്ക് നടക്കും. പിന്നെ രാത്രി വൈകുവോളവും സംഗീതക്കച്ചേരി. ഞങ്ങൾക്കത് സംഗീത പരിപാടി ആയിരുന്നെങ്കിൽ ചുറ്റുപാടുമുള്ളവർക്കത് സ്വൈര്യക്കേടും ബഹളവും തന്നെയായിരുന്നു കേട്ടോ !

കേളുവേട്ടൻ കാലത്തു തന്നെ കൈതക്കലങ്ങാടിയിൽ വരുന്നത് മലയാളമനോരമ പത്രം വായിക്കാനാണ്. മലയാളമനോരമ പത്രം കയ്യിലെടുത്ത് കമ്യൂണിസ്റ്റ് വിരുദ്ധ വാർത്തകൾ ഉച്ചത്തിൽ വായിക്കുക എന്നുള്ളതായിരുന്നു കേളുവേട്ടന്റെ ഹോബി. പാർട്ടി ഒരു വികാരമായി കൊണ്ടു നടന്ന് പ്രവർത്തിക്കുന്ന ഞങ്ങൾക്കന്നത് സഹിക്കാവുന്നതിലും അപ്പുറമായിരുന്നു ! ഞങ്ങൾ കേളുവേട്ടനുമായി നിരന്തരം രാഷ്ട്രീയ തർക്കങ്ങളിൽ ഏർപ്പെടുകയും അക്കാര്യങ്ങൾ കൊണ്ടു തന്നെ മാനസികമായ ഒരകലം രൂപപ്പെടുകയും ചെയ്തിരുന്നു. 'പാട്ടുമേളക്കൂട്ടായ്മ' രൂപപ്പെട്ടതോടെ ആ അകലം അലിഞ്ഞില്ലാതാവുകയും ഞങ്ങളിൽ അടുത്ത സൗഹൃദബന്ധം രൂപപ്പെടുകയും ചെയ്തു. ഇത്തരത്തിൽ വാർദ്ധക്യകാലത്ത് ഞങ്ങളുടെ സൗഹൃദത്തിലേക്ക് വന്ന ഒരാളാണ് കൊല്ലിയിൽ കോമപ്പേട്ടൻ. കൊല്ലിയിൽ കോമപ്പേട്ടനും കേളുവേട്ടനും കുഞ്ഞിക്കണ്ണൻ മാഷും പുതുക്കുടിദാസനും ഞാനും ചേർന്നുള്ള ഒരു കാരംസ് കളിസംഘം തന്നെയുണ്ടായിരുന്നു. കരിമ്പിച്ചികണ്ടി കുഞ്ഞബ്ദുള്ളയും ഈ സംഘത്തിലെ ഒരംഗമായിരുന്നു. എല്ലാ ദിവസവും ചെറിയകാര്യോട്ട് വീട്ടിൽ ഒത്തുചേർന്നാണ് കളി. കോമപ്പേട്ടനും കേളുവേട്ടനും വാർദ്ധക്യത്തിലെ ഏകാന്തത മറികടക്കാനുള്ള ഒരു വഴിയും ഞങ്ങൾക്ക് ഒരു ടൈംപാസ്സും. ഈ

കളിക്കാലം ഒരു കഥക്കാലം കൂടിയായിരുന്നു ! പഴങ്കഥകളും നാട്ടുചരിത്രങ്ങളും പങ്കുവെച്ചിരുന്ന ഒരു കാലം.

ഇത്തരമൊരു 'പാട്ടുബഹളപരിപാടി' യ്ക്കിടയിലാണ് എന്തെങ്കിലും ഒരു കലാപരിപാടി സംഘടിപ്പിച്ചാലോ എന്ന ചർച്ച വരുന്നത്. അക്കാലം കാസറ്റ് കവിതകളുടെ കാലമായിരുന്നു. സാംസ്കാരിക പരിപാടികൾ മുതൽ രാഷ്ട്രീയ പൊതുയോഗങ്ങളിലും എന്തിന്, പണം പയറ്റിനും വീട്ടുകൂടലിനും കല്യാണപ്പരിപാടികൾക്കും വരെ ഉച്ചഭാഷിണിയിലൂടെ കവിതകൾ ഒഴുകിപ്പരന്നകാലം !

പരിപാടി തീരുമാനിക്കപ്പെട്ടു. 'കാവ്യസന്ധ്യ'എന്ന പേരുമിട്ടു. ഞാൻ കയ്യെഴുത്തു പോസ്റ്ററുകൾ എഴുതിയുണ്ടാക്കി ഞങ്ങളത് കൈതക്കലിലും പരിസരപ്രദേശങ്ങളിലും ഒട്ടിച്ചു പ്രചാരണംനൽകി.

ഏതു പുതിയ ആശയങ്ങൾക്കും കട്ട സപ്പോർട്ടുമായി കൂടെയുണ്ടാകുന്ന കെ.ടി ജോർജ്ജും പുതുക്കുടി ദാസനും ഒന്നോരണ്ടോ കവിതകൾ വീതം പഠിച്ചവതരിപ്പിക്കാം എന്ന് ഉറപ്പുതന്നു. പരത്തുറ ദാമോദരനും പുന്നച്ചാലിൽ ദേവദാസനും ഓരോ കവിതകൾ അവതരിപ്പിക്കാമെന്നേറ്റു.

പുതുക്കുടി കുഞ്ഞികേളപ്പൻ നായരുടെ മൈക്കിനും ഏൽപ്പിച്ചു. ഇമ്പോയ്സൺ കണാരച്ഛന്റെ പീടികത്തറ വേദിയുമാക്കി.

എ.കെ കരുണാകരന്റെ സ്വാഗത പ്രഭാഷണത്തോടെ നേരെ കവിതാലാപന പരിപാടിയിലേക്ക് കടന്നു. ഒരു കുഞ്ഞു പരിപാടിയായിരുന്നെങ്കിലും പരിപാടി നന്നായി.

പരിപാടി അവസാനിക്കാൻ തുടങ്ങുമ്പോഴാണ് എരവട്ടൂർ ബൽരാജ് കുറെ കുട്ടികളുമായി അവിടെയെത്തിയത്. കുട്ടികൾക്ക് ആ വേദിയിൽ ഡാൻസ് അവതരിപ്പിക്കാനവസരം നൽകണമെന്ന് തലേന്ന് വന്ന് സംസാരിച്ചിരുന്നു. കുട്ടികളുടെ മുഖത്ത് റോസ് പൗഡറിട്ട്,കണ്ണുകളെഴുതി അത്യാവശ്യം മേക്കപ്പ് ചെയ്തിട്ടുണ്ട്. ചാക്കനൂലും സാരിയുമെല്ലാം ഉപയോഗിച്ചാണ് വസ്ത്രാലങ്കാരം. പശ്ചാത്തലത്തിൽ ബൽരാജും അദ്ദേഹം കൈകൊണ്ട് താളംപിടിച്ചു കൊണ്ടിരിക്കുന്ന ഒരു ഗഞ്ചിറയും മാത്രം !

പഠിച്ചുവെച്ച നൃത്തപരിപാടി എവിടെയെങ്കിലും അവതരിപ്പിക്കണമെന്ന ആ കുട്ടികളുടെ ആഗ്രഹങ്ങൾക്കൊപ്പം നിന്നുകൊണ്ട്, ശ്വാസമെടുക്കാൻ ബുദ്ധിമുട്ടിയും കഴുത്തിലെ ഞരമ്പുകൾ വലിഞ്ഞുമുറുകിയും മുഖഭാവങ്ങൾ കൊണ്ട് വേദിയിൽ കളിച്ചുകൊണ്ടിരിക്കുന്ന

കുഞ്ഞുങ്ങൾക്ക് പിന്തുണപകർന്നും ബൽരാജ് സ്വയംമറന്ന് തകർത്തുപാടി! എത്രയോ വലിയവേദികളിൽ അദ്ദേഹം പരിപാടികളവതരിപ്പിച്ചിട്ടുണ്ടാവും. ഇതുപോലുള്ള ചെറിയവേദികളേയും അദ്ദേഹം അതേ പ്രാധാന്യത്തോടെ തന്നെ കണ്ടു. കാരണം അദ്ദേഹം കലയ്ക്കും കലാകാരന്മാർക്കും ആ കുഞ്ഞുങ്ങളുടെ സന്തോഷങ്ങൾക്കുമൊപ്പമായിരുന്നു.

എരവട്ടൂർ ബൽരാജ് ഒരു സമ്പൂർണ്ണ കലാകാരനായിരുന്നു. എരവട്ടൂരായിരുന്ന സ്വദേശമെങ്കിലും എല്ലാ അർത്ഥത്തിലും ഞങ്ങളുടെ നാട്ടുകാരനായിരുന്നു. കലാപ്രവർത്തനങ്ങളോടുള്ള അഭിനിവേശം കാരണം ഒരു നാടോടി കലാസംഘത്തോടൊപ്പം ചേരുകയും കേരളത്തിലങ്ങോളമിങ്ങോളം തെരുവുകളിൽ പരിപാടികൾ അവതരിപ്പിക്കുകയും ചെയ്ത വലിയൊരു അനുഭവസമ്പത്തിനുടമയായിരുന്ന ബൽരാജ്. നാടുവിട്ട് ഏറെക്കാലം കോട്ടയത്തോ മറ്റോ താമസമായിരുന്നു എന്ന് പറഞ്ഞ് കേട്ടിട്ടുണ്ട്. അവിടെ നിന്നും തിരിച്ചു വന്നതിനു ശേഷമാണത്രേ വിവാഹം കഴിക്കുന്നത്. കാഞ്ഞിരോളിക്കുനിയിൽ കല്യാണിയെ കല്യാണം കഴിച്ച് കുറച്ചുകാലം കാഞ്ഞിരോളിക്കുനിയിലും പിന്നീട് പനമ്പ്രമ്മലും താമസമാക്കുകയായിരുന്നു.

ഓടക്കുഴൽ വാദകൻ, തബലിസ്റ്റ്, പാട്ടുകാരൻ, നൃത്താധ്യാപകൻ, പാട്ടെഴുത്തുകാരൻ, നാടകം-വിൽകലാമേള രചയിതാവ്, സംവിധായകൻ തുടങ്ങി വിവിധങ്ങളായ മേഖലകളിൽ അദ്ദേഹം വ്യാപരിച്ചു. എളിമയും വിനയവുമായിരുന്നു അദ്ദേഹത്തിന്റെ മുഖമുദ്ര. അഭിനയരംഗത്തുൾപ്പെടെ ഒരുപാട് പ്രതിഭകളെ അരങ്ങത്ത് കൊണ്ടുവരാൻ അദ്ദേഹത്തിന് കഴിഞ്ഞിട്ടുണ്ട്.

വലിയ സെറ്റുകളും സാങ്കേതികത്വങ്ങളുമുള്ള മെഗാ വിൽക്കലാമേളകൾ ദാരിദ്ര്യത്തിന്റെ പരിമിതികൾക്കുള്ളിൽ നിന്നും തന്റെ സർഗാത്മകതയുടെ സാധ്യതകളുപയോഗിച്ച്, ഒരുക്കി, അവതരിപ്പിക്കുകയും നിറഞ്ഞ സദസ്സുകളുടെ അഭിനന്ദനങ്ങൾ ഏറ്റുവാങ്ങുകയും ചെയ്തിട്ടുണ്ട് ! മാളികപ്പുറത്തമ്മ, മതിലേരിക്കന്നി, കയ്യൂരിന്റെമക്കൾ തുടങ്ങിയവയൊക്കെ ശ്രദ്ധേയമായ വിൽകലാമേളകളാണ്. ശ്രീമുത്തപ്പനെക്കുറിച്ചുള്ള പാട്ടുകളെഴുതി അച്ചടിപ്പിച്ച് മുത്തപ്പസന്നിധിയിൽ പാട്ടുപുസ്തകസമർപ്പണം നടത്തിയതും ഇവിടെനിന്നും പാട്ടുകാരെയും മറ്റും കൊണ്ടുപോയി ഗാനമേള അവതരിപ്പിച്ചതും വയലാളിഗോവിന്ദൻ നായർ ഓർമ്മിച്ചുപറയുന്നുണ്ട്. പക്ഷാഘാതം പിടിപെട്ടതുമുതലാണ് ബൽരാജിന്റെ കലാപ്രവർത്തനങ്ങൾക്ക്

തിരശീല വീണുതുടങ്ങുന്നത്. അതിന്റെ തുടർച്ചയിൽ മറ്റ് രോഗപീഡകൾ അനുഭവിച്ചുമാണ് അദ്ദേഹം മരണത്തിന് കീഴടങ്ങുന്നത്. ജാതിയും ദാരിദ്ര്യവുമാണ് അദ്ദേഹത്തിന്റെ പ്രതിഭയ്ക്ക് സാമൂഹ്യാംഗീകാരം ലഭിക്കുന്നതിന് തടസ്സമായത്.

ആത്മാവിഷ്കാരങ്ങളും അത് പകരുന്ന ആനന്ദങ്ങളും അനുഭവിക്കുമ്പോൾത്തന്നെ നമ്മെ സന്തോഷിപ്പിക്കാനുള്ള പരിശ്രമങ്ങളിലാണ് ഓരോ കലാകാരന്മാരും സ്വന്തം ജീവിതത്തെ മറന്നുപോലും ഏർപ്പെടുന്നത്!

കവിപാടിയത് പോലെ കണ്ണീർമഴയത്ത് ചിരിയുടെ കുടയും ചൂടി നടക്കുകകയാണവർ..

കുതിരവട്ടം, എസ് മാർക്ക് ബീഡി, കേളപ്പേട്ടൻ

വേരാമ്പ്രയ്ക്ക് പോകുന്നതിനുവേണ്ടി കൈതക്കലിലിറങ്ങിയപ്പോഴാണ് ബസ് സ്റ്റോപ്പിനടുത്ത് പുതുതായി ഒരു കച്ചവടം ഉയർന്നുവന്നത് കണ്ടത് ! തലേന്ന് രാത്രി വളരെ വൈകിയാണ് ഞങ്ങളെല്ലാവരും ബസ്റ്റോപ്പിൽ നിന്നും പിരിഞ്ഞത്. അപ്പോഴൊന്നും ഇത്തരമൊരു കച്ചവടം അവിടെ ഉണ്ടായിരുന്നില്ലല്ലോ!

ഞങ്ങൾ ചെറുപ്പക്കാരുടെ പ്രധാന സംഗമകേന്ദ്രമായിരുന്നു അക്കാലത്തെ കൈതക്കൽ ബസ്റ്റോപ്പ്. പണിയും തൊരവുമില്ലാത്ത ഞങ്ങൾ നേരംവെളുക്കുന്നത് മുതൽ രാത്രിവൈകുവോളവും ബസ് സ്റ്റോപ്പിൽ ഇരുന്നും കിടന്നും കഥകൾ പറഞ്ഞും രാഷ്ട്രീയതർക്കങ്ങളിൽ ഏർപ്പെട്ടും പൊട്ടിച്ചിരിച്ചും പിണങ്ങിയും നേരമ്പോക്കി.

രണ്ടു തക്കാളിപ്പെട്ടികൾ കമിഴ്ത്തിയിട്ട്, അതിനു മുകളിൽ രണ്ടു പാക്കറ്റ് സിഗരറ്റും ഒരു കൂട് തീപ്പെട്ടിയും രണ്ടോ മൂന്നോ കെട്ട് ദിനേശ് ബീഡിയും വച്ചിരിക്കുന്നു. അറുപത് വയസ്സിനുമുകളിൽ പ്രായംതോന്നിക്കുന്ന ഒരാളാണ് കച്ചവടക്കാരൻ. ഇതിനുമുമ്പ് ഇങ്ങനെയൊരാളെ ഞാൻ ഞങ്ങളുടെ പ്രദേശത്ത് കണ്ടിട്ടേയില്ല. പുതിയകടയും കടക്കാരനേയും കണ്ട കൗതുകവുമായി ഞാൻ ബസ്സുകയറി പോയി.

വൈകുന്നേരം തിരിച്ച് കൈതക്കലിൽ ഇറങ്ങുമ്പോൾ ബസ് സ്റ്റോപ്പിനടുത്ത് ആൾക്കൂട്ടമുണ്ട്. കടക്കാരന്റെ മട്ടിലും ഭാവത്തിലും മാറ്റമുണ്ട് !

'നല്ല നല്ല ദിനേശ് ബീഡികൾ.. നല്ല നല്ല സിഗരറ്റുകൾ... വരൂ.. വരൂ.. വാങ്ങൂ.. സിഗരറ്റോ ബീഡിയോ വാങ്ങുമ്പോൾ തീപ്പെട്ടിക്കൊള്ളി സൗജന്യം ! '

ഉദ്ദേശിച്ചതുപോലെ കച്ചവടം നടക്കാത്തത് കൊണ്ടായിരിക്കും വൈകുന്നേരമാകുമ്പോഴേക്കും കച്ചവടരീതിയിൽ മാറ്റം വരുത്തിയിരിക്കുന്നു! വിളിച്ചുപറഞ്ഞ് ബഹളമുണ്ടാക്കി ആളുകളെക്കൂട്ടി കച്ചവടം ചെയ്യുന്ന പുതിയൊരു രീതിയാണ് അയാളിപ്പോൾ പരീക്ഷിക്കുന്നത്!

രണ്ടാം ദിവസമാകുമ്പോഴേക്കും കച്ചവടവും കച്ചവടക്കാരനും ആകെപ്പാടെ മാറി! ബസ്സ്റ്റോപ്പിന് അടുത്തുകൂടി പോകുന്ന ആളുകളോട് 'സിഗരറ്റു വേണോ ? ഒരു ബീഡിയെടുക്കട്ടെ ?' എന്നിങ്ങനെ വിളിച്ചു നിർത്തി ചോദിക്കാൻ തുടങ്ങി. വേണ്ട എന്നാണ് പറയുന്നതെങ്കിൽ 'നിനക്കെന്താടാ നായിന്റെ മോനേ ഒരു സിഗരറ്റ് വാങ്ങിയാൽ ? ' എന്നായി ചോദ്യം!

'ദ് മ്മളെ കേളപ്പനല്ലേ! '

ചുറ്റും കൂടി നിന്നവർക്ക് കച്ചവടക്കാരനെ പരിചയപ്പെടുത്തിത്തന്നത് കൈതക്കൽ കുഞ്ഞമ്മദ്ക്കയാണ് !

എടവനത്തറ കേളപ്പൻ.

ഒരുകാലത്ത് കൈതക്കലിൽ നിറഞ്ഞുനിന്ന ആളായിരുന്നത്രെ. പേരാണ്ടിയിൽ ചാപ്പൻനായരുടെ കടയിൽ പ്രവർത്തിച്ചിരുന്ന എസ്സാർക്ക് ബീഡി കമ്പനിയിലെ ബീഡിതെറുപ്പ്ക്കാരനും സജീവമായ കമ്മ്യൂണിസ്റ്റ് പാർട്ടി പ്രവർത്തകനുമായിരുന്നത്രെ. പാർട്ടി സാഹിത്യങ്ങൾ വായിച്ച് മനസ്സിലാക്കി, രാഷ്ട്രീയ എതിരാളികളോട് പ്രത്യയശാസ്ത്രധാരണയോടെ നേർക്കുനേരെ നിന്ന് ചങ്കൂറ്റത്തോടെ സംസാരിച്ചിരുന്ന ഒരാൾ ! ഇപ്പോൾ എവട്ടൂരിലെവിടേയോ ആണത്രേ കുടുംബത്തോടൊപ്പം താമസം.

ഉള്ളിയേരിയിലെ എസ്സാർക്ക് ബീഡിക്കമ്പനിക്കുവേണ്ടി ബീഡിതെറുപ്പ് ജോലിയിലേർപ്പെട്ട ഒരു സംഘമാളുകളുടെ കഥ പറഞ്ഞുതന്നത് ടിഎംകെ നമ്പ്യാർ ആയിരുന്നു. സി.കെ കണാരൻ, പിലാവുള്ളതിൽ കുഞ്ഞിക്കണാരൻ, എടവനത്തറ കേളപ്പൻ, കണാരൻ, കൈതക്കൽ അച്യുതൻ നമ്പ്യാർ, കുഞ്ഞിക്കേളപ്പൻ അടിയോടി, പുതിയേടത്ത് കുട്ടിശ്ശങ്കരൻ, ഉള്ളിയേരിയിലെ താനിക്കൽ ഗോപാലൻ തുടങ്ങിയവരൊക്കെയായിരുന്നു സംഘത്തിലുണ്ടായിരുന്നത്. കൈതക്കലിലും പരിസരപ്രദേശങ്ങളിലും

നടക്കുന്ന പാർട്ടിയുടെ എല്ലാവിധ പ്രവർത്തനങ്ങളിലും സജീവമായി ഇടപെടുന്നവരായിരുന്നു എല്ലാവരും. പാർട്ടിഅംഗം കൂടിയായ ചെറിയകുളങ്ങര കണാരനാണ് തൊഴിലാളികൾക്കിടയിലെ രാഷ്ട്രീയ പ്രവർത്തനങ്ങളുടെ നേതൃത്വം. എല്ലാദിവസവും അദ്ദേഹം ദേശാഭിമാനി പത്രം ഉച്ചത്തിൽ വായിച്ചു കൊടുക്കുകയും ജോലി ചെയ്തുകൊണ്ട് തന്നെ എല്ലാവരുമത് മനസ്സിരുത്തി കേൾക്കുകയും ചെയ്തുവന്നിരുന്നു. പത്രവായനയുടെ ഡ്യൂട്ടി ചിലപ്പോൾ മറ്റുള്ളവരും സ്വയം ഏറ്റെടുക്കും.

ബസ് സ്റ്റോപ്പിനടുത്തെ കച്ചവടം പതുക്കെപ്പതുക്കെ അക്രമാസക്തമാകാൻ തുടങ്ങി. വെറുതെ നിൽക്കുന്നവരെ ചീത്തവിളിക്കുക എന്നതിൽനിന്നും കയ്യാങ്കളിയിലേക്ക് കാര്യങ്ങൾ വഴിമാറിത്തുടങ്ങി ! സ.കെഎം കുഞ്ഞിക്കണ്ണന്റെ നേതൃത്വത്തിൽ പ്രശ്നപരിഹാരത്തെക്കുറിച്ച് ഞങ്ങൾ എല്ലാവരും ചേർന്ന് ആലോചിച്ചു. പഴയകാലത്ത് കമ്മ്യൂണിസ്റ്റ്പാർട്ടിക്ക് വേണ്ടി പ്രവർത്തിച്ച ഒരാളെന്ന നിലയിൽ അദ്ദേഹത്തിന്റെ ചികിത്സയും സംരക്ഷണവും ഏറ്റെടുക്കേണ്ടത് പാർട്ടിപ്രവർത്തകരുടെ കടമയാണെന്ന് എല്ലാവരും അഭിപ്രായപ്പെട്ടു.

കുതിരവട്ടം മാനസികാരോഗ്യകേന്ദ്രത്തിൽ കാണിക്കുകയും അവിടെ അഡ്മിറ്റ് ചെയ്യുകയും വേണ്ടിവരും.

വാഹനം വിളിച്ച് ബലമായി പിടിച്ചുകെട്ടി കൊണ്ടുപോകേണ്ടിവരും.

വാഹനം വിളിക്കാനും വഴിച്ചെലവിനും പണംവേണം. രോഗിയോടൊപ്പം സഹായിയായി ആരെങ്കിലുമൊക്കെ നിൽക്കേണ്ടിയും വരും. അത് ആരുനിൽക്കും ?

ചർച്ചകൾ സജീവമായി. പിരിവെടുത്ത് ആവശ്യത്തിന് പണം കണ്ടെത്താൻ തീരുമാനിച്ചു. രോഗിയോടൊപ്പം ആരുനിൽക്കും ?

പണ്ടുള്ളവർ പാർട്ടിക്കുവേണ്ടി സഹിച്ച ത്യാഗത്തിന്റെ വീരകഥകൾ കേട്ട് വളർന്ന ഞങ്ങൾക്ക് പുതിയകാലത്ത് അത്തരം പ്രവർത്തനങ്ങളൊന്നും ഏറ്റെടുക്കാൻ കഴിയുന്നില്ലല്ലോ എന്ന ഒരു നിരാശ ഉള്ളിലെവിടെയോ ഉണ്ടായിരുന്നിരിക്കണം. ഞാനും വള്ളുപറമ്പിൽ അനിലും ചേർന്ന് എടവനത്തറ കേളപ്പേട്ടനോടൊപ്പം കുതിരവട്ടം ആശുപത്രിയിൽ നിൽക്കാൻ ഞങ്ങൾ സന്നദ്ധരാണ് എന്ന് പറഞ്ഞു.

ഇതിനുമുമ്പ് എന്റെ ഒരു അടുത്തബന്ധുവിനൊപ്പം ഏതാണ്ട് രണ്ടുമാസക്കാലത്തോളം കുതിരവട്ടം ആശുപത്രിയിൽ ചെലവഴിച്ച അനുഭവമെനിക്കുണ്ട്. ആദ്യം ആ അനുഭവം പറയാം. കുതിരവട്ടം

ആശുപത്രിയുടെ ജൂബിലി ആഘോഷം നടക്കുന്ന കാലമായിരുന്നു അത്. ഗവർണറും മറ്റു മന്ത്രിമാരും പങ്കെടുക്കുന്ന വലിയ ആഘോഷമായിരുന്നു. ആഘോഷത്തോടനുബന്ധിച്ച് വിവിധ കലാപരിപാടികൾ ആസൂത്രണം ചെയ്തിട്ടുണ്ടായിരുന്നു. അന്നത്തെ ആശുപത്രി സൂപ്രണ്ടും മനോരോഗ വിദഗ്ധനുമായ ഡോക്ടർ എസ്.ശാന്തകുമാർ എഴുതി സംവിധാനം ചെയ്ത്, അഭിനയിക്കുന്ന ഒരു മനശാസ്ത്ര നാടകമായിരുന്നു കലാപരിപാടികളിൽ മുഖ്യയിനം.

ആശുപത്രിയിലെ നഴ്സുമാരുമായും മറ്റ് സ്റ്റാഫുകളുമായും എനിക്ക് നല്ല ബന്ധമുണ്ടായിരുന്നു. ഞാൻ വായിച്ചുകൊണ്ടിരിക്കുന്ന പുസ്തകങ്ങൾ അവരെന്നോട് കടം വാങ്ങിക്കുകയും എനിക്ക് വായിക്കാനായി മറ്റു പുസ്തകങ്ങൾ തരികയും ചെയ്യുക പതിവായിരുന്നു. ഈ ബന്ധംവച്ചാണ് ജൂബിലി ആഘോഷപരിപാടിയിൽ അന്തേവാസികളുടെ ഒരു കലാപരിപാടി സംഘടിപ്പിക്കാനുള്ള ചുമതല ഏറ്റെടുക്കാമോയെന്ന് എന്നോട് ചോദിക്കുന്നത്. ആ ഉത്തരവാദിത്വം ഞാൻ ഏറ്റെടുക്കുക തന്നെ ചെയ്തു!

മുൻപരിചയം ഒന്നുമില്ലായിരുന്നെങ്കിലും കുറച്ചു ദിവസങ്ങൾ കൊണ്ട് ഞാൻ അരമണിക്കൂർ ദൈർഘ്യമുള്ള ഒരു നാടകം എഴുതിയുണ്ടാക്കി. രോഗികളുടെ ബൈസ്റ്റാൻഡർമാരായി നിൽക്കുന്ന മാവൂർ ഗ്വാളിയോർ റയോൺസിൽ ജോലിയുണ്ടായിരുന്ന ഒരു ജോൺസൺ, സുബൈർ തുടങ്ങിയവർ എന്തിനുംസന്നദ്ധരായി എനിക്കുവേണ്ടി രംഗത്തിറങ്ങി. രോഗം ഏറെക്കുറേ ഭേദമായ ആറേഴ് പേരാണ് അഭിനേതാക്കളായി ഉണ്ടായിരുന്നത്. രാമകൃഷ്ണൻ എന്നൊരാളായിരുന്നു മുഖ്യവേഷം അഭിനയിച്ചിരുന്നത്. റിഹേഴ്സൽ പുരോഗമിച്ചുകൊണ്ടിരിക്കേ ഒരു ഞെട്ടിപ്പിക്കുന്ന സത്യം ഞങ്ങൾ മനസ്സിലാക്കി. അഭിനേതാക്കളിൽ രാമകൃഷ്ണനൊഴികെ മറ്റാർക്കുംതന്നെ ഡയലോഗുകൾ ബൈഹാർട്ട് പഠിക്കാൻ കഴിയുന്നില്ല! പത്തുമിനിട്ട് മുമ്പ് ഉറപ്പിച്ചത് പോലും മറന്നുപോകുന്നു! രണ്ട് പ്രധാനകഥാപാത്രങ്ങളെ അവതരിപ്പിക്കുന്ന അന്തേവാസികളെ അപ്രധാന കഥാപാത്രങ്ങളിലേക്ക് മാറ്റി ബൈസ്റ്റാൻഡർമാരെ പകരക്കാരാക്കി. ജോൺസണും സുബൈറും മറ്റും അഭിനേതാക്കളായി രംഗത്തുവന്നു. അപ്പോഴും രാമകൃഷ്ണൻ തന്നെയായിരുന്നു മുഖ്യ നടൻ. അവസാന ദിവസമാകുമ്പോഴേക്കും രാമകൃഷ്ണനും മറവിരോഗം വന്നുതുടങ്ങി! പെട്ടു എന്ന് പറഞ്ഞാൽ മതിയല്ലോ! ഇനിയെന്തു ചെയ്യും?

ഒരൈഡിയാ!

കൈതക്കലിൽ വന്ന് പി കെ രാജീവനെയും കൂട്ടി ഞാൻ ആശുപത്രിയിലെത്തി.

പികെ രാജീവന് ആ ദിവസംവരെയും അതിനുശേഷവും ഏതെങ്കിലും നാടകത്തിന്റെ മുന്നണിയിലോ പിന്നണിയിലോ പ്രവർത്തിച്ച പരിചയമുണ്ടായിരുന്നില്ല!

രാമകൃഷ്ണൻ രംഗത്തുനിന്നും ചുണ്ട് ഇളക്കിയാൽ മാത്രം മതി, ശബ്ദം ഒട്ടും പുറത്തുവരരുതെന്ന് ഞങ്ങൾ ശട്ടംകെട്ടി. ഡയലോഗുകൾ രാജീവൻ പറയും!

ലൈവ് ഡബ്ബിംഗ്!

റിഹേഴ്സലിൽ കാര്യങ്ങൾ ഒരുവിധം ഒപ്പിച്ചു. സ്റ്റേജിലെത്തിയപ്പോൾ രാമകൃഷ്ണനിലെ യഥാർത്ഥ നാടകനടൻ പുറത്ത് വന്നു! രാമകൃഷ്ണൻ ചുണ്ടിളക്കുകയും രാജീവൻ ഭംഗിയായി ഡയലോഗ് പറയുകയും ചെയ്തതിനു ശേഷവും രാമകൃഷ്ണൻ ഒരിക്കൽ കൂടി ഡയലോഗുകൾ ആവർത്തിക്കാൻ തുടങ്ങി! നാടകം പൊളിഞ്ഞുപാളീസായി എന്ന് പ്രത്യേകംപറയേണ്ടല്ലോ! എങ്കിലും ഒരു ട്രീറ്റ്മെന്റ് എന്ന രീതിയിൽ രോഗികൾക്കത് ഉപകാരപ്പെടുകയും ഞങ്ങളുടെ ജീവിതത്തിൽ വ്യത്യസ്തമായ ഒരനുഭവമാകുകയും ചെയ്തു.

വായിക്കാൻ ആവശ്യമായ പുസ്തകങ്ങളും അത്യാവശ്യം വസ്ത്രങ്ങളുമെടുത്ത് ഞാനും അനിലും കേളപ്പേട്ടന് കൂട്ടുനിൽക്കാൻ കുതിരവട്ടത്തേക്ക് പുറപ്പെട്ടു. ആദ്യദിവസങ്ങളിൽ ഞങ്ങളെ കാണുമ്പോൾ തന്നെ കേളപ്പേട്ടൻ പ്രകോപിതനാകുകയും ആക്രമിക്കാനൊരുങ്ങുകയും ചെയ്യുമായിരുന്നെങ്കിലും പിന്നീടത് മയപ്പെട്ടുവന്നു. പത്തിരുപത് ദിവസമാകുമ്പോഴേക്കും അദ്ദേഹം പൂർണ്ണമായും നോർമലായിക്കഴിഞ്ഞിരുന്നു.

ഡിസ്ചാർജ് ആയതിനു ശേഷം അദ്ദേഹത്തിന്റെ എരവട്ടൂരിലുള്ള സ്വന്തം വീട്ടിലേക്ക് തന്നെ തിരിച്ചു പോയി. പിന്നീടൊരിക്കലും ഞാൻ അദ്ദേഹത്തെ കണ്ടിട്ടില്ല. മരണപ്പെട്ട വിവരമറിഞ്ഞത് തന്നെ ഈയടുത്തകാലത്താണ്. ഞാനെന്നൊരാൾ ഒന്നരമാസക്കാലത്തോളം അദ്ദേഹത്തിന്റെ ജീവിതത്തോടൊപ്പമുണ്ടായിരുന്നത് ഒരുപക്ഷേ അദ്ദേഹം അറിഞ്ഞിട്ടുപോലുമുണ്ടാവണമെന്നില്ല! ഞാൻ ബൈപ്പാസ് സർജറിക്കുവേണ്ടി പെരിന്തൽമണ്ണ ഇഎംഎസ് ആശുപത്രിയിൽ കിടക്കുമ്പോൾ അവിടെവന്ന്, വരിനിന്ന് എനിക്കുവേണ്ടി രക്തം തന്നുപോയ എസ്എഫ്ഐ സഖാക്കളെയാരെയും

എനിക്കും പരിചയമില്ലല്ലോ! കഞ്ഞിയുണ്ടാക്കി, അതുമായി കിലോമീറ്ററുകൾ സഞ്ചരിച്ച്, എനിക്ക് എല്ലാ ദിവസവും എത്തിച്ചുതന്നിരുന്ന, ഹൈസ്കൂളിൽ എന്റെ സഹപാഠിയായിരുന്ന, മലാപ്പൊയിൽ ബീനയുടെ ഭർത്താവ് വാസുമാഷിനെ അതിനുമുമ്പ് എനിക്ക് പരിചയമേ ഉണ്ടായിരുന്നില്ലല്ലോ!

കുറച്ച് കാലത്തിനുശേഷം മറ്റൊരു രോഗിയുടെ കൂടെ പിന്നീട് ഒരിക്കൽക്കൂടി കുതിരവട്ടം ആശുപത്രിയിൽ താമസിക്കാൻ യോഗമുണ്ടായി. എന്റെ സുഹൃത്തിന്റെ അമ്മയുടെകൂടെ. അതും ഏകദേശം ഒരു മാസത്തോളമുണ്ടായിരുന്നു.

അനുഭവങ്ങളെ നന്ദി.

ടീയെംകെ

പാർട്ടി ഗ്രൂപ്പ് യോഗം തുടങ്ങാൻ പോവുകയാണ്. ഞാൻ അല്പം വൈകിയാണ് എത്തിയത്. മിനുട്സിൽ ഒപ്പിടാൻ തുടങ്ങുന്നതിനു മുമ്പ് തൊട്ടു മുകളിൽ എഴുതിയ പേരുകൾ വെറുതെയൊന്നുവായിച്ചു നോക്കി.

കല്ലോത്ത് ദാമോദരൻ നമ്പ്യാർ

കാർത്ത്യാട്ട് കുഞ്ഞിരാമുണ്ണി നായർ

വയലാളി ഗോവിന്ദൻ നായർ

ടിഎംകെ നമ്പ്യാർ

അതിനടിയിൽ ഞാനും പേരെഴുതി ഒപ്പിട്ടു.

പൊയിലിൽ പ്രസാദ് തിയ്യൻ (ഒപ്പ്) !

അത് പെട്ടന്ന് ഞാനെടുത്ത തീരുമാനമായിരുന്നില്ല. ഞങ്ങളുടെ സംഘം മുമ്പേ ചൂടൻചർച്ചയ്ക്ക് വിധേയമാക്കിയ വിഷയമാണ്. എല്ലാവരും ഒരുമിച്ചെടുത്ത തീരുമാനവുമാണ്. പക്ഷേ ജാതിപ്പേരെഴുതി ഒപ്പിട്ടത് ഞാൻ മാത്രമായിപ്പോയി. മറ്റുള്ളവർ ബുദ്ധിപൂർവ്വം വിട്ടുനിന്നു !

എനിക്ക് പതിനാറോ പതിനേഴോ വയസ്സ് പ്രായമുള്ളപ്പോഴാണ് കേട്ടോ. കുരുത്തക്കേടുകളുടെയും നിഷേധത്തിന്റേയും ആൾരൂപമായിരുന്ന അക്കാലത്തെ ഞാൻ. യോഗത്തിന്റെ അജണ്ടകൾ ചർച്ചചെയ്യുന്നതിനു മുമ്പ് ഏറെനേരം എന്റെ ഈ പ്രവൃത്തി ചർച്ച ചെയ്യപ്പെട്ടു. ഞാൻ ചെയ്തത് ഒട്ടും ശരിയായില്ല എന്ന് എല്ലാവരും.

ഉയർന്ന ജാതിപ്പേരുകൾ പേരിനോടൊപ്പം വെക്കാമെങ്കിൽ എന്റെ താഴ്ന്നജാതിപ്പേരും എഴുതുമെന്ന് ഞാനും! ഏറെനേരം തുടർന്ന തർക്കം മാറ്റിവെച്ച് അവസാനം യോഗം അതിന്റെ അജണ്ടകളിലേക്കും തീരുമാനങ്ങളിലേക്കും കടന്നു.

എന്റെയീ സ്വഭാവം എനിക്ക് വളരെയേറെ ദോഷം ചെയ്തിട്ടുണ്ട്. മാത്രവുമല്ല, എന്റെ വാദമുഖങ്ങൾ സമർത്ഥിക്കാൻ ഞാനുപയോഗിക്കുന്ന ഉദാഹരണങ്ങളും വിമർശനങ്ങളുടെ മൂർച്ചയും ഒട്ടേറെ മനസ്സുകളിൽ മുറിവുകളുണ്ടാക്കിയിട്ടുണ്ടെന്ന് ഒരുപാട് കാലംകഴിഞ്ഞാണ് എനിക്ക് തിരിച്ചറിയാൻ കഴിഞ്ഞത്. മുൻപിൻ നോക്കാതെ പറയാനുള്ളത് വെട്ടിത്തുറന്ന് പറയുന്ന എന്റെ രീതിയെ പലരും പ്രയോജനപ്പെടുത്തിയിട്ടുമുണ്ട്. പിന്നിൽനിന്ന് എന്നെ പ്രോത്സാഹിപ്പിച്ചുകൊണ്ട് പലർക്കും പറയാനുള്ളത് എന്നെ കൊണ്ടവർ വിദഗ്ദമായി പറയിപ്പിച്ചിട്ടുണ്ട്! ഈ അടുത്തകാലംവരെയും എന്റെ സ്വഭാവത്തിൽ ഈ നിഷേധവും നിശിതവിമർശനസ്വഭാവവും ഉണ്ടായിരുന്നു! ഇപ്പോഴും പൂരണ്ണമായും പോയിട്ടൊന്നുമില്ല കേട്ടോ. അങ്ങിനെ പോവില്ലല്ലോ. രക്തത്തിലുള്ളതല്ലേ !

ഇങ്ങനെ കാലാകാലങ്ങളായി ഞാൻ മുറിപ്പെടുത്തിയവരുടെ ഒരു ഐക്യമുന്നണി തന്നെ രൂപപ്പെട്ടിട്ടുണ്ടായിരുന്നു. എനിക്കെതിരെ എന്തെങ്കിലുമൊന്ന് കിട്ടിയാൽ വസ്തുതകളൊന്നും അന്വേഷിക്കാതെ തന്നെ ഈ ഐക്യമുന്നണി സജീവമാകുമായിരുന്നു. ആറ് വർഷത്തിലധികം പാർട്ടി ഗ്രൂപ്പംഗമായി പ്രവർത്തിച്ചിട്ടും പാർട്ടിഅംഗത്വത്തിലേക്ക് എന്നെ പരിഗണിക്കാതിരുന്നതിന് പ്രധാനകാരണവും എന്റെ ഈ സ്വഭാവ സവിശേഷതയായിരിക്കുമെന്ന് തോന്നുന്നു. പാർട്ടി അംഗമാണോ ഗ്രൂപ്പംഗമാണോ എന്നതൊന്നുമായിരുന്നില്ല, പ്രവർത്തിക്കുക എന്നുള്ളതായിരുന്നു അന്നുമിന്നുമെന്റെ രീതി.

ടി.എം.കെ നമ്പ്യാരെക്കുറിച്ച് പറയാനാണ് തുടങ്ങിയത്. സ്വാഭാവികമായും ഈ യോഗത്തിനുശേഷം എന്നോട് പരിഭവവും അലോഗ്യവും കാണിക്കുമെന്നാണ് ഞാൻ പ്രതീക്ഷിച്ചത്. എന്നാൽ കൂടുതൽ സ്നേഹവും വാത്സല്യവുമാണ് കാണിച്ചത്!

' പേരിലെ വാല് ജാതിബോധം കൊണ്ടൊന്നും വച്ചതല്ലടോ.. ഞാൻ പാർട്ടി പ്രവർത്തകനാകുന്നതിനു മുമ്പേ തയ്യുള്ളതിൽ കുഞ്ഞിക്കേളപ്പൻ നമ്പ്യാർ എന്നുതന്നെയായിരുന്നു എന്റെ പേര്. പിന്നീട് ആളുകൾ ടിഎംകെ നമ്പ്യാർ എന്ന് ചുരുക്കി വിളിച്ചു തുടങ്ങി.. അവരങ്ങനെ വിളിക്കുമ്പോൾ ഞാനും വിളികേട്ടു എന്നേയുള്ളൂ.. '

ഏതൊരു പൊതുപ്രവർത്തകനും അതാത് കാലത്തെ രാഷ്ട്രീയ-സംസ്കാരിക പൊതുബോധത്തിന്റെ കൂടി ഉൽപ്പന്നമാണെന്നും ഏതൊരാളെയും വിലയിരുത്തേണ്ടത് അവർ ജീവിച്ച/ജീവിച്ചുകൊണ്ടിരിക്കുന്ന കാലവും ചരിത്രവും കൂടി പരിഗണിച്ചായിരിക്കണമെന്നുമുള്ള പുതിയൊരു ചിന്തയാണ് ഈ സംഭാഷണങ്ങളിലൂടെ ടി.എം.കെ എന്നെയന്ന് പഠിപ്പിച്ചത്. ടി.എം.കെ ഒരിക്കൽപോലും ജാതിബോധമോ തറവാട്ടു മഹിമയോ പ്രകടിപ്പിച്ചിട്ടില്ല. ഉയർന്ന കമ്മ്യൂണിസ്റ്റ് ചിന്തയും മാനവികതാബോധവും അവസാനകാലംവരെയും ഉയർത്തിപ്പിടിക്കാൻ ശ്രമിച്ചിട്ടുമുണ്ട്.

ദാമോദരേട്ടന്റെ കടയിൽ നിന്നായിരുന്നു ടി.എം.കെ സാധനങ്ങൾ വാങ്ങിക്കുക. കടയിൽ തിരക്കാണെങ്കിൽ ആളുകൾ ഒഴിവാകുന്നതുവരെയും കാത്തുനിൽക്കും. കാത്തുനിൽപ്പിന്റെ മടുപ്പകറ്റാൻ മേശപ്പുറത്തുനിന്നും ഒരു സിഗരറ്റെടുത്ത് കത്തിക്കും. സിഗരറ്റ് വലിക്കുന്നത് ഒരു പ്രത്യേക സ്റ്റൈലിലാണ്. സിഗരറ്റെടുത്ത് കുത്തനെ നിർത്തി അതിന്റെ ഒരറ്റം സിഗരറ്റ് പെട്ടിയിൽ നാലഞ്ചുതവണ ഉയർത്തിയിടിക്കും! എന്നിട്ടേ ചുണ്ടിനോട് ചേർത്ത് വച്ച് തീകൊളുത്തൂ! വലിക്കലിനും എരിക്കലിനും പുകവിടലിനുമൊക്കെയുണ്ട് ആ പ്രത്യേകത. എല്ലാവരുമൊഴിയാൻ കാത്തുനിൽക്കുന്നത് സാധനങ്ങൾ കടം വാങ്ങുന്നതിനാണ്. കടം ചോദിക്കുമ്പോൾ പോലും തന്റെ ഉയർന്ന അഭിമാനബോധത്തെ ഉലയാതെനിലനിർത്താൻ അദ്ദേഹം പരിശ്രമിച്ചിരുന്നു. വസ്ത്രധാരണത്തിലുമുണ്ടായിരുന്നു ആ ഒരു പ്രത്യേകത. അലക്കിത്തേച്ച വൃത്തിയുള്ള വസ്ത്രങ്ങൾ മാത്രമേ അദ്ദേഹം ധരിച്ചുകണ്ടിട്ടുള്ളൂ. വീട് പുതുക്കിപ്പണിയുമ്പോൾ പഴയ ഒരു പെട്ടിയിൽ നിന്ന് കിട്ടിയ ചില കച്ചീട്ടുകളിൽ നിന്ന് ടിഎംകെ നമ്പ്യാർക്ക് കിട്ടാനുണ്ടായിരുന്ന (എന്നാൽ വാങ്ങാത്ത) കരം വിവരങ്ങൾ കുട്ടികൾക്ക് കിട്ടിയിരുന്നത്രേ. ആ ജന്മിയാണ് സ്വജീവിതം കമ്യൂണിസ്റ്റുപ്രവർത്തനങ്ങൾക്ക് തീറെഴുതിവെച്ചുപോയതിന്റെ പേരിൽമാത്രം ഇപ്പോൾ കടംവാങ്ങാൻ കടയുടെ മുമ്പിൽ കാത്തുകെട്ടി നിൽക്കുന്നത്!

നന്നായി പഠിക്കുന്ന നാലു മക്കളേയും ആവുംവിധം പഠിപ്പിക്കാൻ ശ്രമിച്ചും രോഗിയായ ഭാര്യയെ ശുശ്രൂഷിച്ചും സാമ്പത്തിക പരാധീനതകളുടെ നടുവിലായിരുന്നു കുഞ്ഞിക്കേളപ്പൻ നമ്പ്യാർ. അപ്പോഴും ഒരു വിഷമവും പുറത്തുകാണിക്കാതെ ഞങ്ങളോടൊപ്പം കഥകൾ പറഞ്ഞും ഉച്ചത്തിൽ പൊട്ടിച്ചിരിച്ചും വീടുകൾകയറാനും മറ്റ് പാർട്ടി

പ്രവർത്തനങ്ങളിലും അദ്ദേഹം സജീവമായി. ഡിവൈഎഫ്ഐ സംഘടന, സമരപ്രവർത്തനങ്ങൾക്കൊപ്പം സാമൂഹ്യസേവന പ്രവർത്തനങ്ങൾകൂടി ഏറ്റെടുക്കണമെന്ന് അന്നത്തെ DYFI നേതാവ് കെ.കുഞ്ഞമ്മദ് മാസ്റ്റർ ഞങ്ങളെ പ്രസംഗങ്ങളിലൂടെ പ്രചോദിപ്പിച്ചുകൊണ്ടിരുന്ന കാലത്ത് കല്യാണ വീടുകളിൽ സൗജന്യമായി പെയിന്റ് ചെയ്തുകൊടുക്കൽ, കിണറിൽ നിന്നും ചളി നീക്കംചെയ്തു കൊടുക്കൽ തുടങ്ങിയ ചില പ്രവർത്തനങ്ങൾ ഞങ്ങളുടെ യൂണിറ്റ് കമ്മിറ്റിയും ഏറ്റെടുത്തിരുന്നു. എടവനത്തറ, മേപ്പള്ളിത്താഴെ, തുടങ്ങിയ വീടുകൾക്കൊപ്പം ടി.എം.കെയുടെ കിണറിലും അന്ന് ചളിയെടുത്തിരുന്നു. അന്നാണ് ആ വീടുമായും വീട്ടിലുള്ള മറ്റംഗങ്ങളുമായും ഞങ്ങൾ,പുതിയ പ്രവർത്തകർ കൂടുതലടുക്കുന്നത്. ഞങ്ങൾ കുട്ടികളോട് ഒരു ചങ്ങാതിയെപ്പോലെ ടി.എം.കെ അടുത്തിടപെട്ടു തുടങ്ങുന്നതും അന്ന് മുതൽക്കാണെന്ന് തോന്നുന്നു.

ജന്മിസ്വഭാവമുള്ള അറിയപ്പെടുന്ന ഒരു നായർ തറവാടായിരുന്നു മേപ്പള്ളിത്തറവാട്. അവിടെയാണ് ടി.എം.കെ നമ്പ്യാർ ജനിച്ചുവളർന്നത്. ചെറുപ്പത്തിലേ കമ്മ്യൂണിസ്റ്റ് പാർട്ടിയിൽ ആകൃഷ്ടനായി അതിന്റെ പ്രവർത്തനങ്ങളിൽ സജീവമായി. പതിനേഴോ പതിനെട്ടോ വയസ്സുള്ളപ്പോൾ 1947 മുതൽത്തന്നെ പാർട്ടി പ്രവർത്തന രംഗത്തും തുടർന്ന് കാൻഡിഡേറ്റ് അംഗത്വത്തിലേക്കും രണ്ടു മൂന്നുവർഷത്തിനകം പാർട്ടി അംഗത്വത്തിലേക്കും വന്നു. നീണ്ടകാലം ബ്രാഞ്ച് സെക്രട്ടറിയായിരുന്നു. ലോക്കൽക്കമ്മിറ്റി അംഗമായും പ്രവർത്തിച്ചിട്ടുണ്ട്. പേരാമ്പ്ര ബാങ്ക് ഭരിച്ചുകൊണ്ടിരുന്ന കോൺഗ്രസ് മുന്നണിയെ പരാജയപ്പെടുത്തിയ, വിവി ദക്ഷിണാമൂർത്തി മാഷും മറ്റുമുണ്ടായിരുന്ന പാനലിൽ ടി.എം.കെയുമുണ്ടായിരുന്നു. അദ്ദേഹത്തിന്റെ ഭാര്യാപിതാവ് അടങ്ങുന്ന പാനലിനെ പരാജയപ്പെടുത്തിയാണ് ടി.എം.കെ ഡയറക്ടർ ബോർഡ് അംഗമായത്!

രാഷ്ട്രീയപ്രവർത്തനത്തിരക്കിൽ വിവാഹക്കാര്യം നിരന്തരം നീട്ടിവെക്കപ്പെട്ടു. പ്രായമായ അമ്മയും കുഞ്ഞിക്കേളപ്പൻ നമ്പ്യാരും മാത്രമേ വീട്ടിലുണ്ടായിരുന്നുള്ളൂ.. എല്ലാവരുടെയും നിർബന്ധത്തിന് വഴങ്ങിയാണ് അവസാനം കല്യാണം കഴിക്കാൻ തീരുമാനിക്കുന്നത്. വിവാഹപ്രായമൊക്കെക്കഴിഞ്ഞ് വൈകിയുള്ള വിവാഹമായിരുന്നു. പഴയകാല കോൺഗ്രസ് പ്രവർത്തകനായിരുന്ന കേളോത്ത് കുഞ്ഞിരാമൻ നമ്പ്യാരുടെ മകളെയാണ് വിവാഹം ചെയ്തത്. എടവരാട്ടായിരുന്നു അവരുടെ സ്വദേശം.

ഞാൻ പാർട്ടി പ്രവർത്തനങ്ങളിൽ ഇല്ലാതിരുന്ന, പരിഷത്ത് പ്രവർത്തനങ്ങളിൽ സജീവമായിരുന്ന കാലത്തും ടി.എം.കെ നമ്പ്യാരുമായും വീട്ടുമായും അടുത്ത ബന്ധമായിരുന്നു. ടി.ഗിരീഷ്കുമാർ സജീവ പരിഷത്ത് പ്രവർത്തകനുമായിരുന്നല്ലോ. മക്കളിൽ ഗിരീഷും സുധീഷും സജീവമായി ഇപ്പോഴും പൊതുപ്രവർത്തനരംഗത്തുണ്ട്. കൈതക്കലിലെ ശാസ്ത്രസാഹിത്യപരിഷത്ത് പ്രവർത്തനങ്ങളോട് പലരും കാണിച്ച നിഷേധാത്മക സമീപനങ്ങളോട് ടിഎംകെ നമ്പ്യാർക്ക് ശക്തമായ വിമർശനമുണ്ടായിരുന്നു. അവരുടെ വീട്ടിൽ വച്ച് ഗിരീഷും ഞങ്ങളുമെല്ലാം കൂടിയിരുന്ന് നടത്തുന്ന ചർച്ചകളിലിടപെട്ട് പലപ്പോഴും അത് പ്രകടിപ്പിച്ചിരുന്നു.

കോശങ്ങളിൽ നിന്നും കോശങ്ങളിലേക്ക് കാൻസറിന്റെ ഞണ്ടുകളിഴയുമ്പോൾ വേദന കടിച്ചമർത്തി, കാരപ്പറമ്പ് ഹോമിയോ ആശുപത്രിയിലെ ബെഡ്ഡിൽക്കിടന്ന്, എപ്പോഴും കാണുമ്പോൾ ചിരിക്കുന്ന ആ പഴയചിരി ചിരിക്കാനായി ആവത് പരിശ്രമിക്കുന്ന ടിഎംകെയുടെ മുഖം ഇപ്പോഴും മനസ്സിലുണ്ട്.

ടി.എം.കെയുടെ ഓർമ്മകൾക്കു മുമ്പിൽ മുഷ്ടി ചുരുട്ടുന്നു. ലാൽസലാം..

കുഞ്ഞി രാമുണ്ണി നായർ

പ്രഭാതഭേരി നടത്താനുണ്ടെങ്കിൽ ഞങ്ങളെല്ലാവരും മാങ്ങോട്ട് അച്യുതന്റെ വീട്ടിൽ തലേന്നുതന്നെ ക്യാമ്പ് ചെയ്യും. സ: കെ. ചോയിദിനം, കൃഷ്ണപിള്ള ദിനം, എകെജി ദിനം, അഴീക്കോടൻ ദിനം തുടങ്ങി എല്ലാ ദിനാചരണങ്ങളുടെ തലേന്നും അച്യുതന്റെ വീട്ടിൽ പത്തും ഇരുപത്തിയഞ്ചും പേരുണ്ടാവും! പാർട്ടിയുടെ പ്രവർത്തനപരിപാടികളിലൊന്നും സജീവമായി പങ്കെടുക്കാത്ത വള്ളുപറമ്പിൽ സന്തോഷും ദാമോദരേട്ടനുംവരെ പ്രഭാതഭേരി ക്യാമ്പിന് കൃത്യമായി എത്തിച്ചേരും. പുലരുംവരെയും കഥകളും തമാശകളും പൊട്ടിച്ചിരികളും കൊണ്ട് ആകെ ബഹളമായിരിക്കും അച്യുതന്റെ വീട്. ഇടയ്ക്കിടെ രാധേച്ചിയുടെ വക കട്ടൻചായ വിതരണവുമുണ്ടാകും !

പുലർച്ചെ നാലര - അഞ്ച് മണിയാകുമ്പോഴേക്കും എല്ലാവരും റെഡിയാകും. അതിനുമെത്രയോ മുമ്പേ കാർത്ത്യാട്ട് കുഞ്ഞിരാമുണ്ണി നായർ അവിടെ എത്തിയിട്ടുണ്ടാകും! എല്ലാവരും റെഡിയായാൽ മുദ്രാവാക്യം വിളിച്ചുതരാൻ കുഞ്ഞിരാമുണ്ണിനായരോട് കെഎം കുഞ്ഞിക്കണ്ണൻ കൈകൾകൊണ്ട് ആക്ഷൻ കാണിക്കും. പിന്നെ മനോമുകുരത്തിൽ നിന്നും കാവ്യാത്മകമായ മുദ്രാവാക്യങ്ങൾ ഉച്ചത്തിൽ പ്രവഹിക്കുകയായി. മാങ്ങോട്ട് നിന്നും തുടങ്ങുന്ന പ്രകടനം കൈതക്കൽ, പുറ്റാട് വയൽ, കരിംമ്പാംകുന്ന്, ഈങ്ങാരി, പുളിക്കൽ പൊയിൽ വഴി കൈതക്കലെത്തി സമാപിക്കും.

സ.കെ.ചോയിദിനത്തിന് കൈതക്കൽ നിന്നും പുറപ്പെടുന്ന ജാഥ ചേനോളി- രാമല്ലൂർ വഴി കാൽനടയായി കൽപ്പത്തൂരിലേക്ക് എത്തിച്ചേരുകയായിരുന്നു പതിവ്. ജാഥയിലെ പ്രധാന മുദ്രാവാക്യം വിളിക്കാരൻ കുഞ്ഞിരാമുണ്ണിനായർ തന്നെ ആയിരിക്കും. ഞാനും ദാസനും ബ്രാഞ്ച് സെക്രട്ടറിയായ കെഎം കുഞ്ഞിക്കണ്ണനുമെല്ലാം ഇടയ്ക്കിടെ ഏറ്റെടുക്കുമെങ്കിലും തളരാതെ, താളംമുറിയാതെ ഒരു കൈയ്യിൽ ചെങ്കൊടിയുംപിടിച്ച് മുദ്രാവാക്യം വിളിച്ചുനീങ്ങുന്ന കുഞ്ഞിരാമുണ്ണിനായരുടെ ചിത്രം ഇപ്പോഴും മനസ്സിലുണ്ട്.

കടലാസുകളിലൊന്നും എഴുതിവെക്കാതെതന്നെ താളവും പ്രാസഭംഗിയുമുള്ള മുദ്രാവാക്യങ്ങൾ ഓരോ സന്ദർഭങ്ങൾക്കനുസരിച്ചും അദ്ദേഹം സൃഷ്ടിക്കുകയും ആവേശത്തോടെ ഉച്ചത്തിൽ വിളിച്ചുതരികയും ചെയ്തു. പിന്നീട് മുദ്രാവാക്യമെഴുതുന്നതിൽ വള്ളുപറമ്പിൽ അനിലും പുതുക്കുടി ദാസനും ഞാനും വിദഗ്ദരായി! ഏറ്റുവിളിക്കുന്നവരിൽ ആവേശം ജനിപ്പിക്കുമാറ് വിളിച്ചുകൊടുക്കുക എന്നത് ഒരു കലാപ്രകടനം തന്നെയാണ്. ഞാനും ദാസനും അക്കാര്യത്തിൽ മികവുപുലർത്തിയിരുന്നു എന്നാണ് തോന്നുന്നത്.

ലോറിയും ബസ്സും വാടകയ്ക്ക് വിളിച്ച് സമരങ്ങൾക്കും സമ്മേളനങ്ങൾക്കും പോയാൽ ചിലയാളുകളേയെങ്കിലും ആൾക്കൂട്ടത്തിനിടയിൽ കാണാതായിപ്പോകുന്ന പതിവുണ്ട്. അവരെ കണ്ടെത്തുക എന്നുള്ളത് ഒരു സാഹസം തന്നെയാണ്. വാഹനത്തിൽ കെട്ടിയ മൈക്കിലൂടെ വിളിച്ചു പറയുക എന്നുള്ളതാണ് കണ്ടെത്താനുള്ള ഒരു വഴി. കുഞ്ഞിരാമുണ്ണിനായരെ കണ്ടുപിടിക്കാൻ വളരെ എളുപ്പമായിരുന്നു. ഏറ്റവും മുമ്പിൽ ഉച്ചഭാഷിണിക്ക് ചെവികൊടുത്ത് നിലത്തോ കസേരയിലോ ഇരിക്കുന്നുണ്ടാവും! നേതാക്കന്മാരുടെ പ്രസംഗങ്ങൾ ശ്വാസോച്ഛ്വാസം പോലും വിട്ടുപോവാതെ സ്വാംശീകരിച്ചെടുക്കാനാണത് ! ചെറുപ്പത്തിലേയുള്ള കേൾവിക്കുറവ് പ്രസംഗങ്ങൾ കേൾക്കുന്നതിന് തടസ്സവുമാവരുതല്ലോ എന്ന് കരുതിക്കൂടിയാണ് പ്രസംഗവേദിക്കുമുന്നിൽത്തന്നെയുള്ള ഈ ഇരിപ്പ് !

കേൾവിക്കുറവ് കാരണം പല പ്രധാനപ്പെട്ട കാര്യങ്ങളും കുഞ്ഞിരാമുണ്ണിനായർ അറിയാതെ പോയിട്ടുണ്ട്. അത്തരത്തിലുള്ള രസകരമായ ഒരനുഭവം എനിക്കുമുണ്ട്.

സന്ധ്യയായിട്ടുണ്ടാവും. ഞാൻ കൈതക്കൽ അങ്ങാടിയിൽ ദാമോദരേട്ടന്റെ കടയുടെ മുമ്പിൽ നിൽക്കുകയാണ്.

'കർഷക സംഘത്തിന്റെ ഒരു യോഗമുണ്ട്. യൂണിറ്റ് സമ്മേളന മാണ്. പ്രസാദ് എന്തായാലും വരണം..'

കുഞ്ഞിരാമുണ്ണിനായർ എന്റെ കൈപിടിച്ച് നിർബന്ധം പറയാൻ തുടങ്ങി.

കർഷകസംഘത്തിന്റെ എല്ലാതരം പിരിവുകളുമായും മെമ്പർഷി പ്പുമായും കുഞ്ഞിരാമുണ്ണിനായർ എന്നെ സമീപിക്കാറുള്ളതും ഞാൻ മുടക്കമൊന്നും പറയാതെ സ്വീകരിക്കാറുള്ളതുമാണല്ലോ.

'ഞാൻ വരുന്നില്ല. വന്നാൽ ശരിയാവില്ല..'

ഞാൻ ഒഴിഞ്ഞുമാറുന്നതിന് പരമാവധി ശ്രമിച്ചു. കുറച്ച് കഴിഞ്ഞ് കുഞ്ഞിരാമുണ്ണിനായർ വരുന്നത് യോഗത്തിൽ പങ്കെടുക്കാനായി വന്ന ചെക്കോട്ടിയേട്ടനേയും കൂട്ടിയാണ്. ചെക്കോട്ടിയേട്ടൻകൂടി നിർബന്ധിക്കാൻ തുടങ്ങിയപ്പോൾ എനിക്ക് പോകാതിരിക്കാൻ കഴിഞ്ഞില്ല. കൈതക്കലിലെ പാർട്ടിപ്രവർത്തനങ്ങളിൽ കുറേക്കാല മായി ഞാൻ പങ്കെടുക്കാറില്ലെന്നതും എന്നെ പങ്കെടുപ്പിക്കാറില്ലെന്ന തും കേൾവിക്കുറവ് കാരണം അദ്ദേഹം അറിഞ്ഞിട്ടുണ്ടായിരുന്നില്ല ! സമ്മേളനത്തിന് പോയി എന്ന് മാത്രമല്ല എന്നെ ഭാരവാഹിയായി തെരഞ്ഞെടുക്കുകയും ചെയ്തു! പിന്നീട് വേണ്ടപ്പെട്ടവർ വിവരമറി ഞ്ഞതിനുശേഷം ഒരു യോഗത്തിനുപോലും എനിക്ക് പോകേണ്ടി വന്നിട്ടില്ല എന്നത് വേറെ കാര്യം! ഇപ്പോൾ ഞാൻ കർഷകസംഘ ത്തിന്റെ വില്ലേജ് തലത്തിലെ ഒരു പ്രവർത്തകനാണ് എന്നതാണ് രസകരമായ വൈപരീത്യം! നൊച്ചാട് വില്ലേജ് കമ്മിറ്റിയിൽ കുഞ്ഞി രാമുണ്ണിനായരുമുണ്ട് !

ദേശാഭിമാനി ബാലസംഘത്തിന്റെ യോഗങ്ങളിൽ വച്ച് നന്നേ ചെറുപ്പത്തിലേ കുഞ്ഞിരാമുണ്ണി നായരെ എനിക്കറിയാമായിരുന്നു. ഇമ്പോയിസൺ കണാരച്ഛന്റെ വീട്ടിൽ വച്ചും പരത്തുറവച്ചും എടവ നത്തറവച്ചും നടന്നിരുന്ന ദേശാഭിമാനി ബാലസംഘത്തിന്റെ യോഗങ്ങളിൽ ഞങ്ങളെ അഭിസംബോധന ചെയ്ത് സംസാരിക്കു ന്നത് കുഞ്ഞിരാമുണ്ണിനായരായിരുന്നു. പാർട്ടി യോഗങ്ങളിലും മറ്റും കുഞ്ഞിരാമുണ്ണിനായർ സംസാരിക്കാറുണ്ടായിരുന്നു. കേൾവിക്കുറവ് സൃഷ്ടിച്ച അപകർഷതാബോധം കാരണമാവാം നേതൃത്വത്തിൽ നിന്നും അദ്ദേഹം പതുക്കെപ്പതുക്കെ പിൻവാങ്ങുകയായിരുന്നു. പാർട്ടി അംഗത്വത്തിലില്ലെങ്കിലും കർഷകസംഘം വില്ലേജ് കമ്മിറ്റി പ്രവർത്തകനായി ഇപ്പോഴും രംഗത്തുണ്ട്. നിസ്വാർത്ഥത, സ്നേഹം, നിഷ്കളങ്കത, ഉപാധികളില്ലാത്ത പാർട്ടിക്കൂറ്.. ഇവയുടെ

ആകെത്തുകയാണ് കുഞ്ഞിരാമുണ്ണിനായർ. അന്നുമിന്നും പാർട്ടിയെന്നാൽ കുഞ്ഞിരാമുണ്ണിനായർക്ക് ജീവനാണ്. അന്നുമിന്നും പാർട്ടിയുടെ എല്ലാ പ്രവർത്തനപരിപാടികളിലും ഒന്നാമതെത്തിച്ചേരുകയും കുഞ്ഞിരാമുണ്ണിനായരായിരിക്കും !

ഏകാധ്യാപകവിദ്യാലയമായി തുടങ്ങിയ മരുതേരിസ്കൂളിന്റെ സ്ഥാപകനും കൂത്താളിസമരവളണ്ടിയറും ഉറച്ചകമ്യൂണിസ്റ്റുമായ ആയടക്കണ്ടി കേളപ്പൻ മാഷ് കുഞ്ഞിരാമുണ്ണിനായരുടെ അമ്മാവനായിരുന്നു. കമ്മ്യൂണിസ്റ്റ് പാർട്ടിപ്രവർത്തനങ്ങളിൽ ആകൃഷ്ടനാകുന്നത് അമ്മാവനിൽനിന്നും പ്രചോദനമുൾക്കൊണ്ടാണ്. 1967ലാണ് പാർട്ടി അംഗത്വത്തിലേക്ക് വരുന്നത്. ഇപ്പോഴും കൈതക്കലിന്റെ രാഷ്ട്രീയ ജീവിതത്തിൽ കുഞ്ഞിരാമുണ്ണിനായരുടെ സൗമ്യസാന്നിധ്യമുണ്ട്.

സാക്കു ബേക്കു

കർണാടകയിൽ ഒരു വീടിന് പെയിന്റടിക്കാൻ പോയിട്ടുണ്ട്. ബാബു ചെമ്പ്രയും ഗോപിയും ചേർന്ന് തലശ്ശേരിലോ മറ്റോ ഒരു വീടിന് പെയിന്റ് ചെയ്തത് കണ്ടിട്ട് കിട്ടിയ ഓർഡറാണ്.

കാസർഗോഡ് നിന്ന് ദേലംപാടി വഴി ബ്രഹ്മറ്ഗുണ്ട എന്ന ഒരു ഗ്രാമത്തിലാണ് ഞങ്ങൾ ബസ്സിറങ്ങിയത്. രണ്ടോ മൂന്നോ കടകൾ മാത്രമുള്ള ആ ചെറിയ ഗ്രാമത്തിൽ ഞങ്ങൾ പെയിന്റ് ചെയ്യേണ്ട വീടിന്റെ ഉടമസ്ഥൻ ഒരു ജീപ്പുമായി ഞങ്ങളെയും കാത്തു നിൽക്കു ന്നുണ്ടായിരുന്നു. നേരം നന്നായി ഇരുട്ടിയിട്ടുണ്ട്. ഞങ്ങൾ ജീപ്പിൽ കയറി. വളഞ്ഞും പുളഞ്ഞും വീണ്ടും കിലോമീറ്ററുകളോളം സഞ്ചരിച്ച് ഏതോ കുഗ്രാമത്തിലുള്ള പഴയൊരു വീടിന്റെ മുറ്റത്തു വണ്ടിനിർത്തി.

കട്ടയിരുട്ടിനോട് പൊരുതുവാൻ കെൽപ്പില്ലാതെ, കരിപിടിച്ച കുഴലുള്ള ഒരു റാന്തല് വിളക്ക് വീടിന്റെ ഉമ്മറത്ത് തൂക്കിയിട്ടിരിക്കു ന്നു. പടരാൻ മടിച്ചുനിൽക്കുന്ന അതിന്റെ ഇത്തിരിവട്ടം മാത്രമുള്ള വെളിച്ചത്തിനു പിന്നിൽ ചില മനുഷ്യരൂപങ്ങൾ ചലിക്കുന്നത് കാണാം. ഒന്നോരണ്ടോ മണ്ണെണ്ണ വിളക്കുകൾകൂടി അതിനപ്പുറത്ത് നിന്നും ദുർബലമായി, ആർക്കോവേണ്ടി കത്തിനിൽക്കുന്നുണ്ട്. അവയും വെളിച്ചത്തെ പിശുക്കിപ്പിശുക്കി മാത്രം പുറത്തുവിടുകയാ ണെന്ന് തോന്നും!

വന്നിറങ്ങിയിട്ട് ഏറെനേരമായെങ്കിലും ഞങ്ങൾ മുറ്റത്തുതന്നെ നിൽക്കുകയാണ്. പുറത്ത് നല്ല തണുപ്പാണ്. ഞങ്ങൾക്കാണെ ങ്കിൽ നല്ല വിശപ്പുമുണ്ട്. ഞങ്ങളെ കൊണ്ടുവന്നയാളും വീട്ടിലുള്ള

മറ്റംഗങ്ങളുമായി എന്തെല്ലാമോ കുശുകുശുക്കുകയും മറ്റും ചെയ്യുന്നുണ്ട്. അവർക്ക് ഒരു തീരുമാനമെടുക്കാൻ കഴിയാത്തതുപോലെ..

കുറെ കഴിഞ്ഞപ്പോൾ ഒരാൾ ഞങ്ങൾക്ക് അടുത്തേക്ക് വന്നു. ഞങ്ങളുടെ കൂട്ടത്തിൽ ഗോപിക്ക് മാത്രമാണ് അത്യാവശ്യം കന്നട ഭാഷ അറിയാവുന്നത്. ഒരു സംശയം ചോദിച്ചോട്ടേ എന്ന ആമുഖത്തോടെ അദ്ദേഹം ഗോപിയോട് യാതൊരു സങ്കോചവുമില്ലാതെ ചോദിച്ചത് നിങ്ങളുടേയെല്ലാം ജാതി എന്താണ് എന്നാണ് ! അവർ ഇത്രനേരവും ചർച്ച ചെയ്തത് ഇക്കാര്യമായിരുന്നു. ഞങ്ങളുടെ കൂട്ടത്തിലെ സജി എന്ന കറുകറുത്ത ചെറുക്കനാണ് അവരെ ആശയക്കുഴപ്പത്തിലാക്കിയത്. ചോദ്യത്തിൽ കാസ്റ്റ് എന്ന ഇംഗ്ലീഷ് വാക്ക് ഉപയോഗിച്ചത് കൊണ്ട് അതെനിക്ക് മനസ്സിലാക്കാനായി. അവരുടെ നീണ്ടനേരത്തെ ആലോചനയിലും ചോദ്യത്തിലും എനിക്ക് അപകടം മണത്തു. ഞാൻ ഗോപിയുടെ കൈ പിടിച്ചമർത്തി, ഉത്തരം പറയാനുള്ള അവന്റെ ശ്രമത്തെ തടഞ്ഞു.

'അവരുടെ ജാതി എന്താണെന്ന് ചോദിക്ക് '

ഞാൻ ഗോപിയെ നിർബന്ധിച്ചു. അവൻ ചോദിച്ചതിനു മറുപടിയായി 'ബോർക്കർ' എന്നോ മറ്റോ ആണ് അവർ മറുപടി പറഞ്ഞത്. ബോർക്കർ എന്നാൽ പൂണൂൽ ധരിക്കുന്ന ഒരു മുന്തിയ ജാതിയാണെന്നും അവർ വിശദീകരിച്ചു. ഞങ്ങളിൽ ഒരു നായരും രണ്ട് തിയ്യനും ഒരു പുലയനുമാണുണ്ടായിരുന്നത്. പേരാമ്പ്രയിലെ അജയനുമായി ചങ്ങാത്തമുള്ളത് കാരണം നമ്പീശൻ എന്ന ജാതിപ്പേരാണ് പെട്ടെന്ന് എന്റെ മനസ്സിലേക്ക് വന്നത്. ഞങ്ങളെല്ലാം നമ്പീശൻ ജാതിക്കാരാണെന്നും ക്ഷേത്രം,പൂജാദികർമ്മങ്ങൾ തുടങ്ങിയവയുമായി ബന്ധപ്പെട്ടുപ്രവർത്തിക്കുന്നവരാണെന്നും ബോർക്കർമാരേക്കാൾ മുന്തിയ ജാതിയാണെന്നും തട്ടിവിട്ടു. അതിനുശേഷം കാര്യങ്ങൾക്ക് വേഗതകൂടി. പുതുതായി പണിതുകൊണ്ടിരിക്കുന്ന വീടിന്റെ ഒരു മുറിയിൽ ഞങ്ങളെ താമസിപ്പിക്കുന്നതിനു തീരുമാനമായി. നിലത്തു വിരിക്കാനുള്ള ചാക്കും അതിനുമുകളിൽ വിരിക്കാനുള്ള പായും കിട്ടി. പഴയ വീടിന്റെ അകത്തിരുത്തി ഭക്ഷണവും തന്നു.

ആ വീട്ടിൽ പ്രായമായ ഒരമ്മയും മൂന്ന് ആൺമക്കളും അവരുടെ സുന്ദരിമാരായ മൂന്ന് ഭാര്യമാരും രണ്ടു കൊച്ചുകുട്ടികളുമാണ് ഉണ്ടായിരുന്നത്. മൂത്തയാൾക്ക് മക്കളില്ല. കുട്ടികൾ രണ്ടാമത്തേയാളിന്റേയാണ്. ഇളയവൻ കല്യാണം കഴിച്ചിട്ട് കുറച്ചായതേയുള്ളൂ.

ആദ്യദിവസം കാലത്ത് പത്തുമണിക്കുള്ള ചായയ്ക്കായി ഞങ്ങളെ വിളിച്ചു. അകത്ത്, ചെറിയ പലകകളിട്ട്,അതിന്മേൽ ഇരുത്തിയാണ് ഭക്ഷണം തരുന്നത്. ഞങ്ങൾക്ക് ഭക്ഷണം വിളമ്പി കഴിഞ്ഞതിനു ശേഷം ഭക്ഷണ പത്രവുമായി ആ അമ്മ അടുക്കളഭാഗത്തെ മുറ്റത്തേക്ക് പോയി. ഞാനിരിക്കുന്ന സ്ഥലത്തുനിന്നും മുറ്റവും മുറ്റത്ത് നിൽക്കുന്ന ആളുകളെയും എല്ലാവരുടെ കയ്യിലുമുള്ള കുമ്പിള് കുത്തിയ കവുങ്ങിൻ പാളയും കാണാം. അത് മുറ്റത്ത് വച്ച് ദൂരെ മാറി നിൽക്കുകയാണവർ. അമ്മ ആ പാളകളിലെല്ലാം ഭക്ഷണം വിളമ്പി തിരികെ വീട്ടിൽക്കയെ റിയതിനു ശേഷമാണ് ഓരോരുത്തരായി വന്ന് അവനവന്റെ പാളയും ഭക്ഷണവുമെടുത്ത് പോകുന്നത് കണ്ടത്. ഞങ്ങൾ ഭക്ഷണം കഴിച്ച് കൈകഴുകാൻ പോയത് ആ മുറ്റത്തായിരുന്നു. അഴുക്കുംചളിയുമുള്ള മുറ്റം!

കാര്യങ്ങളുടെ കിടപ്പ് പിന്നീട് പതുക്കെ മനസ്സിലായിത്തുടങ്ങി. ആ നാട്ടിലെ ഭൂപ്രമാണിമാരുടെ വീട്ടിലാണ് ഞങ്ങൾ ഇപ്പോഴുള്ളത്. അവർ ഇതുവരെയും താമസിച്ച വീടിനെ 'മന' എന്നും പുതുതായി നിർമ്മിച്ചതിനെ 'മാളിക' എന്നും വിളിക്കുന്നു. കക്കകൊണ്ട് കുമ്മായമുണ്ടാക്കി, അതുപയോഗിച്ചുമാത്രമേ ഇതുവരെയും ആ നാട്ടിലെ വീടുകൾ വെള്ളപൂശിയിട്ടുള്ളൂ. ആദ്യമായാണ് അന്നാട്ടിലെ ഒരു വീടിന് പ്ലാസ്റ്റിക് എമൾഷനും സാൻഡ്ടക്സ്മാറ്റും മറ്റുമടിക്കുന്നത് ! ഈ അത്യപൂർവജോലിക്ക് കേരളത്തിൽനിന്നും വന്ന ഞങ്ങളെ ആദരവോടെയും ബഹുമാനത്തോടെയുമാണ് മറ്റു പണിക്കാർ നോക്കിക്കാണുന്നത്.

അവരുടെ പറമ്പുകളിൽ പണിയെടുക്കുന്നവർ താഴ്ന്ന ജാതിക്കാരാണ്എന്ന് പ്രത്യേകം പറയേണ്ടല്ലോ. പൂജാരി എന്നോമറ്റോ ആണ് അവരുടെ ജാതിയുടെ പേര് പറഞ്ഞത്. അത് നമ്മുടെ നാട്ടിലെ തീയരുടെ സാമൂഹ്യനിലവാരത്തിലുള്ളവരാണ്. പാളയിൽ വിളമ്പിക്കിട്ടുന്ന ഭക്ഷണവുമെടുത്ത് അവർ പോകുന്നത് പുറകിലുള്ള ഒരു കുളത്തിന്റെ കരയിലേക്കാണ്. പറമ്പും കൃഷിയും നനയ്ക്കുന്നതിന് വേണ്ടി നിർമ്മിച്ച ആ കുളത്തിന്റെ കരയിലിരുന്നവർ ഭക്ഷണം കഴിക്കുകയും കുളത്തിലെ വെള്ളം കുടിക്കുകയും ചെയ്യും! ഞങ്ങൾ ഉയർന്നജാതിക്കാരാണ് എന്ന് പറഞ്ഞതുകൊണ്ട് മാത്രമാണ് ഞങ്ങൾക്ക് മുന്തിയ പരിഗണന കിട്ടുന്നത്. അല്ലെങ്കിൽ ആ കുളക്കരയിലിരുന്ന് ഭക്ഷണം കഴിക്കേണ്ടവരോ പശുത്തൊഴുത്തിലോ വിറക്പ്പുരയിലോ താമസിക്കേണ്ടവരോ ആയിരുന്നു ഞങ്ങളും!

ഒരു മാസത്തോളം കാലം ഞങ്ങൾ ആ വീട്ടിലുണ്ടായിരുന്നു. രണ്ട് കുട്ടികൾ ഉണ്ടെന്ന് പറഞ്ഞിരുന്നില്ലേ. രണ്ടാം ക്ലാസ്സിൽ പഠിക്കുന്ന അഞ്ജനയും ഒന്നാംതരത്തിൽ പഠിക്കുന്ന മോനും ഏതു സമയവും ഞങ്ങൾക്കൊപ്പമായിരുന്നു. അവർക്ക് ഇംഗ്ലീഷ്,ഹിന്ദി,കന്നട,തുളു തുടങ്ങി പല ഭാഷകളറിയാമായിരുന്നു. ഞങ്ങൾക്കാകെ മലയാളവും. എങ്കിലും ഞങ്ങളവർക്ക് ഒരുപാട് കഥകൾ പറഞ്ഞു കൊടുത്തു. പാട്ടുകൾ പാടിക്കൊടുത്തു. അവർ ഞങ്ങൾക്കും. രാത്രി ഞങ്ങളോടൊപ്പം പുതിയവീട്ടിൽ താമസിക്കാൻ അവർ രക്ഷിതാക്കളോട് വാശി പിടിച്ച് കരഞ്ഞു. ഉറങ്ങിയതിനുശേഷം അമ്മമാർ വന്ന് കുട്ടികളെ എടുത്തുകൊണ്ടുപോകുന്നത് പതിവായി.

ആണുങ്ങളാരും പകൽ സമയങ്ങളിൽ വീട്ടിലുണ്ടാവാറില്ലല്ലോ. അതുകൊണ്ട് ആൺ മക്കളേക്കാൾ അവരുടെ ഭാര്യമാരുമായി ഞങ്ങൾ അടുത്ത സൗഹൃദത്തിലായി. ഞങ്ങൾ പാടുന്ന പാട്ടുകൾക്ക് അവർ താളം പിടിക്കാനും അവർ ഞങ്ങൾക്കുവേണ്ടി കന്നടപ്പാട്ടുകൾ പാടിപ്പഠിപ്പിച്ചുതരാനും തുടങ്ങി..

പണിപൂർത്തിയാക്കി ഞങ്ങൾ പിരിയുന്നദിവസം ജീവിതത്തിലെ മറക്കാൻ പറ്റാത്ത ഒരു ദിവസമായിരുന്നു. കാലത്തുമുതൽ എല്ലാ മുഖങ്ങളിലും സങ്കടം കാണാമായിരുന്നു. ഞങ്ങളിറങ്ങാൻ തുടങ്ങുമ്പോൾ മൂത്ത ജ്യേഷ്ഠൻ വിതുമ്പിക്കരഞ്ഞു പോയി. എല്ലാ പെണ്ണുങ്ങളും കരച്ചിലടക്കിപ്പിടിക്കാൻ കഴിയാതെ ബുദ്ധിമുട്ടി! ജീപ്പിൽക്കയറിയിരുന്നിട്ടും കരഞ്ഞു പോയാലോ എന്ന് പേടിച്ചിട്ട് തിരിഞ്ഞു നോക്കി കൈവീശിക്കാണിക്കാൻ ഞങ്ങൾക്കും ധൈര്യമില്ലായിരുന്നു.

പരത്തുറ കുഞ്ഞിരാമൻ

'ആരുടെയും സഹായം കൊണ്ടല്ല ഇന്ന് ഞാനീ നിലയിലെത്തിയത്'

പരത്തുറ കുഞ്ഞിരാമേട്ടന്റെ ഈ ഡയലോഗ് ഇന്നത്തെ ഭാഷയിൽ ഒരു സർക്കാസ്റ്റിക് പ്രയോഗമായിരുന്നു എന്നു പറയാം! മീത്തലെ തെക്കേലത്ത് രാജനോട് എന്തോ കാര്യത്തിന് ദേഷ്യം വന്നിട്ട് ഇമ്പോയിസ്ൺ കണാരച്ഛന്റെ നിരപ്പലപ്പീടികയുടെ മുകളിൽ നിന്ന് തല പുറത്തേക്കിട്ടാണ് കുഞ്ഞിരാമേട്ടൻ ഇങ്ങിനെ ഒരു ഡയലോഗടിക്കുന്നത് ! കരിമ്പിച്ചികണ്ടി രാമകൃഷ്ണന്മാഷ് അതിന് തമാശയായി ഒരു കൗണ്ടർ പറയുകയും ചെയ്തിരുന്നു. കാലങ്ങളായി ആ നിരപ്പലപ്പീടികയുടെ മുകളിലാണ് പരത്തുറ കുഞ്ഞിരാമേട്ടന്റെ കിടത്തവും ഉറക്കവും.

പോയൊരു കാലത്ത് കൈതക്കലിലെ സമ്പന്നനും പരിഷ്കാരിയുമായ ഒരാളായിരുന്നത്രേ പരത്തുറ കുഞ്ഞിരാമേട്ടൻ. ഞങ്ങളുടെ നാട്ടിലാദ്യം പെട്ടിപ്പാട്ട് (ഗ്രാമഫോൺ) സ്വന്തമാക്കിയത് കുഞ്ഞിരാമേട്ടനായിരുന്നു. ഏറ്റവുമാദ്യം സ്വന്തമായി സൈക്കിൾ വാങ്ങിയ ആൾ! എല്ലാ വിരലുകളിലും മോതിരം ഇട്ടുനടന്നിരുന്ന ആൾ ! നാട്ടിൽ ആദ്യമായി ടേപ്പ്റിക്കോർഡർ സ്വന്തമാക്കിയ ആൾ !

അങ്ങനെയൊരാളാണ് റോഡ്സൈഡിലെ നിരപ്പലപ്പീടികയുടെ മുകളിൽ, മോന്തായത്തിന് കീഴിലുള്ള ഇത്തിരി സ്ഥലത്ത് പായവിരിച്ച് അന്തിയുറങ്ങുന്നത്! കൊട്ടും ചൂട് കാലത്തും പെരുമഴക്കാലത്തും അതിശൈത്യം കൊണ്ട് ശരീരം വിറകൊള്ളുന്ന കാലത്തും കാർഡ്

ബോർഡ് പെട്ടിയും ചാക്കുകളും നിലത്ത് വിരിച്ച്, അതിന്മേൽ ഒരു കീറപ്പായവിരിച്ച്, ഉടുമുണ്ടഴിച്ചുപുതച്ച് ഒറ്റയ്ക്ക് !

കുഞ്ഞിരാമേട്ടന്റെ തകർച്ചയുടെ കാരണം എന്തായിരുന്നു എന്ന് എനിക്കറിയില്ല. ഞാൻ കാണുന്നകാലം മുതൽ വാഴയില മുറിച്ച് ഹോട്ടലുകളിൽ കൊണ്ടുപോയി വിറ്റും, തെങ്ങും കവുങ്ങും കയറി കൊട്ടുത്തുമാണ് ഉപജീവനത്തിന് വക കണ്ടെത്തിയിരുന്നത് !

'നവീൻ'കൈയെഴുത്തു മാസികയിൽ ഒറ്റപ്പേജ് നിറയെ ഒരു പരസ്യം തന്നിരുന്നത് രസകരമായ ഓർമയാണ്. 'മിതമായ നിരക്കിൽ തെങ്ങ്,കവുങ്ങ് എന്നിവ കയറി കൊടുക്കുന്നു ബന്ധപ്പെടുക: പരത്തുറ കുഞ്ഞിരാമൻ!' പരത്തുറ കുഞ്ഞിരാമേട്ടന്റെ ജീവിതത്തെക്കുറിച്ചുള്ള ചർച്ചയിൽ നിന്നാണ് നവീൻ വേദി രൂപംകൊള്ളുന്നത് തന്നെ! പീടി കമുകളിൽ കിടക്കാൻ നല്ല ഒരു പായയോ തലയണയോ പുതപ്പോ ഇല്ലായിരുന്നു. ഞങ്ങൾ സുഹൃത്തുക്കളെല്ലാം ഒന്നിച്ച് കൂടിയിരുന്ന് സംസാരിച്ചു കൊണ്ടിരുന്നപ്പോൾ ആരോ ഈ വിഷയം എടുത്തിട്ടു. ഞങ്ങളിൽ ആരും തന്നെ വരുമാനമുള്ളവർ ഉണ്ടായിരുന്നില്ലല്ലോ. എങ്കിലും എല്ലാവരും ചേർന്ന് പായയും മറ്റുംവാങ്ങി നൽകി. ആ കൂട്ടായ്മയാണ് എ.കെ കരുണാകരന്റെ നേതൃത്വത്തിൽ നവീൻ വേദിയായി വളർന്നത്. പിന്നീട് കയ്യെഴുത്തുമാസികയും ട്യൂഷൻ സെന്ററും മറ്റ് പല പ്രവർത്തനങ്ങളുമായി വളർന്നു വികസിച്ചത്.

വൈകുന്നേരം വരെ അധ്വാനിക്കും. വൈകുന്നേരമായാൽ ചെറി യതോതിൽ അൽപം മദ്യപിക്കും. രാത്രി വൈകുമ്പോൾ, ഇമ്പോ യ്സൺ കണാരച്ഛൻ പീടികയും പൂട്ടിപ്പോയ്ക്കഴിഞ്ഞാൽ, പീടികയുടെ കോലയിലിട്ട, സോഡക്കുപ്പികളും മറ്റും നിരത്തിവയ്ക്കുന്ന മേശയിൽ ചമ്രംപടിഞ്ഞ് ഒരിരിപ്പുണ്ട്. കൈകൾ കൊണ്ട് മേശയിൽ താളമിട്ട് ഒരു സംഗീതകച്ചേരിക്കുള്ള ഒരുക്കമാണ് !

കർണാടിക് സംഗീത രീതിയിൽ സരിഗമപധനിസ.. എന്നൊ ക്കെയാണു തുടങ്ങുക.

ആർക്കാനും വേണ്ടീട്ടുഞാ-

നോർക്കാട്ടേരി ചന്തയിൽ പോയ്

രണ്ടേറ് മൂരികളെ വിലയ്ക്കുവാങ്ങീ...

എന്ന പാട്ടിലാണ് അവസാനിക്കുക! അവസാനിക്കുകയല്ല, സൈ്വര്യക്കേടാകുമ്പോൾ ഞങ്ങളെല്ലാം ചേർന്ന് 'കുഞ്ഞിരാമേട്ടാ പ്ലീസ്... കുഞ്ഞിരാമേട്ടാ പ്ലീസ്...' എന്ന് കെഞ്ചിക്കെഞ്ചി അവസാ നിപ്പിക്കുകയാണ് ചെയ്യുക !

കുഞ്ഞിരാമേട്ടനുമായി ബന്ധപ്പെട്ട് ഒട്ടേറെ തമാശകളുണ്ട്.

തെങ്ങിൽകയറുകയും മറ്റു ജോലികളെടുക്കുകയും ചെയ്തിരുന്നെങ്കിലും കുളിക്കാൻ മടിയനായിരുന്നു. ടൈലർ ശ്രീധരനും എം.ടി രാജനും മറ്റും ചേർന്ന് ഒരുദിവസം കൈതക്കലിലെ തോട്ടിൽവച്ച് നിർബന്ധിച്ച് കുളിപ്പിച്ചിരുന്നു. കുളികഴിഞ്ഞുള്ള കുഞ്ഞിരാമേട്ടന്റെ ഡയലോഗ് നാട്ടിലെ ഹിറ്റ് തമാശകളിൽ ഒന്നായിരുന്നു. വളരെക്കാലത്തിനുശേഷം കുളിക്കുന്നവർക്ക് കുളി കഴിഞ്ഞാൽ ശരീരമാകെ ചൊറിച്ചിലുണ്ടാകുമത്രേ. ഇങ്ങനെ മേലാകെ ചൊറിയുമ്പോഴാണ് കുഞ്ഞിരാമേട്ടന്റെ സൂപ്പർ ഡയലോഗ് : 'എപ്പോഴെങ്കിലും കുളിക്കുന്ന എനിക്ക് ഇങ്ങിനെ ചൊറിയുന്നുവെങ്കിൽ ദിവസവും കുളിക്കുന്ന നിങ്ങളുടെയൊക്കെ കാര്യം ! സമ്മയ്ക്കണം ! ' (ഇത് വള്ളുപറമ്പിൽ സന്തോഷിന്റെ ബഡായിയാണോ എന്നും അറിയില്ല!)

ജീവിതം തെരുവിലായിരുന്നെങ്കിലും കുഞ്ഞിരാമേട്ടനെ നാട്ടുകാരും ബന്ധുക്കളുമെല്ലാം പരിഗണിക്കുകയും സ്നേഹിക്കുകയും ചെയ്തിരുന്നു. നാട്ടിലെ എല്ലാ വീടുകളിലും നടക്കുന്ന ആഘോഷങ്ങളിലും ചടങ്ങുകളിലും കുഞ്ഞിരാമേട്ടനെ എല്ലാവരും പ്രത്യേകം ക്ഷണിക്കുകയും പങ്കെടുപ്പിക്കുകയും ചെയ്യുമായിരുന്നു. പാർട്ടിയുടെ ജനറൽബോഡി യോഗങ്ങളിലും ജാഥകളിലും സാന്നിധ്യമുണ്ടാകുമായിരുന്നു. നന്നായി തമാശ പറയുമായിരുന്ന കുഞ്ഞിരാമേട്ടന്റെ തമാശകൾ കേട്ട് എല്ലാവരും പൊട്ടിച്ചിരിക്കുമായിരുന്നു. കൈതക്കലിലെ എല്ലാ സൗഹൃദസംഘങ്ങളിലും കുഞ്ഞിരാമേട്ടന്റെ തമാശപറച്ചിലിന് ഇടമുണ്ടായിരുന്നു. കുടുംബവീടുകളിലെന്നപോലെ കൈതക്കൽ രാധാകൃഷ്ണനും അവന്റെ വീട്ടുകാർക്കും കുഞ്ഞിരാമേട്ടൻ ഭക്ഷണം കഴിച്ചുവോ എന്ന കരുതലും ശ്രദ്ധയുമുണ്ടായിരുന്നു.

അവസാന കാലമാകുമ്പോഴേക്കും കുഞ്ഞിരാമേട്ടന്റെ മദ്യപാനം കൂടി. ശ്വാസംമുട്ടും മറ്റ് അസുഖങ്ങളും അതുപോലെതന്നെ വർദ്ധിച്ചു. ആരെയും ആശ്രയിക്കാതെയും ബുദ്ധിമുട്ടിക്കാതെയും ബസ്റ്റോപ്പിൽ കിടന്നുതന്നെ അന്ത്യശ്വാസവും വലിച്ചു.

ആവശ്യത്തിന് ഭൂമിയും സമ്പത്തും ഉണ്ടായിരുന്നിട്ടും ആഡംബരഭ്രമം മൂലം കയ്യിൽ നിന്നും ജീവിതം കളഞ്ഞുപോയ ഒരാളായാണ് കുഞ്ഞിരാമേട്ടനെ പലരും വിലയിരുത്തുന്നത്. പിന്നീട് സ്വന്തം ജീവിതത്തെത്തന്നെയാണ് അദ്ദേഹം ഒന്നാമത്തെ ശത്രുവായിക്കണ്ടത് എന്ന് തോന്നിയിട്ടുണ്ട്. അതിനോടുള്ള വാശിയും പ്രതികാരവുമായിരുന്നു തുടർന്നുള്ള ജീവിതം.

വാൽക്കഷ്ണം: ഒരു ശിഷ്യൻ ഗുരുവിനോട് ചോദിച്ചു ' ഗുരോ എന്താണ് ജീവിതത്തിന്റെ അർത്ഥം? '

ഗുരുവിന്റെ മറുപടി ഇപ്രകാരമായിരുന്നു:

'ജീവിതത്തിന് അങ്ങനെ പ്രത്യേകിച്ച് അർത്ഥമൊന്നുമില്ല. നിങ്ങൾ ഏതർത്ഥമാണോ പകരാൻ ശ്രമിക്കുന്നത് അതാണ് ജീവിതം! '

രാധാഷ്ണൻ

എൻകെ രാജീവനും കുളങ്ങര ബാലനും കൈതക്കൽ രാധാകൃഷ്ണനും ഞാനും പേരാമ്പ്രയിലെ എല്ലാ തിയറ്ററുകളിലേയും എല്ലാ സിനിമകളും കണ്ടുനടന്നിരുന്ന കാലം. അക്കാലത്ത് സെക്കൻഡ് ഷോ തുടങ്ങുക ഒമ്പതരമണിക്കായിരുന്നല്ലോ. ഇരുപതും ഇരുപത്തിരണ്ടും റീലുണ്ടാകും ഓരോ സിനിമയും! പന്ത്രണ്ടരയോ അതുകഴിഞ്ഞോ ആണ് സിനിമ വിടുക തന്നെ. വിശന്നുവലഞ്ഞും കൊണ്ട് അവിടെ നിന്ന് കഥകളും പറഞ്ഞ്, നടന്ന് കുഴഞ്ഞ് കൈതക്കലെത്തുമ്പോഴേക്കും ഒന്നൊന്നരയാകും. പിന്നെ അരമുക്കാൽ മണിക്കൂർ നേരം ബസ്സ്റ്റോപ്പില് കഥകളും പറഞ്ഞിരുന്ന് വിശ്രമിച്ചുകഴിഞ്ഞാണ് വീടുകളിലെത്തിച്ചേരുക.

ചില ദിവസങ്ങളിൽ ഞാൻ രാധാകൃഷ്ണന്റെ കൂടെയങ്ങ് പോവും. അന്ന് രാധാകൃഷ്ണന് സ്വന്തമായി വീടില്ല. രാധാകൃഷ്ണനും അമ്മാവനും മറ്റുള്ള എല്ലാവരും ചേർന്ന്, പത്തുപന്ത്രണ്ടോളം ആളുകളുള്ള ഒരു ബൃഹദ്കുടുംബം ഒരു കൊച്ചുവീട്ടിലായിരുന്നല്ലോ. ഒരു സ്റ്റീൽഡവറയിൽ ചോറും കറികളും മൂടിവെച്ചിട്ടുണ്ടാവും. ഡവറയിലേക്ക് കറിയൊഴിച്ച് ഒരുമിച്ച്കുഴച്ച് ഞങ്ങൾ രണ്ടുപേരും ഒരു പത്രത്തിൽനിന്നും വാരിത്തിന്നും. അതുകഴിഞ്ഞ് ഓഫീസ് മുറിയിൽ ഒരു പായവിരിച്ച് ഉറങ്ങാൻ കിടക്കും. കിടക്കും എന്നേയുള്ളൂ ഉറങ്ങില്ല. കഥ പറച്ചിൽ തുടരും. ഞങ്ങളുടെ വർത്തമാനം കേട്ട്, നേരം പുലർന്നുപോയി എന്ന് പേടിച്ച്, വേഗമുണർന്ന് അടുക്കളയിലെത്തി, പെണ്ണുങ്ങൾ ഹോട്ടലിലേക്ക് വേണ്ട പുട്ടിന് പൊടികുഴച്ചതും തേങ്ങ ചിരവിത്തുടങ്ങിയതും

പിന്നെ ഏറെ നേരം കാത്തിരുന്നിട്ടും നേരം പുലരാതിരുന്നതും പിന്നീട് ഞങ്ങളോട് സമയമെന്തായി എന്ന് വിളിച്ചുചോദിച്ചതും രസകരമായ ഒരോർമ്മയാണ്. അന്ന് ഞങ്ങൾക്ക് പറഞ്ഞാൽ തീരാത്തത്രയും കഥകളുണ്ടായിരുന്നെങ്കിൽ ഇന്ന് കാര്യമായി ഒന്നും പറയാനില്ലാതെയായിരിക്കുന്നു എന്നതാണ് കാലവും പ്രായവും ജീവിതസാഹചര്യങ്ങളും വരുത്തിയ മാറ്റം!

എനിക്ക് ഏതുനേരവും കയറി ചെല്ലാനും വിശക്കുമ്പോൾ കിട്ടുന്നത് എടുത്തുതിന്നാനും കഴിയുന്ന എന്റെ മറ്റൊരു വീട് തന്നെയായിരുന്നു രാധാകൃഷ്ണന്റെ വീട്. വൈകുന്നേരം ചക്കപ്പുഴുക്കോ കപ്പപ്പുഴുക്കോ ഉണ്ടെങ്കിൽ ഞങ്ങൾ വരുമെന്ന് കരുതി എടുത്തുവെക്കുമായിരുന്നു. കല്യാണിയമ്മയേയും ജാനകിയമ്മയേയും ദേവിയേടത്തിമാരേയും കാർത്യായനിയേടത്തിയേയും സ്നേഹത്തോടെ ഓർമ്മിക്കുന്നു.

വളരെ ചെറിയ പ്രായത്തിൽത്തന്നെ രാധാകൃഷ്ണന് കുടുംബഭാരം ചുമലിലേറ്റേണ്ടിവന്നു. പിതാവ് കേളുനായർ മരിക്കുമ്പോൾ പനയോലകൊണ്ട് മറച്ച ഒരു ഷെഡ്ഡും ഒന്നുരണ്ട് ബെഞ്ചും ഡെസ്കും രണ്ടോ മൂന്നോ അലൂമിനിയം പാത്രങ്ങളും ചിരട്ടകയ്യിലുകളും മാത്രമേ പാരമ്പര്യമായി കൈമാറാൻ ഉണ്ടായിരുന്നുള്ളൂ !രാധാകൃഷ്ണന്റെ പറഞ്ഞറിയിക്കാൻ കഴിയാത്തത്രയും കഠിനാധ്വാനം കൊണ്ടാണ് ആ ഷെഡിനെ ഓടുവെച്ച ഒരു പീടികയും ഹോട്ടലുമാക്കി മാറ്റിയത്.

രാധാകൃഷ്ണൻ ആദ്യമായി നിർമ്മിച്ച വീട് അമ്മാവനും കുടുംബത്തിനും വേണ്ടിയായിരുന്നു. എപ്പോഴും വീഴാൻപാകത്തിൽ നിൽക്കുന്ന മൺകട്ടകൊണ്ട് നിർമ്മിച്ച സ്വന്തംവീട്ടിൽ താമസിച്ചുകൊണ്ടാണ് അമ്മാവന്റെ വീട്പണി പൂർത്തിയാക്കിയത് ! കുടുംബകാര്യങ്ങളിൽ വേണ്ടത്ര ശ്രദ്ധയില്ലാതെ നടന്ന അമ്മാവനെ കൂട്ടിക്കൊണ്ടുവന്ന് കടയിൽ നിർത്തിയതും ജീവിതത്തിലേക്ക് തിരിച്ചു കൊണ്ടുവന്നതും രാധാകൃഷ്ണനായിരുന്നു.ഇപ്പോഴുമുണ്ട് കൈതക്കലിലെ 'ചില്ലീസ്' ഹോട്ടലിൽ രാധാകൃഷ്ണൻ, തീയോടും പുകയോടും പോരടിച്ചുകൊണ്ട്..

'അമർഷം', 'അമ്മുവിന് സ്നേഹപൂർവ്വം', 'ലാഭത്തിൽ നഷ്ടം' തുടങ്ങി ഞങ്ങൾ സംഘടിപ്പിച്ച വിവിധങ്ങളായ നാടകങ്ങളിൽ വില്ലനായും ഹാസ്യനടനായും വേഷമിട്ട് രാധാകൃഷ്ണൻ മനോഹരമാക്കിയിട്ടുണ്ട്.

ഒരുപാട് പേരുമായി രാധാകൃഷ്ണൻ തല്ലുമുണ്ടാക്കിയിട്ടുണ്ട്. അതിൽ ഒന്നു പോലും അവനുമായി ബന്ധപ്പെട്ട പ്രശ്നങ്ങൾക്കായിരുന്നില്ല. പാർട്ടിക്കുവേണ്ടിയും സുഹൃത്തുക്കൾക്കുവേണ്ടിയും

ന്യായക്കേടുകൾക്കെതിരേയുമായിരുന്നു.

"35 ലക്ഷം അഭ്യസ്തവിദ്യരായ തൊഴിൽരഹിതർ ജോലിയും കൂലിയുമില്ലാതെ നടക്കുന്നു " എന്ന തരത്തിലുള്ള യുവജനനേതാക്കളുടെ പ്രസംഗങ്ങളും അസ്തിത്വദുഃഖം വാരിവിതറുന്ന കഥകളും കവിതകളും എല്ലാവരിലും നിരാശയുടെ വിത്തുകൾപാകി മുളപ്പിച്ചെടുത്ത ഒരു കാലമായിരുന്നു അത്. നിരാശ പറഞ്ഞും പങ്കിട്ടും ഒരു പ്രതീക്ഷയുമില്ലാതെ ജീവിക്കുന്ന അനേകരിൽ ഒരാളായിരുന്നു ഞാനും. രാധാകൃഷ്ണനാകട്ടെ വായനയുടെ അസ്കിതകൾ ഒന്നുമില്ലാതിരുന്നതിനാലും പത്മവ്യൂഹത്തിലകപ്പെട്ട അഭിമന്യുവിനെപ്പോലെ ചെറുപ്രായത്തിലേ ജീവിതപോരാട്ടത്തിന്റെ നേതൃത്വമേറ്റെടുക്കേണ്ടി വന്നതിനാലും മെച്ചപ്പെട്ട ഒരു ജീവിതം സ്വപ്നം കാണുകയും അതിനു വേണ്ടി അതികഠിമായി അധ്വനിക്കുകയും ചെയ്തു. അധ്വാനിക്കുന്നതോടൊപ്പം ഞങ്ങളെയൊക്കെ ജീവിക്കാൻ പ്രചോദിപ്പിച്ചുകൊണ്ടുമിരുന്നു. പലരെയുംപോലെ രാധാകൃഷ്ണന്റെ പ്രചോദനം കൂടിയാണ് എന്റെയീ ജീവിതം.

അഭിസാരിക

കുറച്ചുകാലം പേരാമ്പ്ര ബസ്റ്റാൻഡിനുള്ളിലെ ഒരു ഫാൻസികടയിലായിരുന്നല്ലോ ഞാൻ . ബസ് സ്റ്റാൻഡിലെ ആരാലും ശ്രദ്ധിക്കപ്പെടാത്തത്രയും ഉള്ളിലായിരുന്ന ഞങ്ങളുടെ കടയെങ്കിലും, ബസ്സ്സ്റ്റാൻഡുകെട്ടിടവും പാർക്കിംഗ് ഏരിയയും അവിടങ്ങളിലെ ഓരോ ചെറുചലനങ്ങളും ഞങ്ങൾക്ക് നേരിട്ടുതന്നെ കാണാമായിരുന്നു. മനുഷ്യരെപ്പോലെ തന്നെയാണ് നഗരങ്ങളും. ഏതു നഗരത്തിനും നമ്മൾ കാണാത്ത പലമുഖങ്ങളും സമാന്തരമായ വേറെ ജീവിതങ്ങളുമുണ്ടാകും. ആ സമാന്തരജീവിതത്തിന്റെ ഒരു മിനിയേച്ചർ മാതൃകയായിരിക്കും ബസ്സ്സ്റ്റാൻഡും അതിന്റെ അനുബന്ധങ്ങളും.

യാചകർ, വേശ്യകൾ, മനോരോഗികൾ തുടങ്ങിയവരൊക്കെയും ഞങ്ങളുടെ കടയ്ക്ക് മുമ്പിലുള്ള സിമന്റ് ബെഞ്ചിൽ ഇരുന്നും കിടന്നും വിശ്രമിച്ചും നേരംപോക്കി. വൈകുന്നേരം മൂന്നരമണിയാകുമ്പോഴേക്കും സ്കൂൾ- കോളജ് വിദ്യാർത്ഥികളെക്കൊണ്ട് ബസ്സ്സ്റ്റാന്റ് നിറയും. പ്രണയബദ്ധരായവർ അവരുടെ പ്രണയലീലകളുമായി ഞങ്ങളുടെ കടയ്ക്ക് മുമ്പിലുള്ള സ്ഥിരം മൂലകളിൽ മുട്ടിയുരുമ്മും. പെൺകുട്ടികളെ വളച്ചെടുക്കാനെത്തുന്ന പൂവാലന്മാർ അവരുടെ സുഹൃത്തുക്കളുടെ തോളിൽ കയ്യിട്ട് ചുണ്ടക്കൊളുത്തുകളൊളിപ്പിച്ച് കറങ്ങി നടക്കും.

ബസ്സുകളിൽകയറി അച്ചടിച്ച കാർഡുകൾ വിതരണംചെയ്ത് ഭിക്ഷയെടുക്കുന്ന ഒരു യുവതി തലശ്ശേരിയിൽ നിന്നും വരാറുണ്ടായിരുന്നു. ഇരുനിറമുള്ള കാണാൻ സുന്ദരിയായ ഒരുത്തി. ആഴ്ചയിലെ

ഒരു നിശ്ചിതദിവസമാണ് പേരാമ്പ്രയിലെത്തുക. ഓരോ ദിവസവും ഓരോ ബസ്സ്റ്റാൻഡുകളിലാണത്രേ ഡ്യൂട്ടി. വളരെ നന്നായി ഉടുത്തൊരുങ്ങി, കഴുത്തിലും കാതിലും മേൽക്കാതിലുമൊക്കെയിട്ട്, കാലിൽ പാദസരങ്ങളണിഞ്ഞുമാണ് അവൾ പേരാമ്പ്രയിൽ ബസ്സിറങ്ങുക. ബസ്സിറങ്ങിയാൽ നേരെ ഞങ്ങളുടെ കടയിലേക്കാണ് വരവ്. കടയിലെത്തിയാലുടൻ തന്നെ അവൾ ആഭരണങ്ങളെല്ലാമഴിച്ചുമാറ്റി ഒരു സഞ്ചിയിലിട്ട് ഞങ്ങളുടെ കടയിൽ ഏൽപ്പിക്കും. വൈകുന്നേരം ജോലി കഴിഞ്ഞു പോകുമ്പോൾ വന്ന് തിരിച്ചുവാങ്ങുകയും ചെയ്യും.

ചില്ലറകൾ എണ്ണിത്തിട്ടപ്പെടുത്തുക ഞങ്ങളുടെ കടയിലിരുന്നാവും. ഒട്ടു മിക്ക ദിവസങ്ങളിലും ആയിരത്തിന് മുകളിലുണ്ടാവും കലക്ഷൻ. ചില ദിവസങ്ങളിൽ ആയിരത്തഞ്ഞൂറ് കവിയും! അഞ്ഞൂറ് രൂപയ്ക്ക് താഴെയാണ് അക്കാലത്തെ ഞങ്ങളുടെ കടയിലെ ശരാശരി കച്ചവടം!

' ഇത്രയും നല്ല വസ്ത്രങ്ങൾക്ക് പകരം മുഷിഞ്ഞ വസ്ത്രങ്ങളാണെങ്കിൽ ഇനിയും കലക്ഷൻ കൂടൂലേ..?' പല ദിവസങ്ങളായി കൊണ്ടുനടന്ന സംശയം ഒരു ദിവസം ഞാനങ്ങ് ചോദിച്ചു.

' ഇത്രയെങ്കിലും നല്ല വസ്ത്രങ്ങളായതുകൊണ്ടാണ് ഇത്രയും കലക്ഷൻ കിട്ടുന്നത്. മുഷിഞ്ഞ വസ്ത്രങ്ങളായിരുന്നെങ്കിൽ വെറും ചില്ലറത്തുട്ടുകൾ മാത്രമായേനെ.. തരുന്നവർ ഡ്രസ്സും ശരീരവും മുഖവുമൊക്കെ ശ്രദ്ധിക്കുന്നത് കൊണ്ടാണ് തരുന്നതിൽ കൂടുതലാളുകളും കറൻസി നോട്ടുകൾ തന്നെ തരുന്നത് '

അതെനിക്ക് പുതിയൊരു ബിസിനസ് പാഠമായിരുന്നു.

ഇന്നലെ കാലത്ത് മുതലേ ഒരു യുവതി പൊലീസ് എയ്ഡ് പോസ്റ്റിനിപ്പുറത്ത് സിമന്റ് ബെഞ്ചിലിരിക്കുന്നത് ശ്രദ്ധയിൽപ്പെട്ടിരുന്നു. വൈകുന്നേരത്തെ തിരക്കുകളിൽ അവരെ ശ്രദ്ധിച്ചില്ല. പിന്നീട് കണ്ടതുമില്ല. ഇന്ന് കാലത്തുമുതൽ അവർ വീണ്ടും വന്ന് അവിടെത്തന്നെയിരിക്കുന്നുണ്ട്. ഇടയ്ക്കൊക്കെ എഴുന്നേറ്റ് വെയ്റ്റിംഗ്ഷെഡിലൂടെ അങ്ങോട്ടുമിങ്ങോട്ടും ഉലാത്തുകയും ബസ്സ്റ്റാൻഡിന് അപ്പുറംവരെ നടന്നു പോയിവരികയും ചെയ്യുന്നുണ്ട്. ഉച്ച ഭക്ഷണം കഴിച്ച് തിരിച്ചു വരുമ്പോൾ ഞാൻ അവരോടൊന്ന് ചിരിച്ചു. വളരെ പ്രതീക്ഷാപൂർവ്വം അവരെന്നോട്ടും ചിരിച്ചു.

ആ ചിരി നൽകിയ ധൈര്യം കൊണ്ടായിരിക്കണം അല്പം കഴിഞ്ഞ് അവർ കടയിലേക്ക് കയറി വന്നു. കുറേനേരം പരുങ്ങിനിന്നിട്ട് ഒടുവിൽ സ്വകാര്യമെന്നോണം ചോദിച്ചു.

' ഇവിടെ ആവശ്യക്കാര് ആരെങ്കിലും ഉണ്ടാവ്വോ? '

ചോദ്യത്തിന്റെ അർത്ഥം എനിക്ക് പിടികിട്ടുന്നതിനു മുമ്പേ മനസ്സിലാക്കിയത് കടയുടമ ചന്ദ്രനാണ്.

ചന്ദ്രൻ ചോദിച്ചു

' നിങ്ങളുടെ പേരെന്താണ്?'

'ലേഖ' അവർ പേര് പറഞ്ഞു.

'വീട് ?'

അവർ വീടു നിൽക്കുന്ന സ്ഥലപ്പേര് പറഞ്ഞു. പേരാമ്പ്ര-കുറ്റ്യാടി റൂട്ടിലാണ്.

'നിങ്ങൾ എന്താണ് പ്രതീക്ഷിക്കുന്നത് ?'

'ഒര് ഇരുപത്തഞ്ചുറുപ്പ്യൊക്കെ കിട്ടില്ലേ.. '

വളരെ നിഷ്ക്കളങ്കമായാണവർ മറുപടി പറയുന്നത്. ഇരുപത്തിയഞ്ച് വയസ്സിന് താഴെ മാത്രമേ പ്രായം തോന്നുന്നുള്ളൂ. മുടിയിൽ നന്നായി എണ്ണതേച്ച് ചീകിപറ്റിച്ചുവെച്ചതാണ്. നെറ്റിയിലേക്കും മുഖത്തേക്കും ആ എണ്ണമയം പടർന്നിറങ്ങിയിട്ടുണ്ട്.

ചന്ദ്രൻ മറുപടി പറയാൻ വൈകിയതുകൊണ്ടായിരിക്കും

' പതിനഞ്ചുറുപ്പ്യ ആയാലും മതി ' എന്നവർ റേറ്റ് കുറച്ചു.

എന്നിലെ സാമൂഹ്യപ്രവർത്തകനും വിപ്ലവകാരിയും ധാർമ്മിക ബോധകുമാരനും പതുക്കെ പുറത്തുചാടി. ഞാൻ വളരെ മയത്തിലവരോട് ചോദിച്ചു.

' നിങ്ങൾക്ക് വേറെയെന്തെങ്കിലും ജോലിക്ക് ശ്രമിച്ചുകൂടേ? '

"ജോലിക്ക് പോകുന്നുണ്ട്. ഒരു കോറീല്.. മെറ്റലൊടയ്ക്കാൻ.. ആഴ്ചേല് നൂറ് ഉറുപ്പ്യ കിട്ടും.. പൈസ കിട്ടുന്നന്ന് ഓൻ കാത്ത് നിക്കും.. അതും തട്ടിപ്പറിച്ച് കൊണ്ട്വോയി കള്ള് കുടിക്കും.. എന്റെ പൈസോണ്ട് കള്ളും കുടിച്ച വന്ന് എന്നെത്തന്നെയടിക്കും !' പറഞ്ഞു തീരുമ്പോഴേക്കും അവർ കരഞ്ഞു തുടങ്ങിയിരുന്നു. ' മടുത്ത്.. മോനേയുമെടുത്ത് ചത്ത് കളയാൻ കൊറേ വട്ടം ആലോയ്ച്ചതാ.. ധൈര്യം വര്ന്നില്ല.. '

എന്റെ സംശയങ്ങളും ചോദ്യങ്ങളും തൊണ്ടയിൽത്തന്നെ കുരുങ്ങി.

'നിങ്ങള് നാളെ വരൂ.. വഴിയുണ്ടാക്കാം.. '

ചന്ദ്രൻ അവരോട് പറഞ്ഞു.

' ദാരിദ്ര്യം മാത്രമല്ല, ഭർത്താവിനോടുള്ള കടുത്ത പ്രതികാരവുമുണ്ട് അവരുടെ തീരുമാനത്തിലെന്നാണ് എനിക്കു തോന്നുന്നത് ' അവർ പോയപ്പോൾ എന്റെയൊരു നിരീക്ഷണം ഞാൻ ചന്ദ്രനുമായി പങ്കു വെച്ചു. അവനത് ശരിവെച്ചു.

' ഈ തീരുമാനത്തിൽ നിന്നും അവരെ പിന്തിരിപ്പിക്കാൻ ആർക്കും കഴിയുമെന്ന് തോന്നുന്നില്ല. ഒമ്പതാം ക്ലാസ്സിൽ പഠിപ്പ് നിർത്തിയ ഒരാൾക്ക് നല്ലൊരു ജോലി വാങ്ങിനൽകാൻ നമുക്കൊട്ട് കഴിയുകയുമില്ല.' ചന്ദ്രന്റെ മനസ്സിലും സങ്കടമുണ്ടായിരുന്നു.

അവർ പിറ്റേന്ന് കാലത്തുതന്നെ വന്നു.

'പതിനഞ്ചും ഇരുപത്തഞ്ചുമൊന്നുമല്ല, അഞ്ഞൂറും ആയിരവുമൊക്കെക്കിട്ടും. നിങ്ങൾ സുന്ദരിയാണ്. നിങ്ങളുടെ ലുക്ക് മൊത്തത്തിലൊന്ന് മാറിയാൽ മതി. ബസ്റ്റാൻഡിൽ കാണുന്ന ക്ഷുതറകളായ ആണുങ്ങളെ നോക്കുകപോലും ചെയ്യരുത്. നല്ല പാർട്ടികളുമായി മാത്രം ബന്ധമുണ്ടാക്കിയാൽ മതി. ' ചന്ദ്രനും ലേഖയും പിന്നീടും എന്തെല്ലാമോ കാര്യങ്ങൾ സംസാരിച്ചു. ഒരു ഷാമ്പൂവിന്റെ സാഷേ പായ്ക്കറ്റും അത്യാവശ്യം സൗന്ദര്യവർദ്ധകവസ്തുക്കളും ഒരു പാക്കറ്റിലാക്കി അവർക്കു നൽകി.

'നിങ്ങളുടെ കയ്യിൽ എന്തെങ്കിലും പണമുണ്ടോ?' അവൻ അനുതാപത്തോടെ ചോദിച്ചു.

'ഇല്ല'

അവൻ നൂറ് രൂപ ചുരട്ടിപ്പിടിച്ച് സ്നേഹത്തോടെ അവളുടെ നൽകി, അവരെ യാത്രയാക്കി.

പിന്നീട് രണ്ടാഴ്ചയോളം കഴിഞ്ഞാണ് ഞാനവരെ കാണുന്നത്. അതിനിടയിൽ വന്നു പോയിട്ടുണ്ടോ എന്നെനിക്കറിയില്ല. ഞാൻ പല ദിവസങ്ങളിലും കടയിലുണ്ടായിരുന്നില്ല. വസ്ത്രധാരണത്തിലും പെരുമാറ്റത്തിലും വന്ന ഞെട്ടിക്കുന്ന മാറ്റമെന്നെ അത്ഭുതപ്പെടുത്തി! നിറം കുറഞ്ഞ പോളിസ്റ്റർ സാരിയിൽ നിന്നും ഫാഷൻ ചുരിദാറിലേക്കും എണ്ണയൊലിച്ച് പറ്റിച്ചീകിവച്ച തലമുടിയിൽ നിന്നും ഷാംപൂ തേച്ച് പാറിപ്പറക്കുന്ന കേശാലങ്കാരത്തിലേക്കുമുള്ള അത്ഭുതകരമായ മാറ്റം! പിന്നീടും ഇടയ്ക്കിടെ കടയിൽ വന്നു. അവർക്കാവശ്യമുള്ള സൗന്ദര്യവർദ്ധക വസ്തുക്കൾ ഞങ്ങളുടെ കടയിൽ നിന്നുതന്നെ വാങ്ങിക്കുന്നതിന് അവർ നിർബന്ധം കാണിച്ചു. അവർ കൂടുതൽ

ഫാഷനബിളായി. കൂടുതൽ കൂടുതൽ സുന്ദരിയായി.. ഓരോ തവണ കാണുമ്പോഴും പ്രായം കുറഞ്ഞുകുറഞ്ഞ് വന്നു!

വൈകുന്നേരങ്ങളിൽ ദാമോദരേട്ടന്റെ കടയിൽ നിൽക്കുമ്പോൾ മുമ്പിലുള്ള ബസ്സ്റ്റോപ്പിൽ വലിയ കാറുകൾ വന്ന് നിർത്തുന്നതും അതിൽനിന്നും അവരിറങ്ങി ബസ്സ്റ്റോപ്പിലേക്ക് കയറിനിൽക്കുന്നതും കുറ്റ്യാടി ബസ്സുവരുമ്പോൾ അതിൽ കയറി അവരുടെ നാട്ടിലേക്ക് പോകുന്നതും പലവട്ടം കണ്ടു. ചിലപ്പോഴൊക്കെ എന്നെ കണ്ടപ്പോൾ കണ്ണുകൾകൊണ്ട് കുശലം പറയാനും അവർ മടികാണിച്ചില്ല. ഒരു ദിവസം ഉച്ചയോടടുത്ത് കടയിലേക്ക് കയറിവരികയും ചന്ദ്രൻപണിക്കരുടെ വീട്ടിലേക്കുള്ള വഴിയന്വേഷിക്കുകയും ഒപ്പം കുശലാന്വേഷണങ്ങൾ നടത്തുകയും ചെയ്തു. അവരുടെ മുഖത്ത് നല്ല സമാധാനവും സന്തോഷവുമുണ്ടായിരുന്നു.

പിന്നീട് വർഷങ്ങളോളം ഞാനവരെ കണ്ടിട്ടില്ല. വിലകൂടിയ എ.സി കാറുകളിലെ യാത്രകളും നക്ഷത്രപദവിയുള്ള ഹോട്ടലുകളിലെ പതുപതുത്ത മെത്തകളിലുമായി സാമാന്യം തരക്കേടില്ലാത്ത, സന്തോഷകരമായ ജീവിതമാണ് എന്ന് പറഞ്ഞുകേട്ടിരുന്നു. പിന്നീടെപ്പെഴോ അവർ ഗൾഫിലേക്ക് പോയെന്നുമറിഞ്ഞു.

ഒരു ബസ്സ് സമരകാലത്ത് ഉള്ളിയേരിയിൽ നിന്നും താമരശ്ശേരിയിലേക്ക് ഞാൻ കയറിയ ഒരു ജീപ്പിൽ ദാ.. തൊട്ടു മുമ്പിൽ അഭിമുഖമായി അവരിരിക്കുന്നു! മുമ്പ് കണ്ടതിനേക്കാൾ അൽപ്പം തടി കൂടിയിട്ടുണ്ട്. ആധുനിക രീതിയിലുള്ള വേഷവിധാനങ്ങളും മേയ്ക്കപ്പും. പ്രായം നാൽപ്പത് വയസ്സിനടുത്തായിട്ടുണ്ടാകാമെങ്കിലും സൗന്ദര്യത്തിന് ഒട്ടും കുറവില്ല! അവരുടെ കൂടെ ഒരു ചെറുപ്പക്കാരനുമുണ്ട്. അവനോട് കാര്യമായെന്തോ സംസാരിച്ചു കൊണ്ടിരിക്കുകയാണ്. ചിലപ്പോഴൊക്കെ എന്റെ മുഖത്തേക്ക് നോക്കുന്നുണ്ടെങ്കിലും ഒട്ടും പരിചിതഭാവം കാണിക്കുന്നില്ല. ചിലപ്പോൾ കൂടെയുള്ളത് മകനാവാം. അവരുടെ ഭൂതകാലജീവിതത്തെ ഒരിക്കലും ഓർമ്മിച്ചെടുക്കാൻ കഴിയാത്ത വിധം കുഴിച്ചുമൂടാനുള്ള പരിശ്രമത്തിലായിരിക്കുമവർ. അതുകൊണ്ട് അപരിചിതത്വം നടിക്കുന്നതാവും. ചിലപ്പോഴത് പുതിയൊരു കസ്റ്റമറാകാം. പരിചിതഭാവം നടിക്കാത്തത് അതുകൊണ്ടുമാവാം.

പത്തിരുപത് കൊല്ലം കൊണ്ട് ഞാനാകെ മാറിപ്പോയിട്ടുണ്ടല്ലോ. അതുകൊണ്ടവർക്ക് എന്നെ മനസ്സിലാകാത്തതാണെങ്കിലോ! അങ്ങനെയൊരു ചിന്തയും മനസ്സിലൂടെ കടന്നു പോയി. അതു തന്നെയാവണം.

' എന്റെ പേര് പ്രസാദ്. എന്നെ പരിചയമുണ്ടോ ' എന്ന് ചോദിച്ച് പരിചയം പുതുക്കിയാലോ ? ഒന്നരണ്ടു വട്ടം ചോദിക്കാനാഞ്ഞെങ്കിലും ഒരു ധൈര്യക്കുറവ്..

ഞാനിപ്പോൾ ആ ഫാൻസിയിൽ നിൽക്കുന്ന ചെക്കനല്ലല്ലോ. ശാസ്ത്ര സാഹിത്യ പരിഷത്ത് പ്രവർത്തകനാണ്, കുടുംബശ്രീ ഹോംഷോപ്പ് പ്രവർത്തകനാണ്, അത്യാവശ്യം ക്ലാസും പ്രഭാഷണങ്ങളുമൊക്കെയുണ്ട്.. കുറച്ചാളുകൾക്ക് എന്നെ അറിയാം.. അതാണ് പേടിയുടെ കാരണം.

'നിങ്ങൾ ലേഖയാണോ ' എന്നങ്ങ് ചോദിച്ചാലോ ? പലവട്ടം മനസ്സുകൊണ്ട് തയ്യാറെടുത്തു. അവരുടെ പ്രതികരണം എങ്ങനെയാവും എന്ന ഉൽക്കണ്ഠ വീണ്ടും വീണ്ടും പിന്തിരിപ്പിച്ചു കൊണ്ടിരുന്നു.

അവസാനം സകലധൈര്യവും സംഭരിച്ച് ചോദിക്കാൻ തന്നെ തീരുമാനിച്ചു. അവർ ഇനി എന്റെ മുഖത്തേക്ക് എപ്പോൾ നോക്കുന്നുവോ അപ്പോൾത്തന്നെ ഞാൻ ചോദിച്ചിരിക്കും ഉറപ്പ്. ഞാനവരെത്തന്നെ നോക്കിയിരുന്നു. അവരും ആ ചെറുപ്പക്കാരനും കാര്യമായുള്ള സംസാരത്തിൽത്തന്നെയാണ്.

പെട്ടെന്ന് ജീപ്പ് നിർത്തി.

'ചുങ്കം.. ചുങ്കം..' കിളി വിളിച്ചു പറഞ്ഞു.

'ചുങ്കത്ത് ഇറങ്ങാനുള്ളവർ ഇറങ്ങിക്കോ..' കിളി തിടുക്കം കൂട്ടി. അവർ രണ്ടുപേരുമവിടെയിറങ്ങി.. ആ ചെറുപ്പക്കാരൻ പാന്റിന്റെ കീശയിൽ നിന്നും പേഴ്സെടുത്ത് തുറന്ന് കിളിയുടെ കയ്യിൽ പണം കൊടുക്കുകയും ബാക്കി വാങ്ങി അയാൾ പേഴ്സിൽ വെക്കുകയും ചെയ്തു. ലേഖ അയാളുടെ പുറകിലായാണ് നിൽക്കുന്നത്. ഞാൻ അവരെത്തന്നെ നോക്കിയിരിക്കയാണ്..

അവർ ജീപ്പിലേക്ക് ഒന്ന് തിരിഞ്ഞു നോക്കി. ഞങ്ങളുടെ കണ്ണുകൾ തമ്മിലുടക്കി. എന്നെ തിരിച്ചറിഞ്ഞതുപോലെ ആ കണ്ണുകൾ അൽപ്പം വിടർന്നുവോ !

'പോവ്വാ.. പോവ്വാ.. റൈറ്റ് '

കിളി ജീപ്പിന് തട്ടിക്കൊണ്ട് വിളിച്ചു പറഞ്ഞു.

ജീപ്പ് മുന്നോട്ടെടുത്തു.

വളവ് തിരിഞ്ഞ് താമരശ്ശേരി സ്റ്റാന്റിലേക്ക്..

NB: ലേഖ, ചന്ദ്രൻ എന്നിവ യഥാർത്ഥ പേരുകളല്ല.

വിസ്മയ സൗഹൃദങ്ങൾ

പരിഷത്ത് സുഹൃത്തുക്കളുൾപ്പെടെ പുറത്തുള്ള എന്റെ എല്ലാ സുഹൃത്തുക്കളും കൈതക്കലിലെ എന്റെ എല്ലാസുഹൃത്തുക്കളുടെയും സുഹൃത്തുക്കളായിരുന്നു! ഒരു വലിയ സൗഹൃദസംഘം കൈതക്കലിലേക്ക് ഞങ്ങളുടെ ജീവിതത്തോടൊപ്പം വരികയും വന്നലിഞ്ഞുചേരുകയും ചെയ്തു. പശുക്കടവിലെ ജോസ്, കനകദാസ് പേരാമ്പ്ര, കെ.സി കരുണാകരൻ മാഷ്, ശിവദാസൻ ചെമ്പ്ര, ഉണ്ണികൃഷ്ണൻ മുതുകാട്, ഷീജ പെരുവണ്ണാമൂഴി, ബബിത, മോഹൻദാസ് കരംചന്ദ്, പ്രദീപ് കുമാർ കാവുന്തറ, രമേശ് കാവിൽ,കാദർ വെള്ളിയൂർ, വത്സൻ വെള്ളിയൂർ, എംജി സുരേഷ് കുമാർ, സി.റജി തുടങ്ങിയവർ അവരിൽ ചിലരാണ്. എന്നോടുള്ള സൗഹൃദം മൂലമാണ് പലരും കൈതക്കലിലെത്തിയതെങ്കിലും പിന്നീടവർ ഞങ്ങളുടെ നാടിന്റെതന്നെ സൗഹൃദസംഘത്തിലെ അംഗങ്ങളാവുകയാണ് ചെയ്തത്.

ഒരു ദിവസം ചെറിയ കാര്യോട്ട് കുഞ്ഞിക്കണ്ണൻ മാഷിന്റെ വീട്ടുകോലായിലിരുന്ന് രമേശ് കാവിലും കാദർ വെള്ളിയൂരും പുതുക്കുടി ദാസനും ഞാനും കെ.ടി ജോർജ്ജുമൊക്കെയിരുന്ന് പലതും സംസാരിച്ച കൊണ്ടിരിക്കുന്നതിനിടയിലാണ് നമുക്കൊരു ട്രൂപ്പ് തുടങ്ങിയാലോ എന്നൊരാശയം ചർച്ചയ്ക്ക് വരുന്നത്. അക്കാലത്ത് ഞങ്ങളുടെ നാട്ടിൽ നാടൻപാട്ട് സംഘങ്ങളൊന്നും ഉണ്ടായിരുന്നില്ല. ഏതു പുതിയ ആശയങ്ങളെയും സധൈര്യം ഏറ്റെടുത്ത് പ്രയോഗിച്ച് നോക്കാൻ താല്പര്യപ്പെടുന്ന ഒരു പരീക്ഷണകുതുകിയായിരുന്നല്ലോ ഞാൻ. ചർച്ചകൾ വേഗംതന്നെ തീരുമാനങ്ങളായി. രമേശൻ

മാഷിന്റെ വർത്തമാനങ്ങളും കവിതകളും, രമേശൻ മുതുകാടിന്റെ തബല, പുതുക്കുടി ദാസനും ഷീജ പെരുവണ്ണാമൂഴിയും പ്രകാശിനി മുതുകാട്ടും ഉണ്ണികൃഷ്ണൻ മുതുകാട്ടും ജോർജ്ജും മനോജ് വൈശാഖും കെ സതീശനും (ചിലവേദികളിൽ കെ.കെ മൂസ്സയും രവികാപ്പാട്ടും സിമി കാക്കൂരും) അണിനിരക്കുന്ന പരിഷത്ത് പാട്ടുകളും നാടൻ പാട്ടുകളും. പാട്ടുകളുടെയും കവിതകളുടെയും വർത്തമാനങ്ങളുടെയും ഇടയിൽ അവയോടൊത്തുപോകും വിധം കാദർ വെള്ളിയൂരിന്റ മാജിക് പരിപാടികളും!പരിപാടിക്ക് വേഗം തന്നെ ഒരു പേരുമായി. 'വിസ്മയ കാവ്യകേളി' !

രമേശ് കാവിലിന്റെ സരസവും കാവ്യാത്മകവുമായ വർത്തമാനങ്ങളും പാട്ടും കവിതകളും തന്നെയായിരുന്നു പരിപാടിയുടെ ഹൈലൈറ്റ്.

നൂറിനടുത്ത് വേദികളിൽ 'വിസ്മയ കാവ്യകേളി' അവതരിപ്പിക്കപ്പെട്ടിട്ടുണ്ട്. മുക്കം-മണാശ്ശേരി, പുളിയഞ്ചേരി, നവീന പന്തിരിക്കര, തുടങ്ങി ഒട്ടേറെ കേന്ദ്രങ്ങളിൽനിന്ന് ആവേശകരമായ പിന്തുണയും പ്രോത്സാഹനവുമാണ് ലഭിച്ചത്. പരിപാടിയുടെ മാനേജർ സ്ഥാനത്ത് നിന്നുകൊണ്ട് പ്രവർത്തിച്ചത് ഞാനായിരുന്നു. ഒരു ബുക്കിംഗ് ലഭിച്ചാൽ മുഴുവനാളുകളെയും ആ ദിവസത്തേക്ക് ഏകോപിപ്പിച്ചു കൊണ്ടുവരിക എന്നുള്ളത് ശ്രമകരമായ ഒരു ദൗത്യമായിരുന്നു. ഓരോരുത്തരും ഓരോ നാട്ടിലും അവരവരുടേതായ തിരക്കിലുമായിരിക്കും! അവരവരുടെ നാട്ടിലെ ഏതെങ്കിലും ലാൻഡ്ഫോണിൽ വിളിച്ചു പറഞ്ഞിട്ട് വേണം ഓരോരുത്തരെയും ബന്ധപ്പെടാൻ! മൊബൈൽഫോൺ പത്രവാർത്തകളിൽ മാത്രമുള്ള ഒരു അത്ഭുതവസ്തുവായിരുന്നു. പരിപാടി നടക്കുന്ന ദിവസം വരാൻ വൈകുമ്പോൾ പലവിധേനയും ബന്ധപ്പെട്ട് വിളിച്ചുചോദിക്കുമ്പോഴായിരിക്കും 'ഇന്ന് ഞാനില്ല ' 'എനിക്കിന്ന് വരാൻ കഴിയില്ല' തുടങ്ങിയ മറുപടികൾ ലഭിക്കുക! പിന്നീട് പരിപാടി സ്റ്റേജിൽ കയറുന്നതുവരെയും അനുഭവിക്കുന്ന മാനസികസംഘർഷം വിവരണാതീതമാണ്.

കലിക്കറ്റ് യൂണിവേഴ്സിറ്റി യൂണിയൻ വാർഷികത്തിന് ഒരു ബുക്കിംഗ് കിട്ടി. SFI ജില്ലാ പ്രസിഡന്റും സ്വാഗതസംഘം ഭാരവാഹിയുമായ ചെറുവണ്ണൂരിലെ പി.സി രാജേഷ് വഴിയാണ് ബുക്കിംഗ്. രാജേഷുമായി പരിഷത്ത് വഴി രൂപപ്പെട്ട ബന്ധമാണ്. പുതിയതെന്തെങ്കിലും ഉൾപ്പെടുത്തി പരിപാടി ഗംഭീരമാക്കണമെന്നവൻ പ്രത്യേകം പറഞ്ഞിട്ടുണ്ട്. അതുകൊണ്ട് എല്ലാവരെയും വളരെ നേരത്തെതന്നെ

വിവരമറിയിച്ചു. അന്ന് കാലത്തുതന്നെ കൈതക്കൽ രാധാകൃഷ്ണന്റെ വീട്ടിൽ എത്തണം, നന്നായി റിഹേഴ്സൽ നോക്കണം, ചില പുതിയ പാട്ടുകൾ കൂടി ഉൾപ്പെടുത്തണം എന്നെല്ലാം പ്രത്യേകം പറഞ്ഞുറപ്പിച്ചു.

കാലത്തുതന്നെ ഞാൻ രാധാകൃഷ്ണന്റെ മുകളിലത്തെ(അമ്മാവന്റെ) വീട്ടിൽ പോയി ഇരിപ്പുറപ്പിച്ചു. ദാസനും ഷീജയും,സമയത്തിനു തന്നെ വന്നു. പതിനൊന്ന് മണി കഴിഞ്ഞപ്പോൾ ഉണ്ണികൃഷ്ണൻ മുതുകാട്ടും കാദർ വെള്ളിയൂരും വന്നെത്തി. കാത്തിരിപ്പ് തുടരുകയാണ്. മറ്റാരും വരുന്ന ലക്ഷണമില്ല. അപ്പോഴാണ് താഴത്തെ വീട്ടിൽ നിന്നും (രാധാകൃഷ്ണന്റെ പുതിയ വീട്ടിൽ നിന്നും) പ്രസാദിന് ഒരു ഫോൺ ഉണ്ടെന്ന് വിളിച്ചുപറയുന്നത്. ഞാൻ ഓടിപ്പോയി ഫോണെടുത്തു. രമേശ് കാവിലാണ്.

'പ്രസാദേ.. ഞാൻ പാലക്കാടാണുള്ളത്. ഇന്ന് പരിപാടിക്ക് എത്താൻ കഴിയില്ല. നീയ്യെന്തെങ്കിലും ഏർപ്പാടുണ്ടാക്ക്.. !'

ഞാൻ തരിച്ചിരുന്നുപോയി !

ഇനിയെന്തു ചെയ്യും ?

രമേശ് കാവിലാണ് ഈ പരിപാടിയുടെ നട്ടെല്ല്. അദ്ദേഹമില്ലെങ്കിൽ പരിപാടി പൊളിയുമെന്നത് ഉറപ്പാണ്. ആഘാതത്തിൽ നിന്നും കുറച്ചൊക്കെ മുക്തനായി, ഇന്നത്തെ പരിപാടിയിൽ മാഷുണ്ടാവില്ല എന്ന യാഥാർഥ്യത്തോട് പൊരുത്തപ്പെട്ടു. കുറച്ചു സമയംകൂടി അവിടെയിരുന്ന്, ധൈര്യം സംഭരിച്ച ശേഷം, മാഷില്ലെങ്കിലും ശരി, എന്തുതന്നെ സംഭവിച്ചാലും പരിപാടി നടത്തുമെന്ന തീരുമാനവുമായി ഞാൻ തിരിച്ചു വന്നു.

ഇന്നത്തെ പരിപാടിക്ക് രമേശ് കാവിലുണ്ടാവില്ല എന്ന വിവരം ഒറ്റയടിക്ക് അവതരിപ്പിച്ചാൽ എല്ലാവരും പിരിഞ്ഞുപോകും എന്നെനിക്കറിയാം. ഞാൻ പുതുക്കുടിദാസനെ സ്വകാര്യം വിളിച്ചു പതുക്കെ വിവരം പറഞ്ഞു. വിവരം കേട്ടപാടേ 'അയാളില്ലെങ്കിൽ ഞാനുമില്ല. പരിപാടി ഉണ്ടാവില്ല എന്ന് വിളിച്ചുപറഞ്ഞേക്ക് ' എന്നും പറഞ്ഞ് അവൻ ഇറങ്ങി നടക്കാൻ തുടങ്ങി.

'എന്താ ദാസാ ?' ഉണ്ണികൃഷ്ണൻ ജിജ്ഞാസയോടെ തിരക്കി.

' രമേശ് കാവിൽ ഇന്നുണ്ടാവില്ല പോലും. അയാളില്ലെങ്കിൽ പിന്നെന്ത് പരിപാടി ? ഞാനുമില്ല.' ദാസൻ ഒരു ദയയുമില്ലാതെ പറഞ്ഞു.

' എനിക്കിന്ന് ഒന്നുരണ്ട് കാര്യങ്ങളുണ്ടായിരുന്നു. ഇതേതായാലും നടക്കില്ലല്ലോ. ഇനി നടന്നാലും രമേശൻ മാഷില്ലെങ്കിൽ ഞാനുമില്ല. ഞാൻ പോവുന്നു ' എന്നും പറഞ്ഞ് ഉണ്ണികൃഷ്ണൻ അതിവേഗത്തിൽ തന്നെ ഇറങ്ങി റോഡിലെത്തി, ഏതോ വാഹനത്തിൽ കയറി പേരാമ്പ്രഭാഗത്തേക്ക് പോയി. പ്രതിസന്ധി കൂടുതൽക്കൂടുതൽ രൂക്ഷമാവുകയാണ് !

ഞാനാണ് പരിപാടി ഏറ്റെടുത്തത്. എന്നെ വിശ്വസിച്ചാണ് രാജേഷ് ഏൽപ്പിച്ചത്. പോയില്ലെങ്കിൽ ഞാനും രാജേഷും തമ്മിൽ വർഷങ്ങളായുള്ള ബന്ധം മോശമാകും. പരിപാടി നടന്നില്ലെങ്കിൽ അത് യൂണിവേഴ്സിറ്റി യൂണിയനും രാജേഷിനും മോശമല്ലേ ?. എന്തു ചെയ്യും ?

' ദാസാ നീ വന്നില്ലെങ്കിലും മറ്റാരും വന്നില്ലെങ്കിലും ഞാനിന്ന് കോഴിക്കോട് പോകും, സ്റ്റേജിൽ കയറും. എല്ലാവരോടുമായി ഒരു ക്ഷമാപണമെങ്കിലും നടത്തും! ആരുമില്ലെങ്കിലും നീ ഉണ്ടാകും എന്നാണ് ഇത്രയുംകാലം ഞാൻ പ്രതീക്ഷിച്ചത്. കൂടെ നിൽക്കുന്നെങ്കിൽ നിൽക്കാം. ' ഉള്ളിലുള്ള കടുക്കലിപ്പ് പരമാവധി ഒളിപ്പിച്ചുവെച്ച് ഞാൻ അകപ്പെട്ട പ്രതിസന്ധിയുടെ ആഴവും കൂടെ നിൽക്കേണ്ടതിന്റെ ആവശ്യകതയും ദാസനോട് കാലുപിടിക്കും പോലെ പറഞ്ഞൊപ്പിച്ചു.

' ഉണ്ടായിരുന്ന ഉണ്ണികൃഷ്ണനും ഇറങ്ങിപ്പോയില്ലേ ? ഇനിയെന്തു ചെയ്യും ? നമ്മള് മാത്രായിട്ട് പോയിട്ടെന്താ കാര്യം? ' ദാസന്റെ ശബ്ദത്തിലെ ഭാവവ്യത്യാസങ്ങൾ കേട്ടാലറിയാം അവന്റെ തീരുമാനവും മാറി വരുന്നുണ്ട്...

' നമ്മൾ ഇത്രനാളും മറ്റിടങ്ങളിൽ അവതരിപ്പിക്കുന്ന പരിപാടിയുമായി ഇതിനെ സാമ്യപ്പെടുത്തേണ്ടതില്ല ദാസാ.. നമ്മളുടെ കൂടെ കാദർ ഇല്ലേ ? അവന്റെ മാജിക് മാത്രമാണെങ്കിലും ആളുകൾ കണ്ടിരിക്കില്ലേ ? അപ്പോൾ അതിന്റെകൂടെ കുറച്ച് പാട്ടുകൾ കൂടിയുണ്ടെങ്കിൽ ആളുകൾക്ക് ഇഷ്ടമാകും. തീർച്ച ' ദാസനെ ഒരുവിധം സമ്മതിപ്പിച്ചു.

കാദർ എന്നെ പരമാവധി സപ്പോർട്ട് ചെയ്തു.

'വെള്ളിയൂരിൽ ഒരു ബാലേട്ടനുണ്ട്. അത്യാവശ്യം നാടൻപാട്ടുകൾ പാടും. അയാൾ വീട്ടിലുണ്ടോയെന്ന് പോയി നോക്കാമായിരുന്നു ' പ്രശ്നപരിഹാരത്തിനുവേണ്ടി തലപുകഞ്ഞ് ആലോചിച്ചുകൊണ്ടിരിക്കെ കാദറിന്റേതാണ് പുതിയ നിർദേശം. ഇപ്പോൾ സമയം ഒരു

മണി കഴിഞ്ഞിട്ടുണ്ട്. മൂന്ന് മൂന്നരയാകുമ്പോഴെങ്കിലും കോഴിക്കോട്ടേക്ക് പുറപ്പെടണം. എങ്കിലേ സമയത്തിന് എത്തൂ.. ബാക്കിയുള്ളവരോട് 'നിങ്ങൾ പാട്ടുകൾ പാടി നോക്കൂ.. ഞാനും കാദറും വേഗം വരാം' എന്നും പറഞ്ഞ് ഞങ്ങൾ വെള്ളിയൂരിലേക്ക് പുറപ്പെട്ടു.

കൈതക്കലങ്ങാടിയിൽ എത്തിയപ്പോൾ ബസ്സ്സ്റ്റോപ്പിലതാ.. പേരാമ്പ്രയുടെ പ്രിയപ്പെട്ട ഗായകൻ യേശുദാസ് മൊയ്തി !

കയ്യിലൊരു ബാഗും ബിൽബുക്കുമൊക്കെയുണ്ട് !

ഇപ്പോൾ ഏതോ വളംകമ്പനിയുടെ റെപ്രസെൻസിറ്റീവാണത്രേ.

വിശന്ന് കണ്ണുകാണാത്തവന്റെ മുമ്പിൽ കോഴിബിരിയാണി !

ഞാൻ ആക്രാന്തത്തോടെ മൊയ്തീക്കയുടെ അരികിലേക്ക് ഓടിയെത്തി. ഞങ്ങൾ അകപ്പെട്ട പ്രതിസന്ധി അദ്ദേഹത്തോട് വിശദീകരിച്ചു.

'പഴയ സിനിമാപ്പാട്ടുകളാണെങ്കിൽ ഞാൻ എപ്പോഴേ റെഡി. ഇതിപ്പോ നാടൻ പാട്ട്.. ന്ന് പറയുമ്പം ...'

മൊയ്തീക്ക സന്ദേഹവും ആത്മവിശ്വാസക്കുറവും തുറന്നുപറഞ്ഞു.

'ഒരു നാടൻപാട്ട് നിങ്ങളെ അരമണിക്കൂർ കൊണ്ട് ഞങ്ങള് പഠിപ്പിച്ച് തരും. നിങ്ങൾ അതുമാത്രം പാടിയാൽമതി. ബാക്കി മറ്റുള്ളവർ പാടുമ്പോൾ ഏറ്റുപാടിയാൽ മതി." അദ്ദേഹം പറയുന്ന മറുവാദങ്ങൾക്കൊന്നും ചെവി കൊടുക്കാതെ, മൊയ്തിക്കയെ നിർബന്ധിച്ച് സമ്മതിപ്പിച്ച് രാധാകൃഷ്ണന്റെ വീട്ടിൽ കൊണ്ടുചെന്നാക്കി. മൊയ്തിക്കയെ മറ്റുള്ളവർക്ക് ഏല്പിച്ചുകൊടുത്ത്, ഒരു പാട്ടുപഠിപ്പിക്കുവാൻ ശട്ടംകെട്ടി ഞങ്ങൾ വീണ്ടും വെള്ളിയൂരിലേക്ക് പോകാനായി ഇറങ്ങി.

ബാലേട്ടന്റെ വീട്ടിലേക്ക് കയറുമ്പോൾ, കല്ലുവെട്ടു തൊഴിലാളിയായ അദ്ദേഹം ഉച്ചഭക്ഷണം കഴിക്കാനായി വീട്ടിലെത്തിയിട്ടേയുള്ളൂ.

'എന്താ രണ്ടാളും കൂടി ?'

' പ്രത്യേകിച്ചൊന്നുമില്ല. നിങ്ങള് വേഗം ഭക്ഷണം കഴിക്ക്. കഴിച്ച്കഴിഞ്ഞിട്ട് വേഗം തന്നെ പുറപ്പെട്ട് ഞങ്ങളുടെ കൂടെ വരണം. ഇന്ന് കോഴിക്കോട്ട് ഒരു നാടൻ പാട്ട് പരിപാടിയുണ്ട്. നിങ്ങളും വരണം. പാട്ടുകേം വേണം. ' ഞങ്ങളുടെ സംസാരം കേട്ട് ബാലേട്ടൻ ഞെട്ടി.

' ഞാനൊരു പാട്ട് പാടിയിട്ട് തന്നെ കൊല്ലങ്ങളായി! വല്ല്യ പരിപാടിക്ക്, സ്റ്റേജിമ്മലൊന്നും ഞാനൊട്ട് കയറീറ്റും ഇല്ല' ബാലേട്ടൻ അയാളുടെ നിസ്സഹായതത തുറന്നു പറഞ്ഞു.

ഞങ്ങൾക്കതൊന്നും പ്രശ്നമല്ലായിരുന്നു. പാവം ബാലേട്ടനെ നിർബന്ധിച്ച് ഞങ്ങൾ കൈതക്കലിലെത്തിച്ചു. റിഹേഴ്സൽ നോക്കാൻ പിന്നീട് സമയമുണ്ടായിരുന്നില്ല. രാധാകൃഷ്ണന്റെ ഹോട്ടലിൽനിന്ന് ഭക്ഷണവും കഴിച്ച്, ജീപ്പിൽ കയറി, എല്ലാവരും കോഴിക്കോട്ടേക്ക്..

ശരിക്കുള്ള റിഹേഴ്സൽ നടക്കുന്നത് ജീപ്പിൽവച്ചാണ്! 'വാ പൂവേ വാ പൂവേ വാ മുല്ലപ്പൂവേ... ' എന്ന പാട്ട് ബാലേട്ടൻ പാടാനുറപ്പിച്ചു. ഒരു പാട്ട് പാടാൻ നേരത്തെതന്നെ മൊയ്തീക്കയെ തയ്യാറാക്കിയിരുന്നു. മൊയ്തീക്ക പാടുമ്പോൾ നാടൻപാട്ടിന്റെ രീതിയും ഈണവുമൊന്നുമല്ല വരുന്നത്! എല്ലായിടത്തും സിനിമാപ്പാട്ടിന്റെ 'സംഗതികൾ' !

കേൾവിക്കാരായി ഉണ്ടാവുക കോളേജ് വിദ്യാർത്ഥികളാണ്! ഇന്ന് എന്തെങ്കിലുമൊക്കെ നടക്കും!

എന്റെ മനസ്സിലുള്ള ഉൽക്കണ്ഠ ഞാൻ ആരുമായും പങ്കുവച്ചില്ല!

വെറുതേ പേടിപ്പിക്കേണ്ടാലോ !

കൃത്യസമയത്ത് തന്നെ ഞങ്ങൾ ട്രെയിനിങ് കോളേജ് ഗ്രൗണ്ടിലെത്തി. ഞാൻ വേഗം തന്നെ രാജേഷിനെ കണ്ട് കാര്യങ്ങൾ ധരിപ്പിച്ചു. അവനെനിക്ക് ധൈര്യം തന്നു.

' നിങ്ങൾ ഉള്ളത് വെച്ച് ഒരു കലക്ക് കലക്ക്.. "

എല്ലായിടത്തുമെന്നപോലെ എന്റെ ആമുഖ വർത്തമാനത്തോടെയാണ് പരിപാടി തുടങ്ങിയത്.

' പ്രിയപ്പെട്ടവരെ,

ഇത് വിസ്മയ കാവ്യകേളിയുടെ ചരിത്രത്തിലെ ഒരു സ്പെഷ്യൽ പരിപാടിയാണ്. വിസ്മയകാവ്യകേളി എന്ന ഈ പരിപാടി പൂർണമായും രമേശ് കാവിൽ എന്നയാളെ ആശ്രയിച്ച് സംഘടിപ്പിക്കപ്പെട്ടതായിരുന്നു. ഇന്ന് അദ്ദേഹത്തിന് പങ്കെടുക്കാൻ കഴിയില്ല എന്ന് ഞങ്ങളെ അറിയിക്കുകയുണ്ടായി. ഈ പരിപാടിയിലെ പ്രധാനപ്പെട്ട മറ്റു ചില കലാകാരന്മാരും ഇന്ന് വന്നിട്ടില്ല. ഇത്തരമൊരവസരത്തിൽ പരിപാടി ഏറ്റവർ ആരായാലും മുങ്ങുകയാണല്ലോ ചെയ്യേണ്ടത് ! ഇവിടെ വരാതിരിക്കുക എന്നുള്ളത് മാത്രമായിരുന്നു ഞങ്ങളുടെയും മുമ്പിലുള്ള പോംവഴി. അതു ശരിയല്ല എന്ന് തോന്നിയതുകൊണ്ട് മാത്രമാണ് ഞങ്ങൾ ധൈര്യം സംഭരിച്ച് വന്നത്. കുറച്ചു പാട്ടുകളും മാജിക്കുകളും ഇവിടെ അവതരിപ്പിക്കും. നിങ്ങളും കൂടി ചേർന്ന് അത് വിജയിപ്പിച്ചു തരണം'

എന്റെ ആമുഖ പ്രഭാഷണത്തിന് നല്ല കയ്യടി കിട്ടി. തുടർന്ന് ദാസന്റെ പരിഷത്ത് പാട്ട് ' നീലാകാശം മേൽപ്പുരയാക്കിയ ഭൂമി.. ' അതിനും നിറഞ്ഞ കൈയ്യടി. പിന്നീട് നടന്ന ഓരോ പരിപാടി കൾക്കും പോരായ്മകളൊന്നും പരിഗണിക്കാതെ ആ സദസ്സിന്റെ സമ്പൂർണ്ണ പിന്തുണയായിരുന്നു.

തിരിച്ചുപോരുമ്പോൾ പറഞ്ഞ പൈസ മുഴുവനായും, ഒരു കവറി ലാക്കി കീശയിലിട്ടു തന്ന്, ഒപ്പം എല്ലാവർക്കും ചായയും വാങ്ങി ത്തന്നാണ് രാജേഷ് ഞങ്ങളെ യാത്രയാക്കിയത്. പിരിയുമ്പോൾ രാജേഷ് സ്നേഹത്തോടെ എന്നെയൊന്ന് കെട്ടിപ്പിടിച്ചിരുന്നു. അവന്റെ നെഞ്ചിലെയാ ചൂട് ഇപ്പോഴുമെന്റെ ഹൃദയത്തിലുണ്ട്.

'ന്നാല്ലം ങ്ങള് പരിഷത്തുകാരല്ലേ!'

പേരാമ്പ്ര സി.കെ.ജി കോളേജിൽ പഠിക്കുന്ന ഒരു ചെറുപ്പക്കാരൻ നേരിട്ട് കൈതക്കൽ വന്നാണ് കീഴരിയൂരിലെ ഒരു അമ്പലത്തിലേക്ക് ഉത്സവത്തോടനുബന്ധിച്ച് വിസ്മയകാവ്യകേളി ബുക്ക് ചെയ്യുന്നത്. ഒരു ഉത്സവപരിപാടിയോടനുബന്ധിച്ച് വിസ്മയകാവ്യകേളിക്ക് കിട്ടുന്ന ആദ്യത്തെ ബുക്കിംഗായിരുന്നു അത്. ആ ചെറുപ്പക്കാരൻ വീണ്ടും പലതവണ ബന്ധപ്പെടുകയും പരിപാടി ഉറപ്പിക്കുകയും ഗംഭീരമാക്കണമെന്ന് ഇടയ്ക്കിടെ ഓർമിപ്പിക്കുകയും ചെയ്തിരുന്നു.

അമ്പലപ്പറമ്പിൽ പലവിധ അഭിരുചികളുമുള്ളവർ ഉണ്ടാവാനിടയുണ്ടല്ലോ. അതുകൊണ്ട് പരമാവധി നന്നാക്കിയേ പറ്റൂ.. ഞങ്ങൾ ആവശ്യമായ തയ്യാറെടുപ്പുകൾ നടത്താൻത്തന്നെ തീരുമാനിച്ചു. കാലത്തുമുതലേ റിഹേഴ്സൽ തുടങ്ങി. നല്ല ആത്മവിശ്വാസത്തോടെ സ്പെഷ്യൽ വാഹനത്തിൽ പരിപാടി നടക്കുന്ന സ്ഥലത്തേക്ക് പുറപ്പെട്ടു. പോകുന്ന വഴിയുള്ള ഒരു വീട്ടിൽ കയറണമെന്ന് രമേശ് കാവിൽ ഡ്രൈവറോട് നിർദ്ദേശിച്ചിരുന്നു. ആദ്യം വണ്ടി പോയത് ആ വീട്ടിലേക്കാണ്. അദ്ദേഹത്തിന്റെ ഒരു ബന്ധുവീടായിരുന്നു അത്. പുതിയ വീട്ടിൽ താമസമാക്കുന്നതിന്റെ ആഘോഷമായിരുന്നു അവിടെ. എല്ലാവരും ആ വീട്ടിൽ നിന്നും സമൃദ്ധമായി ഭക്ഷണം കഴിച്ചു. ശേഷം വണ്ടി അമ്പലപ്പറമ്പിലേക്ക്..

അമ്പലപ്പറമ്പിലെത്തിയപാടെ നിരവധിയാളുകളാണ് ഞങ്ങളുടെയടുത്തേക്ക് വന്നതും സ്വീകരിച്ചതും. അമ്പലത്തിലും സാമാന്യം

നല്ല ആൾക്കൂട്ടമുണ്ട്.

'ഒരു പ്രധാന കുളിത്തിറയുണ്ട്. അതു കഴിഞ്ഞാണ് നിങ്ങളുടെ പരിപാടി. അതുവരെയും നിങ്ങൾക്ക് തൊട്ടടുത്ത വീട്ടിൽ വിശ്രമിക്കാം..' ഒരു പ്രധാന ഭാരവാഹി ഞങ്ങളോട് അഭ്യർത്ഥിച്ചു.

ഞങ്ങൾക്കവർ തന്നുകൊണ്ടിരിക്കുന്ന വിവിഐപി പരിഗണനയിൽ ഞങ്ങൾ അഭിമാനം കൊണ്ടു!

പരിപാടി തുടങ്ങാനുള്ള സമയമായപ്പോൾ, പരിപാടി ബുക്ക് ചെയ്ത ചെറുപ്പക്കാരനുൾപ്പെടെ രണ്ടുമൂന്നു പേർ ഞങ്ങളെ വിളിക്കാനായി വന്നു. അവർ ഞങ്ങളെ വേദിയിലേക്ക് ആനയിച്ചു. വെട്ടുകല്ലുകൾ അട്ടക്കിവച്ച്, അതിന്മേൽ പലകകളിട്ടുണ്ടാക്കിയ ഒരു തട്ടിക്കൂട്ട് സ്റ്റേജ് ആയിരുന്നു. അവിടെ ഞങ്ങളുടെ വിസ്മയകാവ്യകേളിയല്ലാതെ മറ്റു കലാപരിപാടികളൊന്നും തന്നെ ഉണ്ടായിരുന്നില്ല!. പരിപാടി ബുക്ക് ചെയ്ത ചെറുപ്പക്കാരൻ സദാസമയവും ഞങ്ങളോടൊപ്പം തന്നെയുണ്ട്. അഭിമാനം കൊണ്ട് വിജ്യംഭിച്ച് അവന് വല്ലതും പറ്റിപ്പോകുമോ എന്നു പോലും ഞങ്ങൾ ഭയപ്പെട്ടു!

പരിപാടി തുടങ്ങി. കയ്യടിച്ചും താളംപിടിച്ചും പാട്ടുകളേറ്റുപാടിയും നാട്ടുകാരും ഞങ്ങളോടൊപ്പം ചേർന്നു. കാദറുടെ മാജിക്കുകൾക്കൊപ്പമുള്ള തമാശകളിൽ എല്ലാവരും മതിമറന്നു ചിരിച്ചു. നിലയ്ക്കാത്ത കയ്യടികളുടെ താളത്തിൽ പരിപാടിക്ക് അതിഗംഭീരമായിത്തന്നെ പരിസമാപ്തി കുറിച്ചു.

പരിപാടി കഴിഞ്ഞപാടേ നിരവധിയാളുകൾ സ്റ്റേജിലേക്ക് കയറിവന്ന് അഭിനന്ദനങ്ങൾ ചൊരിഞ്ഞു. ഫോൺ നമ്പറും വിലാസവും വാങ്ങി ! ട്രൂപ്പിലുള്ള എല്ലാവരുടെ മുഖത്തും തൃപ്തിയും അഭിമാനവും നിറഞ്ഞു. സമയം ഏറെ വൈകിയിട്ടുണ്ട്. ഞങ്ങൾ പോകാൻ തിരക്കുകൂട്ടി. പെൺകുട്ടികളെയും മറ്റുള്ളവരെയും വാഹനത്തിലിരുത്തി, ദാസനും മൂസ്സക്കയും ഞാനും സാമ്പത്തിക ഇടപാടുകൾ തീർക്കുന്നതിന് പരിപാടി ബുക്കുചെയ്ത ചെറുപ്പക്കാരന്റെ അരികിലെത്തി.

' പണം വേണമെന്നോ! പരിപാടിക്ക് പണം വേണമെന്ന കാര്യം നിങ്ങൾ ഒരു ഘട്ടത്തിലും പറഞ്ഞിരുന്നില്ലല്ലോ! ' ചെറുപ്പക്കാരൻ നിർദ്ദാക്ഷിണ്യം കൈമലർത്തി. അപ്രതീക്ഷിതമായ ഈ പ്രതികരണം കേട്ട് എന്റെ തല പെരുത്തുപോയി ! സത്യത്തിൽ സാമ്പത്തികകാര്യങ്ങൾ ഞങ്ങൾ പരസ്പരം സംസാരിച്ചിരുന്നില്ല. പരിപാടിയുടെ റേറ്റും മറ്റും അവർക്കറിയാമായിരിക്കും എന്നാണ് കരുതിയത്. അഡ്വാൻസ്

വാങ്ങുന്ന പതിവും ഉണ്ടായിരുന്നില്ലല്ലോ!

പരിപാടി ഒന്ന് കൊഴുക്കട്ടേയെന്ന് കരുതി മൂന്ന് സ്ത്രീശബ്ദങ്ങളെയാണ് അണിനിരത്തിയത് ! ഷീജ, പ്രകാശിനി, സിമി! ഇവർക്കും തബലിസ്റ്റ് രമേശനും വണ്ടിക്കാരനും എന്തായാലും പ്രതിഫലം നൽകിയല്ലേ പറ്റൂ!അതാലോചിക്കുംതോറും തലയിലെ പെരുപ്പ് കൂടിക്കൂടിവന്നു.

ഞങ്ങളുടെ വർത്തമാനങ്ങൾ കേട്ട് സംഘാടകരിൽ ചിലയാളുകൾ കൂടി ഞങ്ങളുടെ അടുത്തേക്ക് വന്നു. പതുക്കെ തുടങ്ങിയ സംസാരങ്ങൾ ഉച്ചത്തിലുള്ള വാഗ്വാദങ്ങളായി പരിണമിക്കുകയാണ് ! ഞങ്ങൾക്കു ചുറ്റും വലിയൊരു ആൾക്കൂട്ടം വളരെ വേഗത്തിൽത്തന്നെ രൂപപ്പെട്ടുവരുന്നുണ്ട്.

'നിങ്ങള് ശാസ്ത്രസാഹിത്യ പരിഷത്തിന്റെ ആളല്ലേ ? എന്നിട്ടാണോ നിങ്ങളിങ്ങനെ പണത്തിന് ചോദിക്കുന്നത് ? ' പരിപാടി ബുക്ക് ചെയ്ത ചെറുപ്പക്കാരന്റേതാണ് ചോദ്യം ! എന്നോടാണ് ചോദ്യം!

'അതിന്? ശാസ്ത്രസാഹിത്യപരിഷത്തുകാരനാണെങ്കിൽ?' ഇത്രയും ദയനീയമായി ഞാൻ ജീവിതത്തിൽ ഒരാളോടും താഴ്മയായി ചോദിച്ചിട്ടുണ്ടാവില്ല.

' പരിഷത്തുകാര് ഇതുവരെയും എവിടെയും പരിപാടി അവതരിപ്പിച്ചിട്ട് പണം ചോദിച്ചുവാങ്ങിയിട്ടില്ല. ഞങ്ങളെ പറ്റിക്കാമെന്ന് കരുതേണ്ട.' സംഘാടകരിലെ മറ്റൊരാളാണ് സംസാരിച്ചത്. 'പിആർഡിയുടെ പരിപാടികളും പരിഷത്തിന്റെ പരിപാടികളും ഞങ്ങള് കുറേ കണ്ടതും സംഘടിപ്പിച്ചതുമാ..' അയാളുടെ സംസാരത്തിൽ ഒരുവെല്ലുവിളിയുടെ ധ്വനിയുള്ളതുപോലെ..

' ഉത്സവാഘോഷക്കമ്മിറ്റി തന്നെ കടത്തിലാണ്! അക്കടം എങ്ങനെ തീർക്കുന്നാ ഞാള് ആലോചിക്കുന്നത്. വെറ്തെ ഒര് പരിപാടി ഉണ്ടെന്ന് ചെക്കൻ പറഞ്ഞതോണ്ടാ ഇങ്ങള് വന്ന് പാടിക്കോട്ടേന്ന് സമ്മയ്ച്ചത് തന്നെ ! ' സംഘാടകസമിതിയിലെ വേറൊരാളാണ്. ഞങ്ങൾക്ക് പാടാനവസരം തന്നതിലെ ഔദാര്യം വാക്കുകളിൽ മാത്രമല്ല ഭാവത്തിലും ആവോളമുണ്ട്.

ചിത്രം ഏറെക്കുറെ ഞങ്ങൾക്കു മുമ്പിൽ തെളിഞ്ഞു വന്നു. എവിടെ നിന്നോ ഞങ്ങളുടെ പരിപാടി കണ്ടിഷ്ടപ്പെട്ടാണ് ആ ചെറുപ്പക്കാരൻ വന്ന് ബുക്കുചെയ്തത്. പബ്ലിക് റിലേഷൻസ് വകുപ്പ് സാമൂഹ്യ ബോധവൽക്കരണത്തിന്റെ ഭാഗമായി നടത്തുന്ന പരിപാടികൾ പോലെ

ശാസ്ത്രസാഹിത്യപരിഷത്ത് സൗജന്യമായി നടത്തുന്ന പരിപാടിയാണെന്നു കരുതി അമ്പലക്കമ്മറ്റിയിൽ ദിവസങ്ങളോളം സമ്മർദ്ദം ചെലുത്തിയാണ് ആ ചെറുപ്പക്കാരൻ സമ്മതം വാങ്ങിയെടുത്തത് തന്നെ!. പണം കൊടുക്കണമെങ്കിൽ അത് അവൻതന്നെ കൊടുക്കണമെന്നാണ് അമ്പലക്കമ്മറ്റിക്കാരുടെ ന്യായം. അമ്പല കമ്മറ്റിക്കാർക്കും കാര്യങ്ങളുടെ കിടപ്പുവശം ഏകദേശം മനസ്സിലായിത്തുടങ്ങിയെന്നു തോന്നുന്നു. കൊടുക്കേണ്ടതുണ്ട് എന്ന നിലപാടിലേക്ക് അവർ മാറിവന്നിട്ടുണ്ടല്ലോ. അവർ തരില്ല എന്നുമാത്രമേയുള്ളൂ ! മൂന്ന് പെൺകുട്ടികൾക്കും തബലിസ്റ്റിനുമുള്ള പ്രതിഫലവും വാഹനത്തിന്റെ വാടകയും തൽക്കാലം തന്നാൽ മതിയെന്ന് ഞങ്ങളും വിട്ടുവീഴ്ച ചെയ്തു.

പരിപാടി കഴിഞ്ഞതിനുശേഷം ഒരു മണിക്കൂറിലേറെയായിട്ടുണ്ടാവുമിപ്പോൾ. വാഗ്വാദങ്ങളും തർക്കങ്ങളും അനന്തമായി നീണ്ടു പോവുകയാണ്. മുഖമാകെ കരുവാളിച്ച് ഒരു കരച്ചിലിന്റെ വക്കിലാണ് ആ ചെറുപ്പക്കാരൻ. എന്നെയും ദാസനെയും മൂസക്കയേയും ആൾക്കൂട്ടത്തിനിടയിൽ നിന്നും കൈപിടിച്ച് അയാൾ സ്റ്റേജിന്റെ പുറകിലേക്ക് കൊണ്ടുപോയി.

' നിങ്ങളെന്നോട് ക്ഷമിക്കണം. സത്യത്തിൽ ഇത് എനിക്കുപറ്റിയ ഒരു തെറ്റാണ്. പരിപാടിക്ക് പണം വേണ്ടതുണ്ട് എന്ന് ഞാനറിഞ്ഞിരുന്നില്ല. എന്റെ മാത്രം താൽപ്പര്യവും നിർബന്ധവും കൊണ്ടാണ് ഇവിടെ പരിപാടി വെച്ചത് തന്നെ. എന്റെ സുഹൃത്തുക്കളും ഞാനും ചേർന്നാണ് ഈ സ്റ്റേജിന്റെ പണി മുഴുവൻ തീർത്തത്. അതിന്റെ മുഴുവൻ ചെലവും ഞാനാറ്റയ്ക്കാണ് വഹിച്ചത്..'

അവൻ വിതുമ്പിക്കരഞ്ഞുപോകുമോ എന്ന് ഞങ്ങൾ ഭയപ്പെട്ടു. അവൻ അവന്റെ കയ്യിലുള്ള വാച്ചഴിച്ച് എന്റെ കയ്യിൽ പിടിപ്പിക്കാനൊരു ശ്രമം നടത്തി.

'നിങ്ങൾക്ക് തരാനുള്ള മുഴുവൻ പണവും ഞാൻ തന്നുതീർക്കും. തൽക്കാലം ഇത് വാങ്ങി ഇപ്പോൾ നിങ്ങൾ ഇവിടെ നിന്ന് പോകണം. '

അവന്റെ രണ്ട് കണ്ണുകളിലും അടർന്നു വീഴാൻ പാകത്തിൽ വന്നു നിറഞ്ഞ കണ്ണുനീർ മുത്തുമണികളിൽ ട്യൂബ് ലൈറ്റിന്റെ പ്രകാശം തട്ടി പ്രതിഫലിച്ചു. ആ വാച്ച് അവനെത്തന്നെ പിടിപ്പിക്കാൻ ഞങ്ങളേറെ പാടുപെട്ടു. അതുവരേയും നിയന്ത്രിച്ച് നിർത്തിയെങ്കിലും അവനോട് കരഞ്ഞ് പോയി. അവന്റെ തോളിൽ തട്ടിയാശ്വസിപ്പിച്ച് തിരിഞ്ഞു നോക്കാതെ ഞങ്ങൾ വാഹനത്തിനടുത്തേക്ക് നടന്നു.

വളാഞ്ചേരിക്കാലം

കെട്ടിടങ്ങൾക്ക് പെയിന്റ് അടിക്കുന്ന ജോലിയുമായാണ് ഞാൻ വളാഞ്ചേരിയിലെത്തിയത്. വളാഞ്ചേരിക്കടുത്ത് കാവുംപുറം എന്ന സ്ഥലത്തുള്ള 'ചായം പെയിന്റേഴ്സ്' എന്ന സംഘത്തിൽ ഞാനുമൊരംഗമായി ചേർന്നു. റോഡരികിൽത്തന്നെയുള്ള പഴക്കമുള്ള, ചെറിയൊരു കെട്ടിടത്തിൽ ഞങ്ങൾ ഇരുപതിലധികം പേർ! ഏറെയും കലാകാരന്മാരായിരുന്നു. പാട്ടുകാരനും ഹാർമോണിസ്റ്റുമായ കാവുന്തറയിലെ സി.ടി ഗോപാലൻ, നടനും രാഷ്ട്രീയപ്രവർത്തകനുമായ ആർ കുഞ്ഞിക്കണ്ണൻ, നാടകകൃത്ത് പ്രദീപ് കുമാർ കാവുന്തറ, (അതേ, സംസ്ഥാന സർക്കാരിന്റെ മികച്ച പ്രൊഫഷണൽ നാടകരചനയ്ക്കുള്ള സംസ്ഥാന അവാർഡ് ആറുതവണയിലധികം ഏറ്റുവാങ്ങിയ ആൾ തന്നെ! ഇത് അതിനുമുമ്പുള്ള ജീവിതം.) കോയ മണപ്പാട്ട്, പ്രദീപൻ കാരയാട്.. തുടങ്ങി ഒരുപാടു പേർ. ഒരാഴ്ചയോളം ഞങ്ങളോടൊപ്പം ഇപ്പോൾ മാതൃഭൂമിയിൽ 'ഉള്ളിയേരിക്കാരൻ'എന്ന പേരിൽ ചിത്രം വരയ്ക്കുന്ന ആർട്ടിസ്റ്റ് ബാലകൃഷ്ണൻ ഉള്ളിയേരിയുമുണ്ടായിരുന്നു. അദ്ദേഹം ഷട്ടറിൽ ഫിഗർ വരയ്ക്കാൻ വേണ്ടി വന്നതായിരുന്നു.

കാവുമ്പുറമാണ് കേന്ദ്രമെങ്കിലും കാലത്തെഴുന്നേറ്റ് ഞങ്ങൾ ബ്രഷും പാട്ടയുമായി കാടാമ്പുഴ, കൊപ്പം, പട്ടാമ്പി, തിണ്ടലം തുടങ്ങി വിവിധങ്ങളായ നാട്ടുകളിലേക്ക് പോവുകയും വൈകുന്നേരങ്ങളിൽ വെയിലേറ്റ് വാടി തിരിച്ചെത്തുകയും ചെയ്തു.

കാടാമ്പുഴ അമ്പലത്തിനടുത്തുള്ള ഒരു വീട്ടിൽ രണ്ടാഴ്ചക്കാലത്തോളം പോളീഷ് പണികൾക്കായി നടുവണ്ണൂരിലെ ശശിയും ഞാനുമായിരുന്നു പോയിക്കൊണ്ടിരുന്നത്. പ്രായമായ ഒരു പിഷാരടിയുടെ വീടായിരുന്നു. അദ്ദേഹത്തിന്റെ സ്നേഹമയിയായ ഭാര്യയാണ് വീട്ടിലുണ്ടായിരുന്നത്. നല്ല ഭക്ഷണവും ആവോളം സ്നേഹവും തന്ന അവരുടെ മുഖം ഓർമയിലില്ലെങ്കിലും പൂവിടരുന്നതുപോലേയുള്ള ആ ചിരി മറക്കുന്നതെങ്ങിനെ!

കൊപ്പത്തെ കുളങ്ങളും അതിലെ പച്ചനിറമുള്ള വെള്ളവും ഓർമ്മകളിൽ ഇപ്പോഴുമുണ്ട്. ചെങ്കല്ലുകൊണ്ട് പടവുകൾ കെട്ടിയൊരുക്കിയ കുളത്തിന്റെ ഒരുഭാഗത്ത് അന്നാട്ടിലെ പെണ്ണുങ്ങളുടെ അലക്കലിന്റേയും കുളിക്കലിന്റേയും തിരക്കായിരിക്കും. മറുഭാഗത്ത് അർദ്ധനഗ്നകളായി കുളിച്ചുകൊണ്ടിരിക്കുന്ന പെണ്ണുങ്ങളെയും നോക്കിയുള്ള ആണുങ്ങളുടെ സമയമെടുത്തുള്ള കുളിമേളത്തിന്റെ തിരക്കും! പണിയും കയറി വൈകുന്നേരങ്ങളിൽ ആ കുളങ്ങളിൽ നിന്ന് 'എടുപിടീന്നുള്ള' ഒരു കുളിയും പാസാക്കിയാണ് നടുവണ്ണൂരിലുള്ള പ്രസാദും ആർ.കുഞ്ഞിക്കണ്ണനും ഞാനും കാവുംപുറത്തേക്ക് ബസ്സുകയറാൻ അങ്ങാടിയിലേക്ക് ഓടുക.

തിണ്ടലത്തുള്ള ഒരു ചായക്കടയിൽ നിന്നും പൊറോട്ടയും മീൻ കറിയും ഓർഡർ ചെയ്തു. കിട്ടിയ മീനിന് ഒരുറപ്പ് കൂടുതൽ ! തലേന്ന് ബാക്കിയായ പൊരിച്ച മീനാണ് കറിവെച്ചിരിക്കുന്നതെന്ന് ഒരു ഗവേഷകനെപ്പോലെ ഞാൻ കണ്ടെത്തി! അത് ചോദ്യം ചെയ്തപ്പോൾ കഴിച്ചുകൊണ്ടിരിക്കുന്ന ബാക്കിയുള്ളവർ കൗതുകത്തോടേയാണ് എന്നെ നോക്കിയത്. ഇവനേത് നാട്ടിൽ നിന്നും വരുന്നു എന്നാണ് അവരുടെ നോട്ടത്തിനർത്ഥം! തലേന്ന് ബാക്കിയായ പൊരിച്ചമീൻ പിറ്റേന്ന് ചൂടാക്കി നൽകുന്നതും അതിനും പിറ്റേന്ന് കറിവെച്ച് നൽകുന്നതും അവിടെ സാധാരണ സംഭവമായിരുന്നത്രേ!

ഞങ്ങൾ താമസിക്കുന്ന പഴയകെട്ടിടത്തിന്റെ മുകളിലുള്ള കുടുസ്സുമുറിയിൽ എല്ലാ വൈകുന്നേരങ്ങളിലും സി.ടി ഗോപാലേട്ടന്റെ ഹാർമോണിയപ്പെട്ടിക്കു ചുറ്റുമിരുന്ന് ഞങ്ങൾ പഴയപാട്ടുകൾ പാടി. ഏത് പാട്ടുകൾ പാടിതുടങ്ങിയാലും അവസാനം കെപിഎസി നാടകഗാനങ്ങളിലാണ് എത്തിച്ചേരുക. 'ബലികുടീരങ്ങളെ... ' എന്ന പാട്ടോടെയാണ് അവസാനിക്കുക !

പ്രദീപ്കുമാർ കാവുന്തറയും മറ്റ് നാടകക്കാരും അവരുടെ നാടകാനുഭവങ്ങളിലെ രസകരമായ സന്ദർഭങ്ങളും തമാശകളും പറഞ്ഞ് കേട്ട്

ഞങ്ങൾ ചിരിച്ചുമറിഞ്ഞു. ശ്വാസം പോലുമെടുക്കാൻ കിട്ടാത്ത സുദീർഘമായ പൊട്ടിച്ചിരികൾ കൊണ്ടും പാട്ടുകൾ കൊണ്ടും അന്തരീക്ഷം ബഹളമയമായി. പാട്ടുകച്ചേരി കഴിഞ്ഞാൽ, മത്തി വിൽക്കാനായി നിരത്തിവെച്ചതുപോലെ ആ കുടുസുമുറിയിൽ വിയർത്ത് കുളിച്ച് ഞങ്ങൾ വരിവരിയായി കിടന്നുറങ്ങും. ഈ ബഹളം കാരണം നാട്ടുകാർക്ക് ചായം പെയിന്റേഴ്സിനോടുതന്നെ വിരോധമാവുമോയെന്ന് ഞങ്ങളുടെ മേസ്തിരിക്ക് പേടിയായിത്തുടങ്ങി! അതു കാരണം ഹാർമോണിയപ്പെട്ടി വന്ന പോലെ തന്നെ കാവുന്തറയിലേക്ക് തിരിച്ചു പോയി.

ഹരിശ്രീ ആർട്സിന്റെ രണ്ടാമത് വാർഷികാഘോഷം കഴിഞ്ഞതിന്റെ അല്ലറചില്ലറ കടംവീട്ടാൻ കൂടിയാണ് ഞാൻ വളാഞ്ചേരിക്ക് വണ്ടികയറിയത്. ആ കഥകൾ അടുത്തതിലാവാം..

'ഒര് ഇടീം ഒര് മഴേം ണ്ടാവ്വം'

'അറിഞ്ഞോ.. പുളിക്കുൽ ബാലൻ റിഹേഴ്സൽ കാണാൻ വര്ന്ന്ണ്ടത്രേ..'

കുറേ ദിവസമായി ഈ വാർത്ത ഞങ്ങളുടെ നാടകറിഹേഴ്സൽ ക്യാമ്പിൽ പറഞ്ഞുകേൾക്കുന്നു. ബാലൻ ഗൾഫുകാരനാണ്. ഗൾഫിൽ നിന്നും നാട്ടിലെത്തിയിട്ട് കുറച്ചു ദിവസങ്ങളായി. വന്നതു മുതൽ ഞങ്ങളുടെ റിഹേഴ്സൽക്യാമ്പിലേക്ക് ബാലൻ വരുന്നുണ്ട് എന്ന് സംവിധായകനായ പി.സി നായർ ഇടയ്ക്കിടെ ഞങ്ങളെ പേടിപ്പിക്കാനെന്നോണം അനൗൺസ് ചെയ്യാറുണ്ടായിരുന്നു. മുമ്പ് കൈതക്കലിലെ നാടകങ്ങളിലും രാഷ്ട്രീയ പ്രവർത്തനരംഗത്തും നിറഞ്ഞു നിന്ന ആളായിരുന്നു പുളിക്കുൽ ബാലൻ. ഞാൻ രണ്ടാം ക്ലാസ്സിലോ മൂന്നാംക്ലാസ്സിലോ പഠിക്കുന്ന കാലത്താണ് ബാലൻ അഭിനയിച്ച 'അഗ്നിരേഖ' എന്ന നാടകം കണ്ടത്. നാടകത്തിൽ ബാലൻ രോഷത്തോടെ ഒരു തേങ്ങാമുറി വലിച്ചെറിയുന്ന രംഗം ഇപ്പോഴും എന്റെ മനസ്സിൽ തങ്ങിനിൽക്കുന്നുണ്ട്.

പടിഞ്ഞാറേപറമ്പിൽ രാജന്റെ വീടിന്റെ പുറകുവശത്തെ മുറ്റത്തു വച്ചായിരുന്നു റിഹേഴ്സൽ നടന്നുകൊണ്ടിരുന്നത്. റിഹേഴ്സൽ കാണാൻ ചുറ്റുപാടുമുള്ള വീട്ടുകാരും മറ്റുമായി ഒരുപാടുപേരുണ്ടാവും. ഞാൻ ആദ്യമായി അഭിനയിക്കുന്ന നാടകമാണ്. നാടകത്തിൽ എം.കെ അമ്മത്, മുതുവോട്ട് മിത്തൽ ബാലകൃഷ്ണൻ, എ.കെ കരുണാകരൻ, തട്ടാങ്കണ്ടി ഭാസ്കരൻ, കൈതക്കൽ രാധാകൃഷ്ണൻ, കൊല്ലിയിൽ രമേശൻ പുതുക്കുടി ദാസൻ, സതീശൻ പുളിക്കുൽ,

കീരിക്കണ്ടിയിൽ ദേവി, ശൈലജ പേരാമ്പ തുടങ്ങിയവരോടൊപ്പം ഞാനും ഒരു ചെറിയ കഥാപാത്രത്തെ അവതരിപ്പിക്കുകയാണ്. തുടക്കത്തിൽ കുന്നത്ത് ബാബുമാഷും അഭിനേതാവായി ഉണ്ടായിരുന്നു.

പൊന്നപ്പൻ എന്നായിരുന്നു എന്റെ കഥാപാത്രത്തിന്റെ പേര്. ഒരു അത്യാഗ്രഹത്തിന് നാടകത്തിലഭിനയിക്കാൻ ഞാനും ഉണ്ട് എന്ന് എന്നോടങ്ങ് പറഞ്ഞ് പോയതാണ്. ഒരു തരത്തിലുള്ള ആത്മവിശ്വാസവുമില്ലാതെ, പുതുക്കുടി ദാസന്റേയും രാധാകൃഷ്ണന്റേയും മറ്റും നിർബന്ധത്തിലാണ് ഞാൻ അഭിനയിക്കാൻ തീരുമാനിക്കുന്നത് തന്നെ. എന്നേക്കുറിച്ച് ഏറ്റവുമടുപ്പമുള്ളവർക്ക് പോലും ഇപ്പോഴും അറിയാത്ത ഒരു രഹസ്യമുണ്ട്. ഒരു എക്സ്ട്രോവേർട്ടിനെ പോലെയാണ് എന്റെ പെരുമാറ്റമെങ്കിലും സത്യത്തിൽ അങ്ങനെയായിരുന്നില്ല. ഞാനൊരു ഇൻട്രോവേർട്ടോ, അല്ലെങ്കിൽ ഇൻട്രോവേർട്ടിനും ആമ്പിവേർട്ടിനും ഇടയിലുള്ള ഒരാളോ ആയിരുന്നു. അത് മറച്ചുപിടിക്കാനോ അതിൽനിന്ന് കുതറിമാറാനോ ഉള്ള പരിശ്രമമായിരുന്നു ഇക്കണ്ടകാലത്തെ ജീവിതംമുഴുവൻ !

റിഹേഴ്സൽ തുടങ്ങിയപ്പോൾത്തന്നെ അഭിനയം എനിക്ക് പറ്റുന്നപണിയല്ലെന്ന് ഏറെക്കുറേ മനസ്സിലായി. റിഹേഴ്സൽ ക്യാമ്പിൽ എന്റെ സീൻ വരുമ്പോൾ അടിമുടി വിറയൽ വരുമായിരുന്നു. എന്നിട്ടും ഒരു അരധൈര്യം വെച്ച് ശ്രമപ്പെട്ടുവരുമ്പോഴാണല്ലോ പുളിക്കൂൽ ബാലന്റെ വരവ്! ബാലനും സംഘവും ക്യാമ്പിലേക്ക് കയറിവരുമ്പോൾ കഷ്ടകാലത്തിന് എന്റെ രംഗമായിരുന്നു എടുത്തുകൊണ്ടിരുന്നത്. ബാലൻ വന്നു കയറിയതും എന്റെ അഭിനയം കണ്ടതും 'നീയെന്താക്ക്വാണ് പ്രസാദേ..' എന്നും പറഞ്ഞ് സ്വതസിദ്ധമായ ശൈലിയിൽ ഒരു പൊട്ടിച്ചിരിയായിരുന്നു! ഉച്ചത്തിലുള്ള ആ ചിരി സാധാരണപോലെ തന്നെ ഏറെനേരം നീണ്ടുനിന്നു. പൊട്ടിച്ചിരി എന്നല്ല പറയേണ്ടത്, എന്നെ സംബന്ധിച്ചിടത്തോളം അതൊരു കൊലച്ചിരി തന്നേയായായിരുന്നു ! അതുകേട്ടതും ഞാൻ വിളറിവെളുത്തു പോയി! എന്റെ സകലധൈര്യവും ഇത്തിരി ആത്മവിശ്വാസമുണ്ടായിരുന്നത് അതും ആ നിമിഷം ചോർന്നൊലിച്ചുപോയി ! നായികനടി കീരികണ്ടിയിൽ ദേവിയടക്കം മുഴുവൻ അഭിനേതാക്കളും കാണാൻ നിൽക്കുന്നവരും ആ ചിരിയിൽ പങ്കുചേർന്നു. പലവിധ ശബ്ദങ്ങളിലും താളങ്ങളിലുമുള്ള ചിരിയുടെ ബഹളങ്ങൾക്കിടയിൽ ഞാൻ ഒറ്റപ്പെട്ട്, ചലനമറ്റ് നിന്ന് വിയർത്തൊലിച്ചു കൊണ്ടിരുന്നു...

പിന്നീടുള്ള ദിവസങ്ങളിൽ എന്നെ ആ നാടകത്തിൽ നിന്നും ഒഴിവാക്കിത്തരാമോയെന്ന് ഞാൻ, എല്ലാവരുടേയും കാലുവരെ പിടിച്ചുനോക്കി. പുതിയൊരാളെ കണ്ടെത്തി പരിശീലിപ്പിക്കാൻ നേരമില്ലാത്തതിനാലും ആരേയും കിട്ടാത്തതിനാലും ഒടുവിൽ സ്റ്റേജിലും ഞാൻ പൊന്നപ്പനായി ! എല്ലാവരും നന്നായി എന്നു പറഞ്ഞെങ്കിലും എന്റെ അഭിനയ ജീവിതത്തിന് അന്നത്തോടെ ഞാൻ തിരശ്ശീലയിട്ടു. ശ്രീനിവാസന്റെ ഭാഷയിൽ പറഞ്ഞാൽ കലാകൈരളിക്ക് ഞാൻ നൽകിയ ഏറ്റവും വലിയ സേവനം അതായിരിക്കും ! ഹരിശ്രീ ആർട്സിന്റെ ഒന്നാം വാർഷികത്തിന് അവതരിപ്പിച്ച 'അമർഷം' ആയിരുന്നു നാടകം. മറ്റു പലരെയുമെന്നപോലെ സംഘടിപ്പിക്കാനുള്ള എന്റെ ശേഷിയെ പുറത്തുകൊണ്ടുവന്ന, ഞങ്ങൾ സംഘടിപ്പിച്ചു വിജയിപ്പിച്ച, ആദ്യത്തെ വലിയ പരിപാടിയായിരുന്നു അത്.

'ഹരിശ്രീ ആർട്സ് ' രൂപീകരിക്കാനുള്ള എല്ലാ ഒരുക്കങ്ങളും തുടങ്ങിയതിനുശേഷമാണ് സത്യത്തിൽ ഞാൻ വിവരമറിയുന്നത് തന്നെ. കാഞ്ഞിരോളി കുഞ്ഞിക്കേളപ്പനും പുതുക്കുടി ദാസനും മറ്റു ചിലരുമായിരുന്നു അതിനുപിന്നിൽ. കളാശ്ശേരി സ്മാരക കലാസമിതിയുമായി കുഞ്ഞിക്കേളപ്പനും മറ്റുമുണ്ടായിരുന്ന എന്തെല്ലാമോ സൗന്ദര്യപിണക്കങ്ങളാണ് ഹരിശ്രീആട്സ് രൂപീകരണത്തിലേക്കെത്തിച്ചത് എന്നാണോർമ്മ. കുറച്ചു കഴിഞ്ഞാണ് ഞാൻ സംഘാടനപ്രവർത്തനങ്ങളുമായി ബന്ധപ്പെടുന്നതെങ്കിലും എന്നെ മുന്നിൽത്തന്നെ നിർത്തുകയും ഭാരവാഹിയാക്കുകയും ചെയ്തു. പുതുക്കുടി ദാസന്റെ വീട്ടിൽവച്ചായിരുന്നു രൂപീകരണയോഗം. പിന്നെ കുറേക്കാലം പുതുക്കുടിയും കാഞ്ഞിരോളിയും പുളിക്കുൽപൊയിലുമായിരുന്നു എന്റെ പ്രവർത്തനകേന്ദ്രം.

ഹരിശ്രീ ആട്സിന്റെ ഒന്നാമത്തെ പരിപാടി 'അമർഷം' എന്ന നാടകവും മറ്റു വിവിധ കലാപരിപാടികളുമായിരുന്നു. കളരിക്കണ്ടി പറമ്പ് ചെത്തിയൊരുക്കിയാണ് സ്റ്റേജ് നിർമ്മിച്ചത്. നാടകത്തിന്റെ സംവിധായകൻ പി.സി കൈതക്കൽ (പാതിരിക്കൽ ചന്തുനായർ) ആയിരുന്നു. സംഗീതം എ.എം.ജിയും പാട്ടുകൾ എ.എം.ജിയുടേതും എന്റേതുമായിരുന്നു. പാട്ടുകൾ ഞാനാണെഴുതിയത് എന്നത് എ.എം. ജിക്കും എനിക്കും മാത്രമറിയാവുന്ന രഹസ്യമായിരുന്നു. എന്നെ ഒരു പാട്ടെഴുത്ത്കാരനായി ആരും അംഗീകരിച്ചിരുന്നില്ല. അത് തുറന്ന് പറഞ്ഞാൽ തിരസ്കരിക്കുമോ എന്ന ഭയംകാരണമാണ് ഒളിച്ചുവെക്കേണ്ടി വന്നത്.

'നാടകം തുടങ്ങുമ്പോ ഒര് ഇടീം ഒര് മഴേം ണ്ടാവും ' എന്ന് എല്ലാ ദിവസവും റിഹേഴ്സൽ തുടങ്ങുമ്പോൾത്തന്നെ ചന്തുനായർ പറയു മായിരുന്നു. അതിന്റെ ചുമതല എന്നെ രഹസ്യമായി ഏല്പിക്കുകയും ചെയ്തിരുന്നു. പുതുക്കുടി കുഞ്ഞിക്കേളപ്പൻ നായരുടെ മുറ്റത്തുള്ള പുളിമരച്ചോട്ടിൽ ചൂടി വലിച്ചുകെട്ടി, അതിൽ കാസെറ്റ് ടേപ്പുകൾ ഒട്ടിച്ച് തൂക്കിയിട്ട് ഞങ്ങൾ 'മഴ'യുണ്ടാക്കിയതും ആർബിയുടെ നേതൃ ത്വത്തിൽ ഞങ്ങളെല്ലാവരും ചേർന്ന് ആൽമരവും ആൽത്തറയും ഉണ്ടാക്കിയതും എത്രമാത്രം ശ്രമപ്പെട്ടായിരുന്നു !

അവസാന ദിവസങ്ങളിലാണ് നാടകത്തിന് പ്രകൃതിദൃശ്യങ്ങളുള്ള ഒരു പിൻകർട്ടൻ വേണമെന്ന് ചന്തുനായർ പറയുന്നത്. കല്ലോട് വീനസ് തിയേറ്ററിൽ പോയിനോക്കിയപ്പോൾ അവിടെയില്ല എന്നറിഞ്ഞു. കൂട്ടാലിടയിൽ 'നമ്പൂരിമാഷിന്റെ കയ്യിൽ എന്തായാലും ഉണ്ടാവും' എന്ന് പറഞ്ഞു കേട്ടതിന്റെ അടിസ്ഥാനത്തിൽ പണിപ്പെട്ട് നമ്പൂതിരിമാഷിന്റെ വീട് കണ്ടുപിടിച്ച് അവിടെയെത്തിയപ്പോൾ അവിടെയുമില്ല ഇനിയെന്തു ചെയ്യും എന്ന് നിരാശപ്പെട്ടിരിക്കു മ്പോഴാണ് 'എരപ്പാം തോട്ടിൽ പോയാൽ കിട്ടാതിരിക്കില്ല' എന്ന് കേൾക്കുന്നത്. എരപ്പാംതോട് എന്ന ഒരു നാടിന്റെ പേര് തന്നെ ആദ്യമായിട്ട് കേൾക്കുകയാണ്. ഞാനും പരത്തുറ ദാമോദരനും ചേർന്ന് എരപ്പാംതോട്ടിലെത്തി, അങ്ങാടിയിൽ നിന്നുതന്നെ ജോസ് എന്നയാളെ കണ്ടുപിടിച്ചു.

' നിങ്ങള് വരണ്ട. ഞാൻ എടുത്ത് വന്ന് കൊണ്ടു തരാം. അവിടെ പി.എം താജിരുന്ന് നാടകമെഴുതുന്നുണ്ട് '

പി.എം താജ് എന്ന് കേട്ടതും മണിമാഷ് അഭിനയിച്ച രാവുണ്ണിയും മറ്റ് ചില നാടകങ്ങളും മനസ്സിലൂടെ കടന്നുപോയി. അദ്ദേഹത്തെ പരി ചയപ്പെടാൻ കഴിയില്ലെങ്കിൽ ഒന്ന് കാണുകയെങ്കിലും ചെയ്യണമെന്ന ആഗ്രഹം ഞാൻ ജോസേട്ടനോട് പറഞ്ഞു.

' അതു നടക്കില്ല. ചിലപ്പോ അദ്ദേഹത്തിന് ബോധമുണ്ടാവണമെ ന്ന് തന്നെയില്ല. ഒരു കന്നാസിൽ രണ്ട് ലിറ്റർ നാടൻ വാങ്ങിയെത്തി ച്ചിട്ടാണ് ഞാൻ പോന്നത്. അത് കണ്ടിട്ടില്ലെങ്കിൽ അദ്ദേഹത്തിന് എഴുത്ത് തന്നെ വരില്ല !'

പിഎം താജ് എന്ന മഹാപ്രതിഭ എന്റെ തൊട്ടടുത്ത് തന്നെയുണ്ടെ ന്നറിഞ്ഞ അത്ഭുതത്തിൽത്തന്നെയായിരുന്നു ഞാൻ.

'ഭക്ഷണമൊന്നും വേണ്ട, പട്ടച്ചാരായമോ നാടനോ മാത്രം മതി അയാൾക്ക് നാടകമെഴുതാൻ !' അദ്ദഹം പിന്നേയും പിഎം താജിന്റെ വിശേഷങ്ങൾ പറഞ്ഞു കൊണ്ടിരുന്നു.

ബാക്ക് കർട്ടനും പൊതിഞ്ഞ് തന്ന്, എന്റെ കണ്ണും മുഖവും കണ്ട് ഞാനൊന്നും കഴിച്ചില്ലെന്ന് തോന്നിയതു കൊണ്ടാവും അങ്ങാടിയിലെ ചായക്കടയിൽ കൊണ്ടുപോയി ചായയും വാങ്ങിത്തന്നാണ് ജോസേട്ടൻ ഞങ്ങളെ ജീപ്പ കയറ്റിവിട്ടത്. അന്നാദ്യമായാണ്, അല്ലെങ്കിൽ കുറച്ച് സമയംമുമ്പ് മാത്രമാണ് അദ്ദേഹം ഞങ്ങളെ കാണുന്നതും പരിചയപ്പെടുന്നതും. ജോസേട്ടൻ ഞങ്ങളോട് കാണിച്ച സ്നേഹം അദ്ദേഹത്തിന് നാടകത്തോടുള്ള അതിരറ്റ അഭിനിവേശവും സ്നേഹവും തന്നെയായിരുന്നു !

വിഷുദിവസം പോലും ഭക്ഷണമൊന്നും കഴിക്കാതെ കാലത്തുമുതൽ വൈകുന്നേരംവരെ പണപ്പിരിവ് നടത്താൻ അലഞ്ഞു നടന്നതും ഇടയ്ക്കിടെ ഞങ്ങൾ സംഘാടകരായ സുഹൃത്തുക്കൾ തമ്മിൽത്തമ്മിലുള്ള സൗന്ദര്യ പിണക്കങ്ങളും ഇന്നോർക്കുമ്പോൾ രസമാണ്. പുളിക്കൽ പൊയിലിലെ ഒട്ടെല്ലാ വീട്ടുകാരും അവരുടെ കുടുംബത്തിൽ നടക്കുന്ന ഒരു വിശേഷം പോലെയാണ് മ്യൂസിക് റിഹേഴ്സൽ ദിവസത്തേയും, ഫൈനൽ റിഹേഴ്സൽ ദിവസത്തേയും ആഘോഷിച്ചത്. അരയ്ക്കാനും വെക്കാനും വിളമ്പാനും സ്റ്റേജ് കെട്ടാനും തോരണങ്ങൾ തൂക്കാനും എല്ലാവീട്ടുകാരും സ്വയം സന്നദ്ധരായി മുന്നിട്ടിറങ്ങി.

ഹരിശ്രീ ആർട്സിന്റെ പ്രധാനഭാരവാഹികളിൽ ഒരാളായിരുന്നു കാഞ്ഞിരോളി കുഞ്ഞിക്കേളപ്പൻ. ഊരവേദന കാരണം കാഞ്ഞിരോളി കുഞ്ഞിക്കേളപ്പന് നാടകത്തിൽ അഭിനയിക്കാൻ കഴിഞ്ഞില്ല. അതിലവന് നല്ല സങ്കടവും ഉണ്ടായിരുന്നു.

ഞങ്ങൾ ആദ്യമായി സംഘടിപ്പിക്കുന്ന വലിയൊരുദ്യമം ആയതു കൊണ്ട് തന്നെ എല്ലാ പരിപാടികളുടെയും ഫോട്ടോയെടുത്ത് സൂക്ഷിക്കണമെന്നും, എടുക്കാൻ ആരെയെങ്കിലും ചുമതലപ്പെടുത്തണമെന്നും ചർച്ച നടക്കുമ്പോൾ കുഞ്ഞിക്കേളപ്പൻ മുന്നോട്ടുവന്ന് അക്കാര്യം സ്വയംഏറ്റെടുത്തു. രണ്ടു റോൾ ഫിലിം വാങ്ങി നൽകുകയും ചെയ്തു.

സാംസ്കാരിക സമ്മേളനം തുടങ്ങിയതു മുതൽത്തന്നെ ഫ്ലാഷ് ലൈറ്റുകളും മിന്നിത്തുടങ്ങി. നൃത്ത-നൃത്യങ്ങൾക്കും മറ്റും സൈഡ് കർട്ടനുകൾക്കിടയിൽ നിന്നും സ്റ്റേജിന് മുൻപിൽ പോയിനിന്നും ചാഞ്ഞും ചരിഞ്ഞും കുഞ്ഞിക്കേളപ്പൻ ഫോട്ടോകൾ എടുത്തു കൊണ്ടിരുന്നു.

നാടകത്തിനിടയിൽ പലതവണ, പലഭാഗത്തുനിന്നും ഫ്ലാഷ് ലൈറ്റുകൾ മിന്നി മറഞ്ഞു. നാടകം അവസാനിച്ചതിനുശേഷം അഭിനേതാക്കളെയും അണിയറപ്രവർത്തകരെയും ഒന്നിച്ചണിനിരത്തി സ്പെഷ്യൽ ഫോട്ടോഷൂട്ടും നടന്നു !

പരിപാടികൾ കഴിഞ്ഞ്, ദിവസങ്ങൾ കഴിഞ്ഞിട്ടും ഫോട്ടോ ആൽബം വരുന്നില്ല !

അവനവന്റെ ഫോട്ടോകൾ കാണാനുള്ള അത്യാഗ്രഹംമൂലം പലരും നിർബന്ധം പറയാനും ബഹളം വെക്കാനു തുടങ്ങിയപ്പോഴാണ് ആ ഞെട്ടിപ്പിക്കുന്ന സത്യം പുറത്തുവരുന്നത് ! ക്യാമറയിൽ ഫിലിം ലോഡ് ചെയ്തിരുന്നില്ലത്രേ!

ഒരു ഉറക്കത്തിന്റെ കഥ

രാത്രി ഒമ്പതുമണി കഴിഞ്ഞുകാണും പടിഞ്ഞാറയിൽ രമേശനും ഞാനും പേരാമ്പ്രയിൽ തിരിച്ചെത്തി ബസ്സിറങ്ങുമ്പോൾ. കാലത്തുമുതലേ തുടങ്ങിയ അലച്ചിലാണ്.

തൃക്കുറ്റിശ്ശേരിപോയി നമ്പൂരിമാഷിനെ മെയ്ക്കപ്പിന് ഏൽപ്പിച്ചു. നാടകത്തിനുവേണ്ട ബാക്ക് കർട്ടനും മറ്റും കൊണ്ടുവരണമെന്നും പ്രത്യേകം പറഞ്ഞുറപ്പിച്ചു. അവിടെനിന്നും നേരെ പോയത് കോഴിക്കോട്ടേക്കാണ് ; കവി പി.പി ശ്രീധരനുണ്ണിയെ കാണാൻ. 'അമ്മുവിന് സ്നേഹപൂർവ്വം' എന്ന നാടകത്തിലെ ഒരു പാട്ടെഴുതുന്നത് ശ്രീ.ശ്രീധരനുണ്ണിയാണ്. ഒരു പാട്ട് ശ്രീ.ഇ.വി വത്സൻ വടകരയും അവതരണഗാനമെഴുതുന്നത് ഞാനുമാണ്. എഴുതിയ പാട്ട് ഏറ്റുവാങ്ങുന്നതിനും സാംസ്കാരിക സമ്മേളനത്തിലേക്ക് ക്ഷണിക്കാനും വേണ്ടിയാണ് ശ്രീധരനുണ്ണിസാറിനെ നേരിട്ട് കാണാൻ പോയത്. കൈതക്കലുമായും പത്മാലയത്തിൽ കണ്ണനായരുമായുള്ള ബന്ധങ്ങളെല്ലാം എടുത്തുപറഞ്ഞ് വളരെ സ്നേഹത്തോടുകൂടി അദ്ദേഹം ഞങ്ങളെ സ്വീകരിച്ചു. അദ്ദേഹത്തോട് പാട്ടും വാങ്ങി പിന്നീട് ഞങ്ങൾ ചെങ്ങോട്ടുകാവിലേക്കാണ് ബസ്സ് കയറിയത്.

ചെങ്ങോട്ടുകാവിൽ ബസ്സിറങ്ങി ചേലിയവരെ ഒറ്റനടത്തം! ബസ്സിറങ്ങിയാൽ ഓട്ടോറിക്ഷ വിളിക്കുന്ന പരിപാടിയില്ല! ലക്ഷ്യസ്ഥാനംവരെ നടക്കുക തന്നെയാണ് ഞങ്ങളുടെ ശീലം. കയ്യിലത്രയേ കാശുണ്ടാവൂ. ചേലിയയിൽ ഗുരു ചേമഞ്ചേരി കുഞ്ഞിരാമൻ നായരുടെ വീട്ടിലെത്തി. അദ്ദേഹമാണ് വാർഷികാഘോഷത്തിലെ

ന്ദത്തസന്ധ്യയിൽ പരിപാടികളവതരിപ്പിക്കുന്ന കുട്ടികളെ പരിശീലിപ്പിക്കുന്നത്. പരത്തുറ വസന്തയേച്ചി ഗുരുചേമഞ്ചേരി കുഞ്ഞിരാമൻ നായരുടെ ശിഷ്യയായിരുന്നു. ആ ബന്ധംവെച്ച് അവരാണ് ഗുരുവിനെ ബന്ധപ്പെട്ടതും ഏർപ്പാടാക്കിയതും. ഗുരുവിനെ സാംസ്കാരിക സമ്മേളനത്തിൽ മുഖ്യാതിഥിയായി പങ്കെടുപ്പിക്കുന്നതിന് ക്ഷണിക്കാനാണ് ഞങ്ങൾ നേരിട്ട് വീട്ടിൽ പോയത്. ഹരിശ്രീ ആർട്ട്സിന്റെ രണ്ടാമത് ആഘോഷപരിപാടിയായ 'ഗ്രാമോത്സവ'ത്തിന്റെ ഭാഗമായാണ് ഈ ഓട്ടവും പാച്ചിലും!

ദാമോദരേട്ടന്റെ ഭാര്യ സുജാതയേടത്തിയുടെ അനുജത്തി ഉഷയുടേയും അവരുടെ ആങ്ങള സത്യേട്ടന്റേയും വിവാഹമാണ് നാളെ. കുറച്ചു ദിവസങ്ങൾക്കു മുമ്പേ പോവുകയും കല്യാണപ്പരിപാടികളിൽ സജീവമാവുകയും വേണ്ടതായിരുന്നു. ഇന്ന് കുറച്ചു നേരത്തെയെങ്കിലും അവിടെയെത്തണമെന്ന് തീരുമാനിച്ചുറപ്പിച്ചതാണ്. ഗ്രാമോത്സവത്തിന്റെ വിവിധങ്ങളായ പ്രവർത്തനത്തിരക്കുകൾ കാരണം ഇതുവരെയും പോകാനൊത്തില്ല. ഇന്നിപ്പോൾ വളരെ വൈകിയും പോയി. പേരാമ്പ്ര എത്തിയപ്പോൾ ചാനിയംകടവ്-വടകര ഭാഗത്തേക്ക് ഇനി ബസ്സുകളൊന്നുമില്ല ! കുറേ കാത്തുനിന്നപ്പോൾ മുയിപ്പോത്ത് വരെ ഒരു ജീപ്പ് കിട്ടി. ഞങ്ങൾ രണ്ടുപേരും അതിൽ പിടിച്ചുതൂങ്ങി മുയിപ്പോത്ത് വന്നിറങ്ങി.

ഇനിയെന്ത് ചെയ്യും ?

നടക്കുക തന്നെ!

മുയിപ്പോത്ത് നിന്നും കുട്ടോത്ത് വരെ പത്ത്-പതിനഞ്ച് കിലോമീറ്റർ ദൂരമെങ്കിലും ഉണ്ടാവും ! അവിടെനിന്ന് മണിയൂർ-കരുവഞ്ചേരി -ചെല്ലട്ട് പൊയിലിലേക്ക് അഞ്ചാറ് കിലോമീറ്ററിലധികം ദൂരവും ഉണ്ടാവും!

വിശന്നു പൊരിഞ്ഞും ദാഹിച്ചു വലഞ്ഞും ഞങ്ങൾ നടന്നു തുടങ്ങി..

രാത്രി ഒരുപാട് വൈകിയാണ് ഞങ്ങൾ കല്യാണവീട്ടിൽ എത്തിച്ചേർന്നത്. ഭക്ഷണ വിതരണ പരിപാടികളൊക്കെ അവസാനിപ്പിച്ചിരുന്നു. വീട്ടുകാരും അത്യാവശ്യം ചില ആളുകളും മാത്രമാണ് ഉണർന്നിരിക്കുന്നത് ! ഞങ്ങൾക്ക് രണ്ടുപേർക്കും അവർ ഊട്ടുപുരയിൽ നിന്നും ഭക്ഷണമെടുത്ത് വിളമ്പിത്തന്നു. രാവിലെ മുതലേയുള്ള അലച്ചിലല്ലേ.. നല്ല ക്ഷീണമുണ്ട്. എവിടെയെങ്കിലും കിടന്ന് ഒന്നുറങ്ങണം. അതാണ് അടുത്ത പരിപാടി.

'ഇവിടെ കിടന്നാൽ നമുക്ക് ഉറങ്ങാനാവില്ല . ദാ അവിടെയൊരു വീട്ടിൽ വെളിച്ചം കാണുന്നുണ്ട്. ഒന്നു പോയി മുട്ടിനോക്കാം. നമുക്ക് ആ കോലയിലോ മറ്റോ കിടക്കാമല്ലോ ' രമേശനാണ് ഐഡിയ പറഞ്ഞത്.

ഞങ്ങൾ രണ്ടാളുംകൂടി ഒരു പുല്ലുപായും സംഘടിപ്പിച്ച് ആ വെളിച്ചം കണ്ട വീട്ടിലെത്തി. അവിടെ ഒരു മണ്ണെണ്ണവിളക്ക് നല്ലവെളിച്ചത്തിൽ കത്തിച്ചുവച്ച് പ്രായമായ ദമ്പതികൾ രണ്ടുപേരുമിരുന്ന് ഈ വൈകിയ നേരത്തും കാര്യമായ എന്തോ ചർച്ചകളിലാണ് ! ഞങ്ങൾ ആവശ്യം പറഞ്ഞതും അവർ സ്നേഹത്തോടെ ഞങ്ങളെ സ്വീകരിച്ച്, കോലയിലിട്ടിരിക്കുന്ന കട്ടിലിൽ പായവിരിച്ച് കിടക്കാനുള്ള എല്ലാ സൗകര്യവും ചെയ്തു തന്നു. ഞങ്ങൾക്ക് സന്തോഷമായി. ഞങ്ങളുടെ ബുദ്ധിയിൽ ഞങ്ങൾ അഭിമാനം കൊണ്ടു !

ഉറങ്ങാനായി കിടന്നതും ആ അച്ഛനുമമ്മയും ഞങ്ങളുടെ അടുത്തേക്ക് വന്നിരുന്നു. അദ്ദേഹം ഞങ്ങളുടെ കട്ടിലിന്റെ ഒരു സൈഡിലും അമ്മ നിലത്തുമായാണ് ഇരുന്നത്. പിന്നീട് ഏറെ നേരം പരിചയപ്പെടലും ഞങ്ങളുടെ വിശേഷങ്ങൾ ചോദിച്ചറിയലുമായിരുന്നു. ക്ഷീണംകാരണവും ഉറക്കംവരുന്നത് കാരണവും ഞങ്ങളുടെ കണ്ണുകളറിയാതെതന്നെ അടഞ്ഞ് പോകുന്നുണ്ട്. എപ്പോഴോ വന്നു കാത്തുനിൽക്കുന്ന ഉറക്കത്തെ എത്രയോ കഷ്ടപ്പെട്ടാണ് ഞങ്ങൾ തടഞ്ഞു നിർത്തിക്കൊണ്ടിരിക്കുന്നത്!

ആ അമ്മ നിലത്തു നിന്നും പതുക്കെ എഴുന്നേറ്റ് കട്ടിലിന്റെ ഒരരികിലേക്ക് അവരും കയറിയിരുന്നു. പിന്നീട് അവർ രണ്ടുപേരും ചേർന്ന് അവരുടെ ജീവിതകഥകൾ പറയാൻ തുടങ്ങി..

നാലു മക്കൾ.. രണ്ടാണും രണ്ടു പെണ്ണും...

ഓരോരുത്തരേയും ഗർഭം ധരിച്ചതു മുതൽ വളർത്തി വലുതാക്കി പഠിപ്പിച്ചതും കല്യാണം കഴിപ്പിച്ചയച്ചതും എന്നിട്ടും മാതാപിതാക്കളെ നിർദാക്ഷണ്യം ഉപേക്ഷിച്ച്, സ്വന്തംമേച്ചിൽപുറങ്ങൾ തേടിപ്പോയതുമായ സ്വന്തം മക്കളുടെ ക്രൂരതയുടെ നീണ്ടകഥകൾ നീളമൊട്ടും കുറയ്ക്കാതെതന്നെ അവർ സവിസ്തരം വിശദീകരിക്കാൻ തുടങ്ങി...

അദ്ദേഹത്തോട് പറയാൻ വിട്ടുപോകുന്നത് ആ അമ്മയും അമ്മയോട് വിട്ടുപോകുന്നത് അദ്ദേഹവും ഓർമ്മിച്ചെടുത്ത് പൂരിപ്പിച്ചു കൊണ്ടിരുന്നു. അതിനിടയിൽ ചില വർഷങ്ങളും തിയ്യതികളും

സന്ദർഭങ്ങളും പറയുമ്പോൾ അവർക്ക് തമ്മിൽത്തമ്മിൽ അഭിപ്രായവ്യത്യാസങ്ങൾ ഉണ്ടാവുകയും രണ്ടുപേരും പരസ്പരം തർക്കിച്ചും ചർച്ചചെയ്തും ഒരു തീരുമാനത്തിലെത്താൻ പരിശ്രമിക്കുകയും അത് ഞങ്ങളോടായി പറഞ്ഞുതരികയും ചെയ്തുകൊണ്ടിരിന്നു. ഇടയ്ക്കിടെ ഉറങ്ങിപ്പോകുന്നത് കാരണം മറുപടിയായുള്ള ഞങ്ങളുടെ 'മൂളൽ' അവർക്ക് വ്യക്തമായി കേൾക്കാൻ കഴിഞ്ഞില്ലെങ്കിൽ ഞങ്ങളെ തട്ടിവിളിച്ചും തോണ്ടിയും അവർ ശ്രദ്ധ ക്ഷണിച്ചുകൊണ്ടിരുന്നു! ചുമരിന്റെ അരികിൽ കിടക്കുന്ന രമേശൻ കൂർക്കംവലിച്ചു തുടങ്ങി.. ഭാഗ്യവാൻ! പിന്നീടങ്ങോട്ട് അവനെ തോണ്ടിവിളിച്ച് ഉണർത്താനുള്ള ശ്രമങ്ങൾ തടഞ്ഞുനിർത്തൽ കൂടി എന്റെ ദൗത്യമായി. അവനെങ്കിലും സമധാനമായുറങ്ങട്ടെ!

കഥകൾ കേട്ടും മൂളിക്കൊടുത്തും സമയമേറെക്കഴിഞ്ഞപ്പോൾ ഇവർക്ക് രണ്ടാൾക്കും ഉറക്കമില്ലെന്ന കാര്യം എനിക്കു മനസ്സിലായി. മൂളിക്കൊടുക്കാൻ തുടങ്ങിയാൽ പുലരുംവരെ മൂളേണ്ടിവരും!

' ബാക്കി കഥകളൊക്കെ നാളെ കാലത്ത് പറയാം. നിങ്ങൾ രണ്ടുപേരും പോയി കിടന്നുറങ്ങ്.. ഉറക്കം വരുന്നില്ലെങ്കിൽ കുറച്ചു പ്പുറത്ത് പോയി വർത്തമാനം പറഞ്ഞിരിക്കു.. ' രണ്ടുംകല്പിച്ച് അല്പം പരുഷമായി സംസാരിച്ചു നോക്കി. അതേറ്റു! അതുകേട്ടതും അവർ എഴുന്നേറ്റ് കോലയുടെ മറ്റൊരറ്റത്ത് പോയിരുന്ന് കഥകൾ തുടർന്നു. ഈ ബുദ്ധിയെന്താണ് അൽപം നേരത്തെ തോന്നാതിരുന്നതെന്ന് എനിക്ക് എന്നോട് തന്നെ പുച്ഛം തോന്നി. ഓരോന്നിനും അതിന്റേതായ സമയമുണ്ടല്ലോ. അല്ലേ ദാസാ!

നേരം വെളുത്തതും ഞങ്ങൾ കല്യാണവീട്ടിലേക്ക് തിരിച്ചു വന്നു. ഇന്ന് കാലത്തു തന്നെ ഞങ്ങൾക്ക് വടകരയിൽ പോയി പ്രേംകുമാർ വടകരയെ കാണണം. അദ്ദേഹമാണ് നാടകത്തിന് സംഗീത സംവിധാനം നിർവഹിക്കുന്നതും പാട്ടുകൾ പാടുന്നതും. ഞങ്ങൾ ആരോടും പറയാതെ ഇന്നലെ രാത്രിതന്നെ തിരിച്ചുപോയി എന്നാണ് കല്യാണവീട്ടിലുള്ള എല്ലാവരും കരുതിയത്.

'ഞങ്ങൾ ദാ.. ആ വീട്ടിലാണ് കിടന്നത് ' എന്നു പറഞ്ഞ് വീട് ചൂണ്ടിക്കാണിച്ചുകൊടുത്തപ്പോൾ അത്യത്ഭുതവും അങ്കലാപ്പും അമ്പരപ്പും കലർന്ന മുഖഭാവങ്ങളോടെയാണ് എല്ലാവരും കേട്ടിരുന്നത് !

പിന്നീട് ഞങ്ങളിന്നലെ താമസിച്ച ആ വീട്ടുകാരന്റെ വിശേഷങ്ങൾ പറയാനുള്ള തിരക്കായിരുന്നു ! പറമ്പിലൊരു കുഴികുത്തി, അതിൽ ഭാര്യയെ ജീവനോടെ കുഴിച്ചിട്ടതും നാട്ടുകാർ രക്ഷപ്പെടുത്തിയതുമായ

കഥയാണ് ഒരാൾക്ക് പറയാനുണ്ടായിരുന്നത്! മക്കളെ കൊല്ലാനായി വാക്കത്തിയെടുത്ത് പുറകേയോടിയതും മക്കൾ രക്ഷപ്പെട്ടോടിയതുമായ കഥയാണ് മറ്റൊരാൾ വിശദമായി അവതരിപ്പിച്ചത് ! ചിരവയെടുത്ത് മക്കളുടെ തലയ്ക്കടിക്കാനോടിയതും അവർ ജീവനും കൊണ്ട് പറപറന്നതും വേറൊരാൾ തന്മയത്വത്തോടെ അവതരിപ്പിച്ചു! ജീവനിൽ കൊതിയുള്ളതുകൊണ്ട് മക്കളും ബന്ധുക്കളും നാട്ടുകാരുമൊന്നും ആ വീടിന്റെ ഏഴയലത്തുപോലും ഇപ്പോൾ പോകാറില്ലത്രേ! കല്യാണവീട്ടിൽ അപ്പോഴുള്ള ഓരോരുത്തരും ആ വീട്ടുകാരെക്കുറിച്ചുള്ള സ്തോഭജനകവും ഭീകരവുമായ കഥകൾ ഒരു കഥപറയൽ മത്സരമെന്നോണം മത്സരിച്ച് പറഞ്ഞുകൊണ്ടിരുന്നു. കഥകളെല്ലാം കേട്ടുകഴിഞ്ഞപ്പോൾ ഒരേസമയം ഭയവും അതേസമയം ഒന്നും സംഭവിക്കാതെ ഞങ്ങൾ തിരിച്ചെത്തിയല്ലോ എന്ന അത്ഭുതവും ആശ്വാസവും !

കുറച്ച് ഉറക്കം പോയെന്നല്ലേ ഉള്ളൂ. അത് നമുക്ക് എപ്പോൾ വേണമെങ്കിലും കിടന്നുറങ്ങാമല്ലോ!

രമേശനോടൊത്തുള്ള നടത്തങ്ങൾ

പടിഞ്ഞാറയിൽ രമേശൻ മാഷ് ഒരു ഇടവഴി ചാടിക്കടന്നതിനെക്കുറിച്ച് നിരവധി മോട്ടിവേഷൻ ക്ലാസ്സുകളിൽ ഞാൻ ഉദാഹരിച്ച് സംസാരിച്ചിട്ടുണ്ട്.

'ഓണക്കാഴ്ച' എന്ന പേരിൽ ശാസ്ത്ര സാഹിത്യ പരിഷത്ത് കൈതക്കൽ യൂണിറ്റിന്റെ നേതൃത്വത്തിൽ ഒരാഴ്ചക്കാലവും പത്ത് ദിവസം വരേയുമൊക്കെ നീണ്ടുനിൽക്കുന്ന ഓണാഘോഷ പരിപാടികൾ 20 വർഷക്കാലത്തിലധികം ഞങ്ങൾ സ്ഥിരമായി നടത്തിവന്നിരുന്നല്ലോ. ഓണപ്പൊട്ടൻ വേഷംകെട്ടി വീടുകൾതോറും കയറിയുള്ള ഓട്ടമായിരുന്നു പ്രധാന ധനശേഖരണമാർഗ്ഗം. കാലത്ത് അഞ്ചുമണിയാകുമ്പോഴേക്കെങ്കിലും ഓട്ടം തുടങ്ങണം. കിരീടവും വേഷവുമെല്ലാം ധരിച്ചാലും അതിവേഗതയിൽ ഓടാൻ കഴിയുന്നവരെയാണ് ഓരോ വർഷവും ഓണപ്പൊട്ടനാക്കുക. നടുപ്പറമ്പിൽ ബാലകൃഷ്ണൻ ഓണപ്പൊട്ടനായ കാലത്താണ് രമേശൻ മാഷുടെ പ്രസിദ്ധമായ ഇടവഴി ചാടിക്കടക്കൽ.

വളരെ ചെറുപ്പംമുതലേ കാഴ്ചക്കുറവിന് കണ്ണട വെച്ചുതുടങ്ങിയ ആളാണല്ലോ രമേശൻ മാഷ്. കാഴ്ച്ചപ്രശ്നം കൊണ്ടും ശീലം കൊണ്ടും വളരെസാവധാനം മാത്രം ശ്രദ്ധിച്ച് നടക്കുക എന്നത് അദ്ദേഹത്തിന്റെ ഒരു സ്വഭാവവിശേഷം തന്നെയായിരുന്നു. ഇടിഞ്ഞ്മുറിഞ്ഞ നടവരമ്പുകളും ചെറിയ കുഴികളുമൊക്കെ നമ്മൾ നിസ്സാരമായി കാല്‌ നീട്ടിവെച്ച് കടന്നുവച്ച് നടന്നുപോകുമ്പോൾ

അദ്ദേഹം വളരെയേറെ സമയമെടുത്ത് സാവധാനം ശ്രദ്ധിച്ച് ഇറങ്ങിക്കയറുകയാണ് ചെയ്യുക !

ഓണപ്പൊട്ടന്റെ പുറകേ ഞങ്ങൾ എല്ലാ പരിഷത്ത് പ്രവർത്തകരും ബാലവേദിക്കുട്ടുകാരുമൊക്കെ ഓടാനുണ്ടാവും. എക്സ്പ്രസ് ട്രെയിൻ കണക്കിന് കുതിക്കുന്ന ബാലകൃഷ്ണനുപുറകെ ഓടിയെത്തുക എന്നത് അത്യധ്വാനം പിടിച്ച ഒരു പണി തന്നെയായിരുന്നു. താഴെ തെക്കേലത്ത് പറമ്പിനും പൊയിൽ പറമ്പിനുമിടയിൽ സാമാന്യം വീതിയുള്ള ഒരു ഇടവഴിയുണ്ട്. സത്യത്തിൽ അത് ആർക്കും അത്ര പെട്ടെന്നൊന്നും ചാടിക്കടക്കാൻ കഴിയുമായിരുന്നില്ല! അപ്പുറമുള്ള പൊയിൽ ഭാഗത്തേക്കുള്ള പറമ്പിന് ഉയരക്കൂടുതലുമുണ്ടായിരുന്നു. എന്നാൽ എക്സ്പ്രസ് വേഗത്തിൽ ബാലകൃഷ്ണൻ ഓടിവന്ന് നിസ്സാരമായി ചാടിക്കടന്നങ്ങ് പോയി! തൊട്ടുപിന്നാലെ മനോജും എംഎം ബാബുവും റിനീഷും കുഞ്ഞിക്കണ്ണൻ മാഷും അതേ വേഗതയിൽത്തന്നെ ഓടിവരികയും ഇടവഴി അത്ഭുതകരമായി ചാടിക്കടക്കുകയും ചെയ്തു. അവർക്കുതൊട്ടുപിന്നിലായിട്ടായിരുന്നു രമേശൻ മാഷ് ഓടിയിരുന്നത്. മുന്നിലുള്ളവരുടെ ഓട്ടത്തിനൊപ്പം, ആ ആവേശത്തിനൊപ്പം മാഷും അയാൾ പോലുമറിയാതെ ആ വീതി കൂടിയ ഇട ചാടിക്കടന്നപ്പുറമെത്തി!

അപ്പുറമെത്തിയശേഷമാണ് മാഷ് തിരിഞ്ഞു നോക്കുന്നത്! തിരിഞ്ഞു നോക്കിയതും നിമിഷങ്ങളോളം സ്തബ്ധനായി നിശ്ചലനായി നിന്നു പോയി! സ്വയം അത്ഭുതപ്പെട്ടുപോയ ആ നിമിഷങ്ങളിലെ മാഷുടെ മുഖഭാവങ്ങൾ ഇപ്പോഴും കൺമുമ്പിലുണ്ട്!. അവനവനിലുള്ള അപാരമായ ശേഷികളെ നമ്മുടെ മനോഭാവങ്ങൾ എങ്ങനെയാണ് അണകെട്ടി തടഞ്ഞുനിർത്തുന്നത് എന്നുപറയാനാണ് ഞാൻ ഈ ഉദാഹരണം ഉപയോഗിച്ചിരുന്നത്.

ഒരു തമാശയിൽ തുടങ്ങിയെന്നേയുള്ളൂ. ഈ അദ്ധ്യായം തന്നെ പടിഞ്ഞാറയിൽ രമേശനെക്കുറിച്ച് പറയാനാണ്. പടിഞ്ഞാറയിൽ ബാബുമാഷുമായിട്ടായിരുന്നു എനിക്കാദ്യം സൗഹൃദമുണ്ടായിരുന്നത്. 'നവീൻ' കയ്യെഴുത്ത് മാസികയുടെ പ്രവർത്തനങ്ങളുമായി ബന്ധപ്പെട്ട് ആ വീട്ടിൽ സ്ഥിരമായി പോകാൻ തുടങ്ങിയതോടെയാണ് രമേശനുമായി സൗഹൃദം രൂപപ്പെടുന്നത്. ഹരിശ്രീ ആർട്സിന്റെ രണ്ടാമത് വാർഷികാഘോഷമായ ഗ്രാമോത്സവത്തോടെയാണ് സൗഹൃദം ദൃഢമാകുന്നത്. ആ പരിപാടി വിജയിപ്പിക്കുന്നതിന് കായികമായും ബൗദ്ധികമായും കൂടുതൽ അധ്വാനിച്ചത് രമേശൻ തന്നെയായിരുന്നു.

അന്നു തുടങ്ങിയ സൗഹൃദം യാതൊരുവിധ ഉലച്ചിലുകളുമില്ലാതെ കൂടുതൽ ദൃഢമായി ഇപ്പോഴും തുടരുന്നു.

രമേശൻ ബിഎഡിന് പഠിച്ചത് മൈസൂരിലായിരുന്നു. അക്കാലത്ത് ഞങ്ങൾ തമ്മിൽ സ്ഥിരമായി കത്തിടപാടുകളുണ്ടായിരുന്നു. മാസത്തിൽ രണ്ട് കത്തുകളെങ്കിലും അങ്ങോട്ടുമിങ്ങോട്ടുമയക്കും. എന്റെ സാമാന്യം തരക്കേടില്ലാത്ത കയ്യക്ഷരവും അത്യാവശ്യം കവിതയും സാഹിത്യമൊക്കെ ചേർത്തുള്ള ഭാഷയും കാരണം കത്തുകൾ അവിടെയുള്ള രമേശന്റെ കൂട്ടുകാരുടെയിടയിൽ ശ്രദ്ധിക്കപ്പെടുന്നതിന് കാരണമായി. പതുക്കെ രമേശന്റെ സഹപാഠികളും ഞാനുമായി കത്തിടപാടുകളും സൗഹൃദവും രൂപപ്പെട്ടു വന്നു. അവരെല്ലാം എന്റെയുംകൂടി സുഹൃത്തുക്കളായി! ഒരിക്കൽ അവരെല്ലാം ചേർന്ന് ക്ഷണിച്ചതുപ്രകാരം ഒരു ദിവസം ഞാൻ മൈസൂരിലേക്കങ്ങ് ബസ്സ് കയറി! ദിവസങ്ങളോളം അവരുടെ കൂടെ ഹോസ്റ്റലിൽ താമസിച്ചതും മൈസൂരും പരിസരവും ചുറ്റിക്കറങ്ങിയതും ഇന്നും നിറമുള്ള ഓർമ്മകളിലൊന്നാണ്. ഓരോ ദിവസം ഓരോരുത്തരെന്ന കണക്കിന് ലീവെടുത്താണ് എന്നെ മൈസൂരിലെ കാഴ്ചകൾ കാണിക്കാൻ കൂടെ വന്നിരുന്നത്. അവരോടൊപ്പം പഠിക്കുന്ന കന്നടക്കാരി സോവറിൽ ഡിസൂസയെന്ന പെൺകുട്ടിയെ പരിചയപ്പെട്ടതും മൈസൂർ പാലസിന്റെ മുറ്റത്തിരുന്ന് മാജിക്കുകൾ പഠിപ്പിച്ച് കൊടുത്തതും ആ ദിവസങ്ങളിലെ സുഖമുള്ള മറ്റൊരോർമ്മയാണ്.

തൃക്കരിപ്പൂർ ഇളംപച്ചിയിലെ സുകുമാരൻ, തൃക്കരിപ്പൂരിലെ സജിത്ത്, നീലേശ്വരത്തെ മനോജ്, പ്രമോദ് കുമാർ പയ്യന്നൂർ ഒളവിലത്തെ ബിന്ദു, കുറ്റ്യാടിയിലെ സജീവൻ, മേമുണ്ടയിലെ മോഹനൻ കുരുന്നംമനയ്ക്കൽ, ജനാർദ്ധനൻ, വില്യാപ്പള്ളിയിലെ ഷീജ, സീന, മയ്യന്നൂരിലെ രേഖ, വെള്ളൂരിലെ ഗീത, വടകരയില രവീന്ദ്രൻ തുടങ്ങിയ സൗഹൃദങ്ങൾ മൈസൂരിൽ നിന്നു ലഭിച്ച സമ്പാദ്യങ്ങളാണ്. ഒരു തെയ്യക്കാലത്ത് തൃക്കരിപ്പൂരിലും പയ്യന്നൂരിലും നീലേശ്വരത്തുമൊക്കെ പോവുകയും ഇവരുടേയെല്ലാം വീടുകളിൽ താമസിച്ച് തെയ്യങ്ങൾ കാണാനവസരം ലഭിച്ചതും വിലയേറിയ മറ്റൊരു സമ്പാദ്യമാണ്.

ഐആർടിസിയിൽ നിന്ന് ആദ്യമായി സോപ്പ് പരിശീലനം നേടിവന്നത് രമേശൻമാഷും റിനീഷും ഞാനുമായിരുന്നു. തുടർന്ന്, മനോജ് വൈശാഖ്, സി.കെ.റിനീഷ്, കെ.സതീശൻ, കെ.ടിജോർജ്, ടി.ഗിരീഷ് കുമാർ, കെ.കെ.മൂസ്സക്ക, സി.കെ.കുഞ്ഞിക്കണ്ണൻ, ഖാദർ

വെള്ളിയൂർ തുടങ്ങി... ഞങ്ങൾ നടത്തിയ അനേകം സോപ്പ് പരിശീലനങ്ങൾ.. കുടനിർമാണ പരിശീലനങ്ങൾ..

തുടർന്ന് 25ലധികം ഉൽപ്പന്നങ്ങളുടെ നിർമ്മാണവിദ്യകൾ രമേശനും ഞാനും ചേർന്ന് പലവിധേനയും പലയിടത്തുനിന്നും പഠിച്ചെടുത്തതും ഉൽപ്പന്നനിർമ്മാണ പരിശീലനത്തിന് 'സ്വാശ്രയ ബോധനകേന്ദ്രം' എന്ന സംഘടന രൂപീകരിച്ചതും കേരളത്തിലങ്ങോളമിങ്ങോളം സൗജന്യമായി നൂറുകണക്കിന് പരിശീലന പരിപാടികൾക്ക് നേതൃത്വം നൽകിയതും രമേശൻ മാഷിന്റെ ഗവേഷണാത്മക മനസ്സുകൊണ്ടും അത്യധ്വാനംകൊണ്ടും കൂടിയായിരുന്നു. അതിന്റെ തുടർച്ചയായാണ് ഇപ്പോഴുള്ള ഹോംഷോപ്പ് പദ്ധതിയും എന്റെ ജീവിതവും. ഞാൻ നേരത്തേ ജീവിച്ച കഷ്ടതയാർന്ന ജീവിതത്തിൽ നിന്നും അൽപ്പം മെച്ചപ്പെട്ടുപോയതിന്റെ പേരിൽ നഷ്ടപ്പെട്ടുപോയ സൗഹൃദബന്ധങ്ങളുണ്ട്. എന്നാൽ എന്റെ കഴിവിലും വളർച്ചയിലും ഇപ്പോഴുള്ള ജീവിതത്തിലും എന്നെക്കാൾ സന്തോഷിക്കുന്ന എന്റെ പ്രിയപ്പെട്ട സുഹൃത്തുക്കളിൽ ഒരാളാണ് രമേശൻ മാഷ്.

ഇത്തിരി രാഷ്ട്രീയം കൂടി പറഞ്ഞ് അവസാനിപ്പിക്കാം. ഞാൻ പരിചയപ്പെടുന്നകാലത്ത് നേരിയതോതിൽ 'ഹിന്ദുത്വ'ആശയക്കാരനായിരുന്നു രമേശൻ. ജ്യോത്സ്യവും ഭക്തിയും കലർന്ന കുടുംബപശ്ചാത്തലത്തിനനുസരിച്ച് രൂപപ്പെട്ടതായിരിക്കാം. 'തപസ്യ'യുടെ പേരാമ്പ്ര യൂണിറ്റ് സെക്രട്ടറിയും കൊയിലാണ്ടി താലൂക്ക് കമ്മിറ്റി അംഗവുമായിരുന്നു. 'ഏകാത്മ മാനവലോകം' ഞാൻ വായിക്കുന്നത് രമേശൻ തന്നിട്ടാണ്. സൗഹൃദത്തിന് യാതൊരുവിധ പോറലുമേൽക്കാതെ ഞങ്ങൾ നിരന്തരം ആശയ സംഘട്ടനങ്ങളിലേർപ്പെട്ടു. 'ഏകാത്മ മാനവവാദം' ആ പുസ്തകം വച്ചുതന്നെ ദിവസങ്ങളോളം ഞങ്ങൾ ചർച്ചചെയ്തു. ഇത്തരത്തിൽ നടന്ന നിരവധി ചർച്ചകളിൽനിന്നും ഞാനും അദ്ദേഹവും കൂടുതൽ ആശയവ്യക്തത നേടി. വാത്മീകി രാമായണവും മഹാഭാരതവും ഞാൻ വായിക്കുന്നത് രമേശന്റെ പിതാവ് ബാലൻ പണിക്കർ തന്നിട്ടാണ്. രമേശൻ നല്ലൊരു വായനക്കാരനും അത്യാവശ്യം കവിതയെഴുത്ത് അസുഖമുള്ളവനുമായിരുന്നു.

പെരിങ്ങത്തൂർ എൻഎഎം സ്കൂളിൽ ഒരൊഴിവുണ്ട് എന്ന് കേട്ടറിഞ്ഞ് ഞങ്ങൾ രണ്ടുപേരും ചേർന്നാണ് അന്വേഷിക്കാൻ പോയത്. അപ്പോഴവിടെവച്ച് തന്നെയാണ് അപേക്ഷ എഴുതിത്തയ്യാറാക്കി നൽകിയതും. സ്കൂളിൽ ചേരാൻ പോയപ്പോഴും ഞാനുമൊപ്പമുണ്ടായിരുന്നു. ലീഗനുഭാവമുള്ള അധ്യാപകസംഘടന മാത്രം

പ്രവർത്തിച്ചിരുന്ന സ്കൂളിൽ ചരിത്രത്തിലാദ്യമായി കെ എസ് ടി എയുടെ യൂണിറ്റ് രൂപീകരിക്കുന്നത് രമേശൻ മാഷിന്റെകൂടി നേതൃത്വത്തിലായിരുന്നു !

ഇപ്പോൾ വിദ്യാഭ്യാസ രംഗത്തെ പ്രവർത്തകനും ടെക്സ്റ്റ് ബുക്ക് പരിഷ്കരണ കമ്മിറ്റി അംഗവും രസതന്ത്രം സംസ്ഥാന റിസോഴ്സ് ഗ്രൂപ്പ് അംഗവുമാണ്. ശാസ്ത്ര സാഹിത്യ പരിഷത്ത് പ്രവർത്തകനും കെ എസ് ടി എയുടെ സബ് ജില്ലാതല പ്രവർത്തകനുമായിരുന്നു.

അമ്മുവിന് സ്നേഹപൂർവ്വം

പുതുക്കുടി ദാസനും പൊയിൽ പ്രസാദും എന്തുകൊണ്ടാണ് കുളിക്കാൻ ഇത്രയും വൈകിയത്? ഈ സംസ്കാരിക സമ്മേളനത്തിൽ എനിക്ക് ഉന്നയിക്കാനുള്ളതും സദസ്സിനോട് ചോദിക്കാനുള്ളതും ഈ ഒരു ചോദ്യമാണ്. ഇതൊരു സംസ്കാരിക പ്രശ്നമാണ്. ഈ ചോദ്യത്തിന് ലഭിക്കുന്ന ഉത്തരം നമ്മളിന്നു നേരിടുന്ന വലിയൊരു സാംസ്കാരിക പ്രതിസന്ധിയായി ചർച്ച ചെയ്യേണ്ടതുണ്ട്.'

ഹരിശ്രീ ആർട്സിന്റെ രണ്ടാമത് വാർഷികാഘോഷമായ 'ഗ്രാമോത്സവം' പരിപാടിയുടെ സാംസ്കാരിക സമ്മേളനത്തിൽ ആശംസാപ്രസംഗം നടത്തിക്കൊണ്ട് അശോകൻ നൊച്ചാട് സദസ്സിനോടായി ചോദിച്ച കാര്യങ്ങൾ പിന്നീടുള്ള ദിവസങ്ങളിലും ചർച്ചചെയ്യപ്പെട്ടു.

അക്കാലത്ത് നാട്ടുമ്പുറത്ത് തദ്ദേശീയർ അഭിനയിക്കുന്ന ഒരു നാടകവും മറ്റു കലാപരിപാടികളുമൊക്കെ ചേർന്ന് ഒരു ഗ്രാമോത്സവം സംഘടിപ്പിച്ചെടുക്കുക എന്നുള്ളത് വലിയ പെടാപ്പാടുതന്നെയായിരുന്നു. ഒരു അത്യാഗ്രഹത്തിന് പരിപാടിയങ്ങ് തീരുമാനിച്ചുപോകും! പിന്നീട് ഓരോ ദിവസവും പരിപാടി തീരുമാനിച്ച നിമിഷത്തെ തീരുമാനിച്ചവർ തന്നെ സ്വയം ശപിച്ചും പോകും! അത്രയ്ക്ക്

കഷ്ടപ്പാടുകളിലൂടെയാണ് കടന്നുപോവുക. കൂട്ടത്തിലുള്ള ആളുകളെ എല്ലാവരെയും ഒരുമിപ്പിച്ചു കൊണ്ടുപോവുക എന്നത് തന്നെയായിരിക്കും ഏറ്റവും വലിയ ടാസ്ക്.

എല്ലാ ഒരുക്കങ്ങളും പൂർത്തിയായെങ്കിലും സ്റ്റേജ് പണി സമയത്തിന് തീർന്നില്ല. വാർക്കപ്പണിക്കാരായ മൂലാട്ടെ ഭരതേട്ടനേയും വെള്ളിയൂരിലെ ദാമോദരേട്ടനേയുമായിരുന്നു പലയടിച്ച് സ്റ്റേജ് പണിതുതരാൻ ഏർപ്പാടാക്കിയത്. അവർ ആവുംവിധം പരിശ്രമിച്ചെങ്കിലും മരുതേരിയിൽ പോയി സ്റ്റേജ് ഭാസ്ക്കരൻ നായരേക്കൂടി വിളിച്ചുകൊണ്ടുവരേണ്ടി വന്നു അവസാന മിനുക്കുപണികൾ പൂർത്തീകരിക്കാൻ. അതും കഴിഞ്ഞ്, സൗണ്ട് സെറ്റും പ്രവർത്തിപ്പിച്ചു തുടങ്ങിയ ശേഷമാണ് ദാസനും ഞാനും കുളിക്കാനായി പുതുക്കുടിയിലെ കിണറിനടുത്തേക്ക് ഓടിയത്! ഉദ്ഘാടകനായ ഖാൻകാവിൽ വന്ന് എത്രയോ നേരമായി ആർബിയുടെ വീട്ടിൽ കാത്തിരിക്കുകയായിരുന്നു. ശബ്ദ ചക്രവർത്തിയായ ഖാൻകാവിലിന് സിനിമാനടന്മാരേപ്പോലെ ആരാധകരുള്ള കാലമാണ്. അതുകൊണ്ട് തന്നെ സദസ്സ് ജനനിബിഢമാണ്. കുളി കഴിഞ്ഞ് തല നന്നായി തുവർത്താനോ , മുടി ചീകിവെക്കാനോ നേരമില്ലാതെ ഓടിക്കിതച്ചുവന്നാണ് ദാസൻ സ്വാഗത പ്രഭാഷണം ആരംഭിച്ചത്. ഇത് പരാമർശിച്ചു കൊണ്ടാണ് അശോകൻ മാഷിന്റെ സദസ്സിനോടായുള്ള ചോദ്യം!

ഗ്രാമോത്സവം തീരുമാനിക്കുമ്പോൾത്തന്നെ എല്ലാ കലാപരിപാടികളും ഏറ്റവും മികച്ചതായിരിക്കണമെന്നും ഒട്ടും സമയനഷ്ടം വരാത്തവിധത്തിൽ വേദിയിൽ അവതരിപ്പിക്കും വിധം ക്രമീകരിക്കണമെന്നുമുള്ള ചില നിർബന്ധങ്ങൾ വിട്ടുവീഴ്ചയില്ലാതെ പാലിക്കണമെന്ന് ഞങ്ങൾ നേരത്തേ ഉറപ്പിച്ചിരുന്നു. സ്റ്റേജിൽ പരിപാടികൾ നടന്നുകൊണ്ടിരിക്കേ, കുട്ടികളുടെ കയ്യും പിടിച്ച്, കയ്യിൽ ഒരു കാസറ്റോ സീഡിയോ മറ്റുമായി സ്റ്റേജിന് പുറകിൽ വന്ന് ചാൻസ് ചോദിച്ച് 'നിർബന്ധം പിടിക്കുന്ന' ചില രക്ഷിതാക്കളുണ്ടാവും. അവരാണ് എല്ലാ സമയക്രമവും തെറ്റിക്കുക! ആ കുട്ടികളുടെ ഡാൻസും പാട്ടും കൂടി കഴിയുമ്പോഴേക്കും നമ്മൾ കഷ്ടപ്പെട്ട് തയ്യാറാക്കിയ കലാപരിപാടികളും നാടകങ്ങളും കാണാൻ ആരുമുണ്ടാവില്ല! അതുകൊണ്ട് അത്തരക്കാരെ തന്ത്രപൂർവം ഒഴിവാക്കി നിർത്തണം എന്ന് നേരത്തെ തന്നെ ഞങ്ങൾ ധാരണയാക്കിയിരുന്നു. പുതിയേടത്ത് ശശിയേയും പടിയങ്ങൽ കാദറേയുമാണ് സ്റ്റേജും ബാക്ക് സ്റ്റേജും നിയന്ത്രിക്കാൻ ഏൽപ്പിച്ചിരുന്നത്. അവരതുഭംഗിയായി നിർവഹിക്കുകയും ചെയ്തു.

കനകദാസ് പേരാമ്പ്രയെ നാടകം സംവിധാനം ചെയ്യാൻ ഏൽപിച്ചതും, മുഖ്യ കഥാപാത്രത്തെ അവതരിപ്പിക്കാൻ കെ.സി കരുണാകരൻമാഷെ ക്ഷണിച്ചതും ഇ.വി വത്സൻ, പി.പി ശ്രീധരനുണ്ണി എന്നിവരെ ഗാനരചന ഏൽപ്പിച്ചതും സംഗീതസംവിധാനത്തിന് പ്രേംകുമാർ വടകരയെ ചുമതലപ്പെടുത്തിയതുമെല്ലാം പരിപാടികൾ ഏറ്റവും മികച്ചതാക്കുക എന്ന ലക്ഷ്യത്തിന്റെ ഭാഗമായിരുന്നു. പ്രേംകുമാർ വടകരയും കെ.ടി ഗീതയുമായിരുന്നു ഗായകർ. നൃത്തസന്ധ്യ അണിയിച്ചൊരുക്കിയത് ഗുരു ചേമഞ്ചേരി കുഞ്ഞിരാമൻ നായരും പരത്തുള്ള വസന്തേട്ടത്തിയും ചേർന്നായിരുന്നു. നമ്പൂരിമാഷേയാണ് മേക്കപ്പിന് ഏൽപ്പിച്ചത്.

സുധാകരൻ തത്തോത്തും പ്രജീഷും ചേർന്നവതരിപ്പിച്ച മിമിക്സ് പരേഡ് ആശയത്തിലേയും അവതണരത്തിലേയും പുതുമകൊണ്ടു തന്നെ ശ്രദ്ധിക്കപ്പെട്ടു. സാധാരണയുള്ള വളിപ്പ് തമാശകൾക്ക് പകരം സുധാകരൻ തത്തോത്ത് തന്നെ രചന നിർവഹിക്കാറുള്ള പരിപാടി ക്ലാസിക് തമാശകൾ കൊണ്ട് സമ്പന്നമായിരുന്നു !കെ. ടി ജോർജ്ജും കെ.എം ഷാജിയും കൊല്ലിയിൽ ഷാജിയും നട്ടപ്പറമ്പിൽ ബാലകൃഷ്ണനും മറ്റും അണിനിരന്ന എംഎം സചീന്ദ്രൻ മാഷിന്റെ 'പുണ്യഭൂമിയുടെ തേങ്ങൽ' എന്ന സംഗീതശില്പവും നാട്ടുകാർക്ക് പുത്തനനുഭവം ആയിരുന്നു. ശിവദാസൻ ചെമ്പ്രയായിരുന്നു സംഗീതശില്പത്തിന്റെ സംവിധാനം. കാഞ്ഞിരോളിമുറ്റത്ത് കിടന്നും ഇഴഞ്ഞും ശരീരമാസകലമുലച്ചും കൊണ്ട് ശിവദാസൻ സംഗീതശില്പം സംവിധാനം ചെയ്യുന്നത് കാണേണ്ട കാഴ്ച തന്നേയായിരുന്നു. അത് ഏറെനേരം നോക്കിനിന്നാണ് ' കലയോട് ഇത്രയും ഡെഡിക്കേഷനുള്ള ഒരു ചെറുപ്പക്കാരനെ ഞാൻ ഇതുവരെയും കണ്ടിട്ടില്ല' എന്ന് കനകദാസ് മാഷ് അഭിപ്രായപ്പെട്ടത്. ആ സംഗീതശില്പം പിന്നീട് ചിന്മയകോളേജിന്റെ വാർഷികത്തിന് ബുക്ക് ചെയ്യുകയും കളിപ്പിക്കുകയും ചെയ്തിരുന്നു. ഒരുപക്ഷേ അതിൽനിന്ന് പ്രചോദനം ഉൾക്കൊണ്ടുകൊണ്ടാവണം കവിതകളും പാട്ടുകളും ഉൾപ്പെടുത്തി കനകദാസ് മാഷ് പിന്നീട് നിരവധി സംഗീതശില്പങ്ങൾ അണിയിച്ചൊരുക്കിയത്.

അവസാനനിമിഷമാണ് നാടകത്തിനുവേണ്ടി തയ്യാറാക്കിവെച്ച വീടിന്റെ കട്ടൗട്ടിൽ സ്വിച്ച് ബോർഡ് ഇല്ലെന്ന് അറിയുന്നത്! കെ.സി കരുണാകരൻ മാഷ് അവതരിപ്പിക്കുന്ന അച്ഛൻ കഥാപാത്രം ലൈറ്റ് ഓഫ് ചെയ്യുന്നതും ഓൺ ആക്കുന്നതും കഥാഗതിയിലെ പ്രധാന

സംഭവമാണ്. നാടകം തുടങ്ങാൻ നിമിഷങ്ങൾ ബാക്കിനിൽക്കെ ആർബി അവന്റെ വീട്ടിലേക്കോടി കാർഡ് പേപ്പർ വെട്ടിയെടുത്ത് സ്വിച്ച് ബോർഡ് വരയ്ക്കാൻ തുടങ്ങി... ഉദ്ഘാടകനും മറ്റും പങ്കെടുക്കുന്ന ചെറിയൊരു പാർട്ടി അവിടെ അവന്റെ മുറിയിലെ അരണ്ട വെളിച്ചത്തിൽ നടന്നുകൊണ്ടിരിക്കുകയായിരുന്നു. ആർബി ഒരു ഗ്ലാസിൽ വെള്ളമെടുത്താണ് പെയിന്റും ബ്രഷും കഴുകിക്കൊണ്ടിരുന്നത്. വീണ്ടും ബ്രഷ് കഴുകാനായി നോക്കിയപ്പോൾ... അത്ഭുതം ! ആ വെള്ളം കാണാനില്ല! 'മറ്റേതാ'ണെന്ന് കരുതി അവിടെയുണ്ടായിരുന്ന ഒരു പ്രമുഖൻ അതെടുത്ത് വീശിക്കഴിഞ്ഞിരുന്നു !

ഒരു പ്രൊഫഷണൽ നാടകത്തിന്റെ പെർഫെക്ഷനോടുകൂടിയാണ് 'അമ്മുവിന് സ്നേഹപൂർവ്വം' എന്ന നാടകം അരങ്ങേറിയത്. അത് മികച്ചതാക്കാൻ അത്രമാത്രം കഠിനാധ്വാനം അതിനു പിന്നിൽ ഉണ്ടായിരുന്നു. നാടകം ഏറ്റവും മികച്ചതാക്കുക എന്നതിൽ മാത്രം അദ്ദേഹം ശ്രദ്ധയൂന്നിയതിനാൽ ഞങ്ങളുടെ സാമ്പത്തിക പരാധീനതകളൊന്നും സംവിധായകനായ കനകദാസ് പേരാമ്പ്ര തെല്ലും പരിഗണിച്ചിരുന്നില്ല. ദിവസങ്ങളോളമുള്ള അധ്വാനവും കീശയിലെ കാശും അദ്ദേഹവും ചെലവഴിക്കുന്നുണ്ടായിരുന്നു ! കണിയാംകണ്ടി രാമുണ്ണിനായരുടെ വീട്ടിൽ വച്ചാണ് റിഹേഴ്സൽ തുടങ്ങിയതെങ്കിലും പിന്നീട് വെങ്ങപ്പറ്റ സ്കൂളിൽ ഉൾപ്പെടെ നിരവധി സ്ഥലങ്ങളിൽ ക്യാമ്പുകളിട്ട് റിഹേഴ്സൽ നടത്തി. കെ.സി കരുണാകരൻ, പത്മാരാജൻ, ശ്രീജ വെള്ളിയൂർ, കൊല്ലിയിൽ രമേശൻ , കൈതക്കൽ രാധാകൃഷ്ണൻ, പടിഞ്ഞാറയിൽ ശ്രീധരൻനായർ, ദാസൻപുതുക്കുടി എന്നിവരുടെ മികച്ച അഭിനയം പ്രശംസിക്കപ്പെട്ടു. ചെറുതെങ്കിലും കാഞ്ഞിരോളി കുഞ്ഞികേളപ്പൻ അവതരിപ്പിച്ച കഥാപാത്രവും ശ്രദ്ധ നേടി. ചെറുകാശി ശിവക്ഷേത്രം, മാട്ടനോട് എയുപിസ്കൂൾ, എന്നിവിടങ്ങളിലും പിന്നീട് ഈ നാടകം അവതരിപ്പിക്കുകയുണ്ടായി.

ഗ്രാമോത്സവത്തിന്റെ പ്രചാരണത്തിന് വിവിധങ്ങളായ രീതികൾ ഞങ്ങൾ പരീക്ഷിക്കുകയുണ്ടായി. രണ്ടോ മൂന്നോ തരത്തിലുള്ള നോട്ടീസുകൾ, കൈതക്കലിലൊരു പരിപാടിക്ക് ആദ്യമായിട്ടായിരുന്നു സ്ക്രീൻ പ്രിന്റ് ചെയ്ത വലിയ പോസ്റ്ററുകളും കടകൾ തോറും തൂക്കിയിട്ട ഷോകാർഡുകളും. ഒപ്പം, പരിപാടിയുടെയന്ന് പത്രങ്ങൾ വഴി 'ഗ്രാമോത്സവം ഇന്ന്' എന്ന് അച്ചടിച്ച നോട്ടീസുകളുടെ വിതരണവും.

ഞങ്ങൾ ആഗ്രഹിച്ചത് പോലെ തന്നെ എല്ലാ അർത്ഥത്തിലും ഗ്രാമോത്സവം പ്രൗഢഗംഭീരമായിത്തന്നെ നടന്നു. പക്ഷേ

ചെറിയതോതിലുള്ള സാമ്പത്തികപ്രശ്നങ്ങൾ വന്നുപെട്ടു. മേക്കപ്പ് ചെയ്ത നമ്പൂരിമാഷ് ഉൾപ്പെടെ ചിലരോട് കടം പറയേണ്ടിവന്നു. ആ കടം വീട്ടുന്നതിന് വേണ്ടിക്കൂടിയാണ് എനിക്ക് വളാഞ്ചേരിയിലേക്ക് പെയിന്റിംഗ് പണിക്കായി വണ്ടി കയറേണ്ടി വന്നത്.

* * *

കുറച്ച് വർഷങ്ങൾക്കു മുമ്പ് തൃക്കുറ്റിശ്ശേരി സ്കൂളിൽ ഒരു രക്ഷാകർതൃ യോഗത്തിൽ സംസാരിച്ചതിനുശേഷം ഒരു വിദ്യാർത്ഥിയുടെ അമ്മ എന്നെ പരിചയപ്പെടാനായി അടുത്തേക്ക് വന്നു.

'ആ പ്രസാദേട്ടൻ തന്നെയല്ലേ ഈ പ്രസാദേട്ടൻ !' പുഞ്ചിരിച്ചുകൊണ്ട് എന്റെ കണ്ണിൽത്തന്നെ നോക്കിയാണ് ചോദ്യം.

ഞാനും കുറച്ചുനേരം അവരുടെ മുഖത്ത് തന്നെ നോക്കിയിരുന്നു. കുറച്ച് സമയം വേണ്ടിവന്നു എനിക്ക് ആളെ മനസ്സിലാക്കിയെടുക്കാൻ.

' ആ ശോഭക്കുട്ടി തന്നെയല്ലേ ഈ ശോഭയമ്മ !' അതേ താളത്തിൽ തിരിച്ചുള്ള എന്റെ ചോദ്യം അവരെ ശരിക്കും അത്ഭുതപ്പെടുത്തി.

'അമ്മുവിന് സ്നേഹപൂർവ്വം' എന്ന നാടകത്തിൽ അമ്മുവായി അഭിനയിക്കുന്നതിന് വത്സൻ വെള്ളിയൂർ ശ്രമപ്പെട്ട് സംഘടിപ്പിച്ചു തന്ന കുട്ടിയായിരുന്നു ശോഭ. ഒമ്പതാം ക്ലാസിലോ മറ്റോ പഠിക്കുന്ന ഒരുകൊച്ചുകുട്ടി. നാടകത്തിന്റെ റിഹേഴ്സലിനായി ശോഭ ദിവസങ്ങളോളം കൈതക്കലിൽ വരികയും ചെയ്തിരുന്നു.

അതിനിടയിലാണ് കനകദാസ് മാഷ് അദ്ദേഹം സഹകരിക്കുന്ന മറ്റൊരു നാടകസംരംഭത്തിൽ വെച്ച് ശ്രീജ വെള്ളിയൂർ എന്ന അഭിനേത്രിയെ പരിചയപ്പെടുന്നത്. അമ്മുവായി ശ്രീജയാണ് അഭിനയിക്കുന്നതെങ്കിൽ നാടകം കൂടുതൽ നന്നാവുമെന്ന് അദ്ദേഹം ഞങ്ങളോട് പറഞ്ഞു. 'അപ്പോൾ ശോഭയോടെന്തു പറയും ?' ഞങ്ങളെല്ലാവരും ധർമ്മസങ്കടത്തിലായി. എന്തെങ്കിലും പറഞ്ഞ് ആ കുട്ടിയെ പറഞ്ഞുവിടുകയാണ് വേണ്ടതെന്ന് ചർച്ചകൾക്കൊടുവിൽ ഒരു ദാക്ഷിണ്യവുമില്ലാതെ അദ്ദേഹം അന്തിമതീരുമാനമായി പ്രഖ്യാപിച്ചു. ഒഴിവാക്കാതിരിക്കാൻ പറ്റുമോയെന്ന് ഒരുപാട് തവണ ഞങ്ങളെല്ലാവരും പറഞ്ഞു നോക്കിയതാണ്. നാടകം ഏറ്റവും നല്ല രീതിയിൽ അവതരിപ്പിക്കുക എന്നതുതന്നെയായിരുന്നു അദ്ദേഹത്തിന്റെ താല്പര്യം. അതുതന്നെയാണല്ലോ ശരിയും.

അവളെ പറഞ്ഞുവിടുക എന്ന ക്രൂരകൃത്യം നടത്തുന്നതിന് എല്ലാവരും ചേർന്ന് എന്നെയാണ് ചുമതലപ്പെടുത്തിയത്. അഭിനയത്തോടുള്ള ഇഷ്ടം കൊണ്ട് മാത്രമായിരിക്കില്ലല്ലോ ആ ഒമ്പതാം ക്ലാസുകാരി നാടകത്തിലഭിനയിക്കാൻ വന്നത്. ദാരിദ്ര്യത്തിന്റെ നിർബന്ധവും പ്രധാനം തന്നെയായിരിക്കണം. മനസ്സുവിങ്ങുന്ന സങ്കടത്തോടെയാണ് ഞാൻ ശോഭയുടെ മുമ്പിൽ വിഷയം അവതരിപ്പിച്ചത്. പറഞ്ഞു കഴിഞ്ഞതും അവളുടെ രണ്ടു കണ്ണുകളും നിറഞ്ഞു തുളുമ്പി, അവൾക്കു പോലും നിയന്ത്രിക്കാൻ കഴിയാതെയവ പൊട്ടിയൊഴുകാൻ തുടങ്ങി.. ഒരു പക്വമതിയെപ്പോലെ പെട്ടെന്നുതന്നെ കരച്ചിലടക്കി, കണ്ണു തുടച്ച്, ചിരിക്കാൻ ശ്രമിച്ച്, എല്ലാവരോടും യാത്ര പറഞ്ഞ്, അവൾ തിരിച്ചു പോയി. തിരിച്ചുള്ള നടത്തത്തിലും കയ്യിലുള്ള തുവാലകൊണ്ടവൾ കണ്ണുകൾ തുടയ്ക്കുന്നത് ഞങ്ങൾക്ക് കാണാമായിരുന്നു.

ഓർക്കുമ്പോഴൊക്കെയും ആ സങ്കടക്കാഴ്ച മുറിവിലെരിവ് പോലെ വേദനിപ്പിച്ചുകൊണ്ടിരുന്നു. വർഷങ്ങളായി അതെന്നെ വേട്ടയാടുകയായിരുന്നു. അന്നത്തെ ആ ശോഭയാണ് ഇപ്പോൾ എന്റെ മുമ്പിൽ നിൽക്കുന്നത്. പരസ്പരം തിരിച്ചറിഞ്ഞതും ഒരേസമയം എനിക്ക് സന്തോഷവും അതേസമയം ജാള്യതയുമാണ് തോന്നിയത്. ഞാൻ അവളേയും വിളിച്ച് ക്ലാസ്സുമുറിക്ക് പുറത്തേക്കിറങ്ങി. കിട്ടിയ അവസരത്തിൽ കാലങ്ങളായി ഒരു ഭാരമെന്നോണം മനസ്സിൽ കൊണ്ടുനടക്കുന്ന കുറ്റബോധവും ഹൃദയവേദനയും മനസ്സുതുറന്നുപറയുകയും എല്ലാ അപരാധങ്ങൾക്കും അവളോട് മാപ്പിരക്കുകയും ചെയ്തു. അവൾ ആ കാര്യമൊക്കെ പാടെ മറന്നിരുന്നു. നേരിയ മന്ദസ്മിതത്തോടെയാണ് എന്റെ സംസാരമവൾ കേട്ടുനിന്നത്.

ഇത്തവണ കണ്ണു നിറഞ്ഞത് അവൾക്കായിരുന്നില്ല; എനിക്കായിരുന്നു.

വർഷങ്ങളോളം മനസ്സിൽ കൊണ്ടുനടന്ന കുറ്റബോധത്തിന്റെ വേദന പരസ്പരം പറഞ്ഞലിയിച്ചു കളഞ്ഞതിലുള്ള ആശ്വാസമായിരിക്കണം കണ്ണുനീരായി തുളുമ്പിവന്ന് നിന്നത്...

www.ingramcontent.com/pod-product-compliance
Lightning Source LLC
LaVergne TN
LVHW100835051026
849519LV00006B/2308
* 9 7 8 9 3 9 0 5 3 5 5 9 0 *